นรก

โดย ดร. แจร็อก ลี

1

2

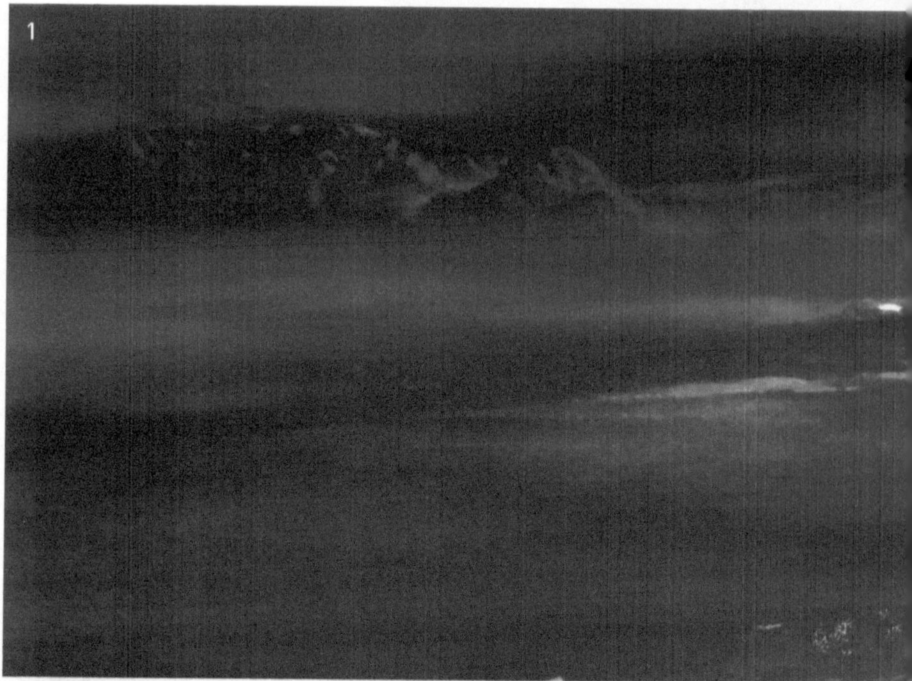

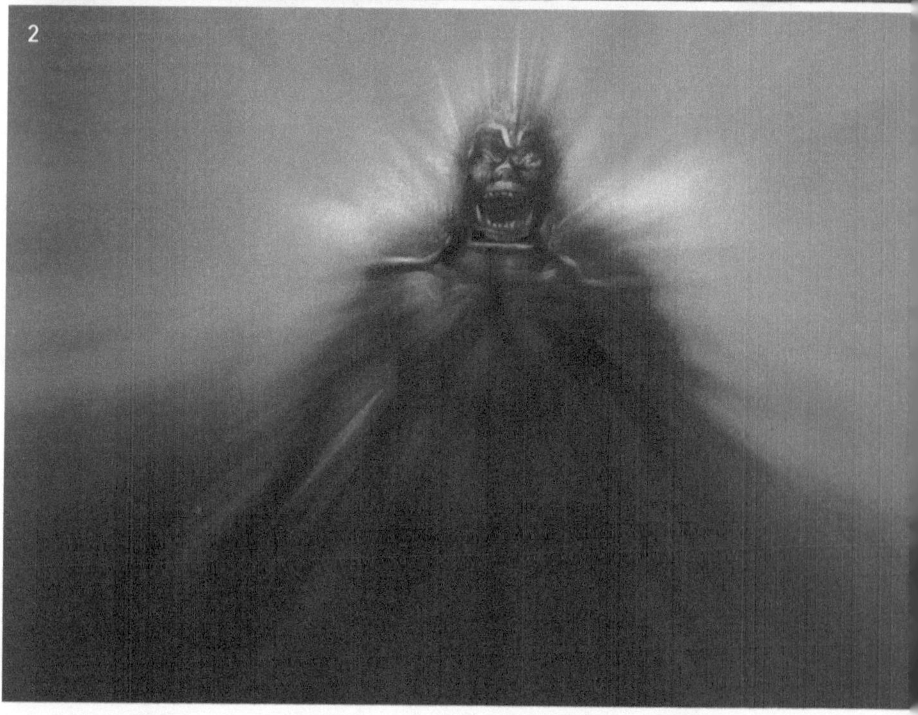

1. เลือดที่รินไหลออกมาจากดวงวิญญาณ จำนวนมหาศาลของผู้คนที่ไม่ได้รับความรอด ซึ่งถูกทรมานอย่าง สยดสยองนั้นรวมตัวกันเป็น แม่น้ำสายใหญ่

2. ยมทูตที่มีใบหน้าเหมือนมนุษย์หรือ เหมือนสัตว์โสโครกและน่าเกลียดน่ากลัวหลาก หลายชนิด

3. ริมฝั่งแม่น้ำแห่งสายเลือดมีเด็กจำนวนมาก ที่ถูกทรมาน ซึ่งเด็กเหล่านี้มีอายุตั้งแต่ 6 ขวบ จนถึงก่อนวัย หนุ่มสาว ร่างกายของเขาถูกฝังลึก ลงไปในโคลนตมใกล้กับแม่น้ำแห่งสายเลือด โดยขึ้นอยู่กับระดับความ รุนแรงของความบาป ของเขา

1

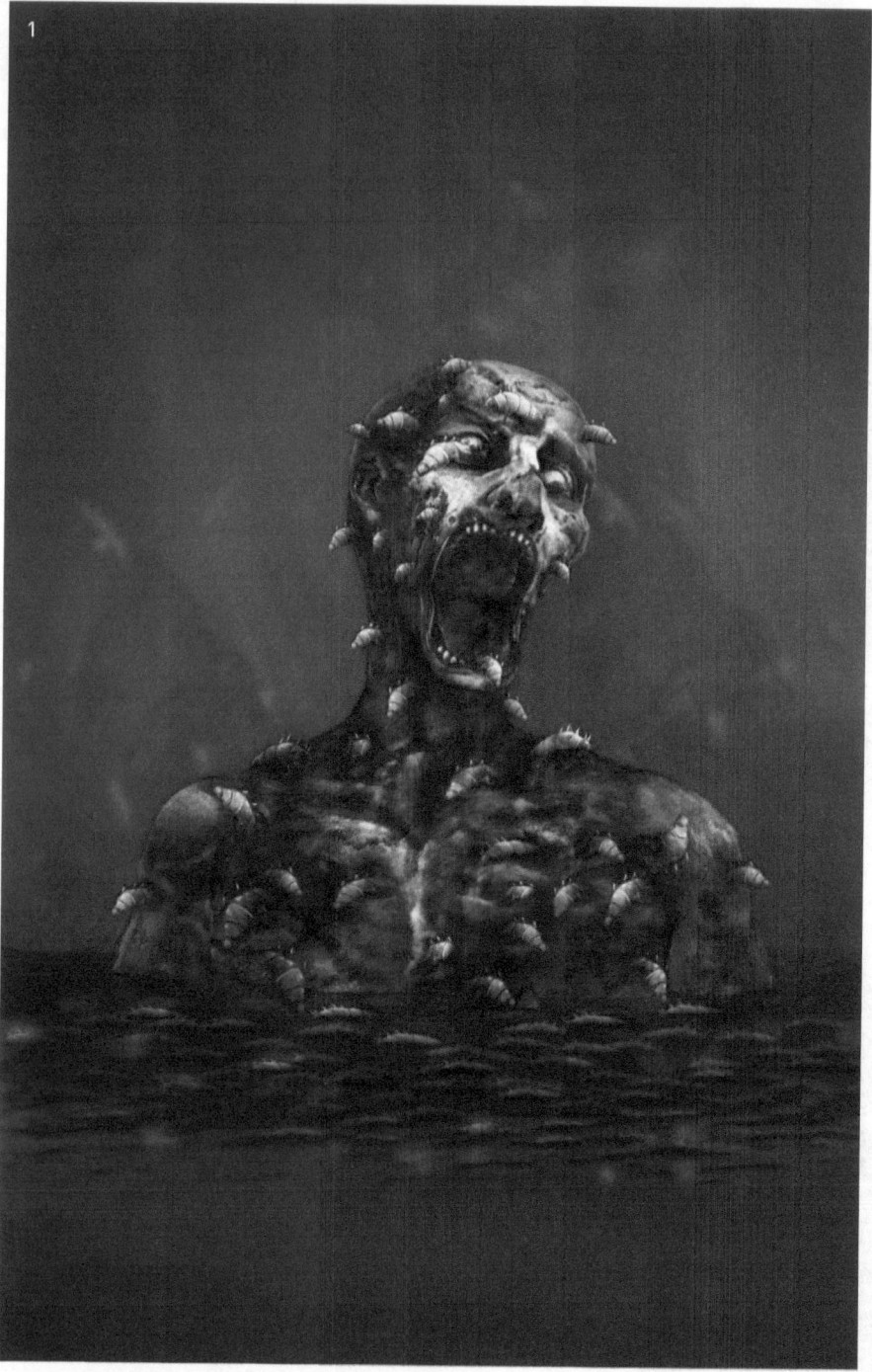

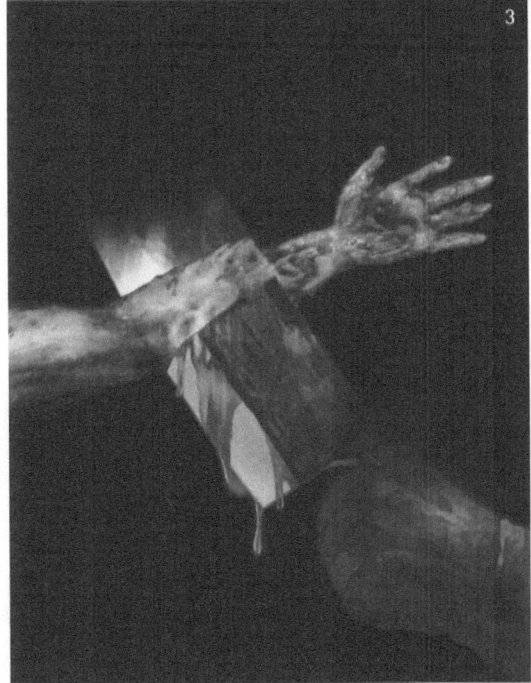

1.   สระที่อบอวลไปด้วยกลิ่นเหม็น
ของน้ำเสียชุกชุมไปด้วยแมลงที่น่า
ขยะแขยงจำนวนนับไม่ถ้วนและแมลง
เหล่านี้กัดแทะร่างกายของดวงวิญญาณ
ที่ถูกขังไว้ในสระ   แมลงเหล่านั้นทิ่ม
แทงร่างกายของเขาจนทะลุ ช่องท้อง

2-3. ยมทูตที่มีรูปร่างเหมือนสุกรที่น่า
เกลียดน่ากลัวเตรียมเครื่องมือชนิดต่าง
ๆ สำหรับการทรมานตั้งแต่ดาบ สั้น
สองคมไปจนถึงขวาน

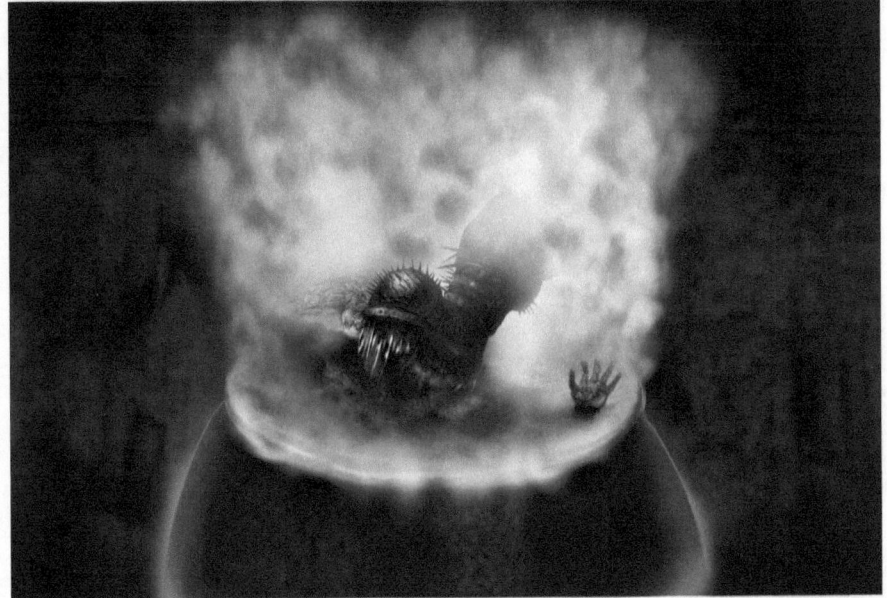

หม้อน้ำร้อนอบอวลไปด้วยกลิ่นที่น่าขยะแขยงและน้ำในหม้อนั้นเดือดอยู่ตลอดเวลา ดวงวิญญาณที่ถูกลงโทษซึ่งเคยเป็นสามีและภรรยากันถูกจุ่มลงไปในหม้อน้ำเดือดที่ละคน ในขณะที่วิญญาณดวงหนึ่งถูกทรมานนั้น วิญญาณอีกดวงหนึ่งจะวิงวอนขอให้การลงโทษคู่สมรสของเขายืดเยื้อยาวนานออกไป

แมลงขนาดเล็กจำนวนนับ ไม่ถ้วน ไล่กัดดวงวิญญาณที่กำลังปีนหน้าผาด้วยฟันที่เหลมคมของมัน ดวงวิญญาณที่
หวาดกลัวเหล่านั้นถูกรุมทึ้งด้วยแมลงจำนวนมากอยู่ตลอดเวลาและตกลงมาจากหน้าผา

ศีรษะสีดำที่น่าขยะแขยงจำนวนนับไม่ถ้วนของคนที่ติดตามผู้คนที่ต่อต้านพระเจ้ากัดกินร่างกายของพวก ต่อ
ต้านอย่างทารุณด้วยฟันที่แหลมคมของตน ความทุกข์ทรมานที่ได้รับนั้นรุนแรงกว่าการถูกกัดจากแมลง หรือ
การถูกสัตว์ร้ายฉีกร่างกาย

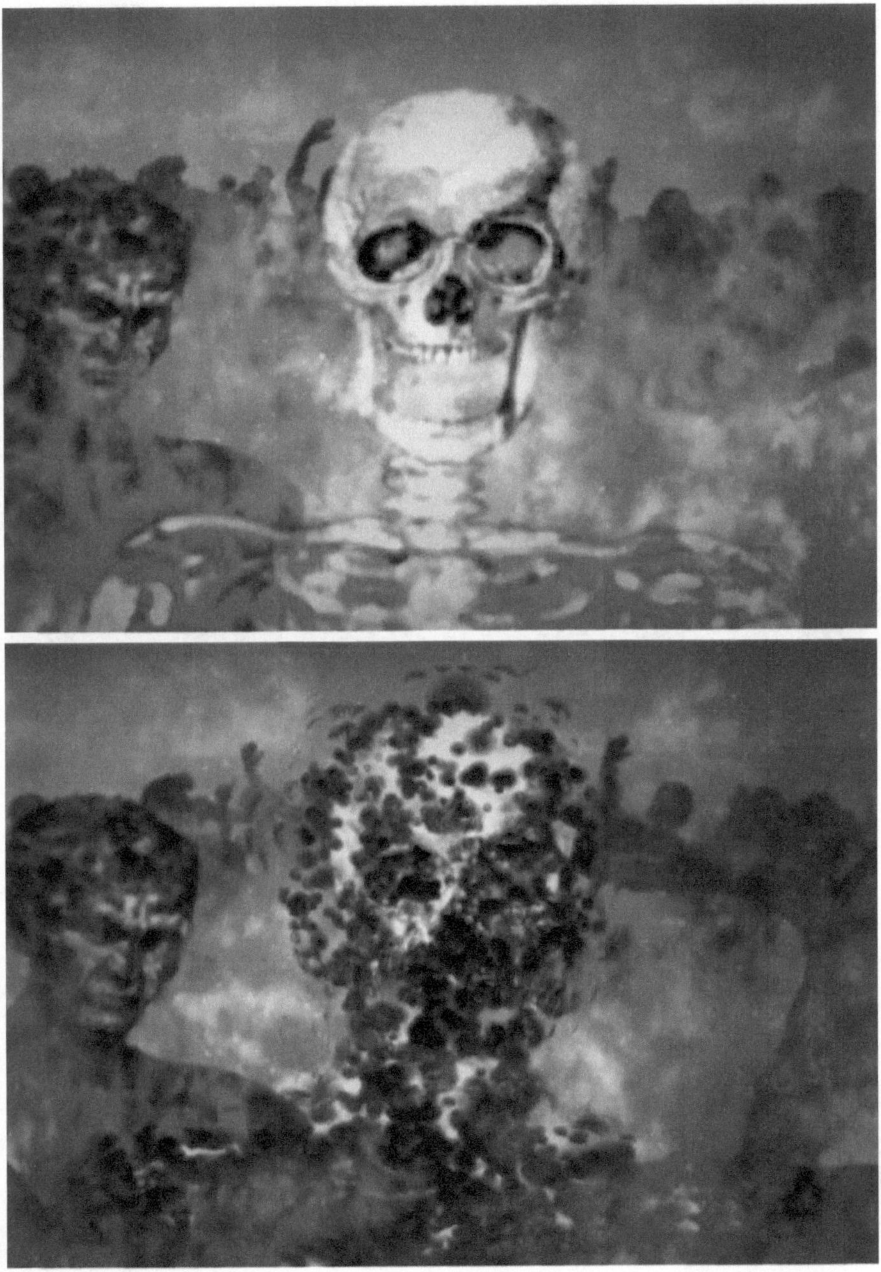

ดวงวิญญาณที่ถูกโยนลงไปในบึงไฟกระโดดด้วยเจ็บปวดและกรีดร้องเสียงดัง ดวงตาของเขาแดงก่ำ อย่าง
น่ากลัวและมันสมองของเขาแตกกระจายและมีของเหลวทะลักออกมา

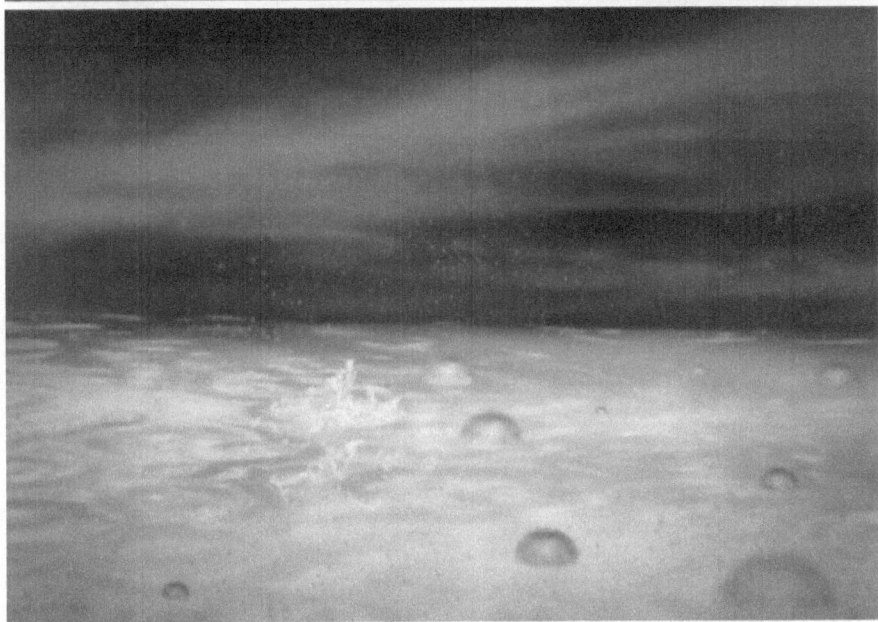

สมมุติว่าคนหนึ่งถูกบังคับให้ดื่มของเหลวที่ได้จากการหลอมละลายของเหล็กในเตาไฟ   อวัยวะภายในของ
เขาจะถูกเผาไหม้ ดวงวิญญาณที่ถูกผลักลงไปในบึงไฟกำมะถัน ไม่สามารถร้องครวญครางหรือคิด แต่เขาจะ
ถูกบีบด้วยความทุกข์ทรมานเพียงอย่างเดียว

“อยู่มาคนขอทานนั้นตายและเหล่าทูตสวรรค์ได้นำเขาไปไว้ที่อกของอับราฮัม ฝ่ายเศรษฐีนั้นก็ตายด้วยและเขาก็ฝัง ไว้ แล้วเมื่ออยู่ในนรกเป็นทุกข์ทรมานยิ่งนัก เศรษฐีนั้นจึงแหงนดูเห็นอับราฮัมอยู่แต่ไกล และลาซารัสอยู่ที่อกของ ท่าน เศรษฐีจึงร้องว่า `อับราฮัมบิดาเจ้าข้าขอเอ็นดูข้าพเจ้าเถิดขอใช้ลาซารัสมาเพื่อจะเอาปลายนิ้วจุ่มน้ำมาแตะลิ้น ของข้าพเจ้าให้เย็น ด้วยว่าข้าพเจ้าตรำทุกข์ทรมานอยู่ในเปลวไฟนี้' แต่อับราฮัมตอบว่า `ลูกเอ๋ย เจ้าจงระลึกว่าเมื่อ เจ้ายังมีชีวิตอยู่ เจ้าได้ของดีสำหรับตัวและลาซารัสได้ของเลว แต่เดี๋ยวนี้เขาได้รับความเล้าโลม แต่เจ้าได้รับ ความทุกข์ทรมาน นอกจากนั้น ระหว่างพวกเรากับพวกเจ้ามีเหวใหญ่ตั้งขวางอยู่ เพื่อว่าถ้าผู้ใดปรารถนาจะข้าม ไปจากที่นี่ถึงเจ้าก็ไม่ได้ หรือถ้าจะข้ามจากที่นั่นมาถึงเราก็ไม่ได้' เศรษฐีนั้นจึงว่า `บิดาเจ้าข้า ถ้าอย่างนั้นขอท่านใช้ ลาซารัสไปยังบ้านบิดาของข้าพเจ้า เพราะว่าข้าพเจ้ามีพี่น้องห้าคน ให้ลาซารัสเป็นพยานแก่เขา เพื่อมิให้เขามาถึงที่ ทรมานนี้' แต่อับราฮัมตอบเขาว่า `เขามีโมเสสและพวกศาสดาพยากรณ์นั้นแล้ว ให้เขาฟังคนเหล่านั้นเถิด' เศรษฐีนั้นจึงว่า `มิได้ อับราฮัมบิดาเจ้าข้า แต่ถ้าคนหนึ่งจากหมู่คนตายไปหาเขา เขาจะกลับใจเสียใหม่' อับราฮัมจึงตอบเขาว่า `ถ้าเขาไม่ฟังโมเสสและพวกศาสดาพยากรณ์ แม้คนหนึ่งจะเป็นขึ้นมาจากความตาย เขาก็จะยังไม่เชื่อ'”

(ลูกา 16:22-31)

นรก

ในที่นั้น [นรก] ตัวหนอนก็ไม่ตายและไฟก็ไม่ดับเลย
ด้วยว่าคนทั้งปวงจะต้องถูกเคล้าเกลือแล้วชำระด้วยไฟ
(มาระโก 9:48-49)

นรก

โดย ดร. แจร็อก ลี

URIM BOOKS

นรก โดย ดร. แจร็อก ลี

จัดพิมพ์   โดย อูริมบุคส์   (ตัวแทน: Seongnam Vin)

361-66, Shindaebang-Dong, Dongjak-Gu, โซล เกาหลีใต้

www.urimbooks.com

ข้ออ้างอิงพระคัมภีร์ที่ใช้ในหนังสือเล่มนี้นำมาจากพระคริสตธรรมคัมภีร์ไทยฉบับ
1971จัดพิมพ์โดยสมาคมพระคริสตธรรมไทยและพระคัมภีร์ภาษาไทยฉบับ KJV จัดพิมพ์โดย
BibleGateway.com

สงวนลิขสิทธิ์ © 2013 โดย ดร.แจร็อก ลี

ISBN 978-89-7557-817-5

ได้รับอนุญาตให้แปลเป็นภาษาอังกฤษโดยดร.คูยัง ซุง

ได้รับอนุญาตให้แปลเป็นภาษาไทยโดยดร.ดานิเอล แสงวิชัย

ก่อนหน้านี้จัดพิมพ์เป็นภาษาเกาหลีโดยอูริมบุคส์ กรุงโซล ประเทศเกาหลี ในปี 2002
ตีพิมพ์ครั้งแรกในไทยในกันยายน 2013

บทบรรณาธิการโดยดร.เจียมซุน วิน

ออกแบบโดยแผนกบรรณาธิการของอูริมบุคส์

พิมพ์ในโรงพิมพ์ Yewon

ข้อมูลเพิ่มเติมโปรดติดต่อ urimbook@hotmail.com

บทนำ

ข้าพเจ้าหวังว่าหนังสือเล่มนี้จะเป็นเหมือนอาหารแห่งชีวิตที่นำดวงวิญญาณจำนวนนับไม่ถ้วนไปสู่สวรรค์อันงดงามด้วยการเปิดโอกาสคนเหล่านี้เข้าใจถึงความรักของพระเจ้าผู้ทรงปรารถนาให้มนุษย์ทุกคนได้รับความรอด...

ในปัจจุบัน เมื่อผู้คนได้ยินเกี่ยวกับสวรรค์และนรก คนส่วนใหญ่มักตอบสนองในเชิงลบโดยพูดว่า "ในยุคของความเจริญรุ่งเรืองทางวิทยาศาสตร์ฉันจะเชื่อในเรื่องนี้ได้อย่างไร" "คุณเคยไปสวรรค์และนรกมาแล้วเหรอ" หรือ "คุณจะรู้ถึงสิ่งเหล่านี้หลังจากคุณตายแล้วเท่านั้น"

ท่านต้องรู้ล่วงหน้าว่ามีชีวิตอยู่หลังความตาย ถ้าจะรอจนถึงช่วงเวลาที่ท่านหายใจเป็นครั้งสุดท้ายก็ถือว่าสายเกินไป หลังจากลมหายใจครั้งสุดท้ายของท่านในโลกนี้ท่านก็ไม่มีโอกาสมีชีวิตอีก สิ่งเดียวที่รอคอยท่านอยู่คือการพิพากษาของพระเจ้าซึ่งท่านต้องเก็บเกี่ยวในสิ่งที่ท่านหว่านไว้ในโลกนี้

ตลอดพระคัมภีร์พระเจ้าได้ทรงเปิดเผยให้เราทราบถึงหนทางแห่งความรอด การดำรงของสวรรค์และนรกและการพิพากษาที่จี ะเกิดขึ้นตามพระคำของพระเจ้า

นรก

พระองค์ทรงสำแดงภารกิจอันอัศจรรย์ผ่านทางผู้เผยพระวจนะ
หลาย คนในพระคัมภีร์เดิมและพระเยซู

แม้แต่ในปัจจุบัน   พระเจ้าก็ยังทรงแสดงให้ท่านเห็นว่าพระองค์ทรง
พระชนม์อยู่และเห็นว่าพระคัมภีร์เป็นความจริงด้วยการสำแดงการอัศจรรย์
หมายสำคัญ   และภารกิจอันทรงอานุภาพแห่งฤทธิ์อำนาจของพระองค์
ซึ่งบันทึกไว้ในพระคัมภีร์ผ่านทางผู้รับใช้ที่สัตย์ซื่อและจงรักภักดีของ
พระองค์ อย่างไรก็ตาม แม้จะมีหลักฐานอย่างหนักแน่นเกี่ยวกับการทำงาน
ของพระองค์ แต่ยังมีผู้คนที่ไม่เชื่ออยู่จำนวนมาก ดังนั้น พระเจ้าจึงทรง
แสดงให้บุตรของพระองค์เห็นถึงสวรรค์และนรกและทรงหนุนใจคนเหล่า
นี้ให้เป็นพยานถึงสิ่งที่ตนได้เห็นกับผู้คนทั่วโลก
        นอกจากนั้น พระเจ้าแห่งความรักทรงเปิดเผยให้ข้าพเจ้าเห็นเกี่ยวกับสวรรค์
และนรกโดยละเอียดและทรงกำชับให้ข้าพเจ้าประกาศถึงข่าวสารเรื่องนี้ออกไป
ทั่วโลกในขณะที่การเสด็จมาครั้งที่สองของพระคริสต์กำลังใกล้เข้ามา
        เมื่อข้าพเจ้าเทศนาเกี่ยวกับภาพเหตุการณ์อันน่าสังเวชและน่าสยดสยองใน
อุโมงค์ชั้นล่างชั้นล่างซึ่งเป็นของนรก ข้าพเจ้าสังเกตเห็นผู้คนจำนวนมากใน
คริสตจักรกลัวจนตัวสั่นด้วยความสำนึกผิดพร้อมกับส่งเสียงร้องไห้เพื่อดวง
วิญญาณที่ลงไปสู่การลงโทษอย่างโหดเหี้ยมและน่ากลัวในอุโมงค์ชั้นล่าง
        ดวงวิญญาณที่ไม่รอดจะอยู่ในอุโมงค์ชั้นล่างจนกระทั่งการพิพากษา
แห่งพระที่นั่งใหญ่สีขาวเกิดขึ้น หลังจากการพิพากษา ดวงวิญญาณเหล่านี้
จะลงไปสู่บึงไฟหรือบึงไฟที่ไหม้ด้วยกำมะถันซึ่งเป็นการลงโทษที่รุนแรง
กว่าการลงโทษในอุโมงค์ชั้นล่าง
        ข้าพเจ้าเขียนถึงสิ่งที่พระเจ้าได้ทรงเปิดเผยให้ข้าพเจ้าเห็นโดยการ

ทำงานของพระวิญญาณบริสุทธิ์บนพื้นฐานของพระคำของพระเจ้า

ในพระคัมภีร์   เราสามารถเรียกหนังสือเล่มนี้ว่าข่าวสารแห่งความรัก
อย่างจริงใจจากพระเจ้าพระบิดาของเราผู้ทรงปรารถนาให้ผู้คนรอดพ้นจาก
บาปมากที่สุดเท่าที่จะมากได้ด้วยการอนุญาตให้คนเหล่านั้นรู้ล่วงหน้าเกี่ยว
กับความ ทุกข์เวทนาที่ไม่มีวันสิ้นสุดในนรก

พระเจ้าทรงยอมให้พระบุตรของพระองค์สิ้นพระชนม์บนไม้กางเขน
เพื่อช่วยมนุษย์ทุกคนให้รอด นอกจากนั้น พระองค์ทรงต้องการที่จะป้องกัน
ไม่ให้ดวงวิญญาณแม้แต่ดวงเดียวลงไปสู่นรกที่น่าเวทนาเช่นกัน   พระเจ้า
ทรงถือว่าวิญญาณหนึ่งดวงมีค่ายิ่งกว่าโลกทั้งโลก   ดังนั้นพระองค์จึงทรง
ชื่นชมยินดี พอพระทัย และทรงเฉลิมฉลองอย่างยิ่งใหญ่ร่วมกับบริวารแห่ง
สวรรค์และเหล่าทูตสวรรค์เมื่อดวงวิญญาณดวงหนึ่งรอดด้วยความเชื่อ

ข้าพเจ้าขอถวายพระสิริและการขอบพระคุณทั้งสิ้นแด่พระเจ้าผู้ทรงนำ
ข้าพเจ้าให้จัดพิมพ์หนังสือเล่มนี้   ข้าพเจ้าหวังว่าท่านจะเริ่มเข้าใจถึงพระทัย
ของพระเจ้าผู้ไม่ทรงปรารถนาให้วิญญาณแม้แต่ดวงเดียวพินาศในนรกและ
หวังว่าท่านจะมีความเชื่อที่แท้จริง ยิ่งกว่านั้น ข้าพเจ้าขอวิงวอนท่านให้มีความ
กระตือรือร้นในการประกาศพระกิตติคุณกับผู้คนที่กำลังมุ่งหน้าไปสู่นรก

นอกจากนั้น ข้าพเจ้าขอขอบคุณเจ้าหน้าที่ทุกคนแห่งอูริม บุคส์ซึ่งรวม
ถึงเจียมซุน วินผู้อำนวยการฝ่ายบรรณาธิการ ข้าพเจ้าหวังว่าผู้อ่านทุกคนจะ
รู้ถึงข้อเท็จจริงที่ว่าภายหลังความตายจะมีชีวิตนิรันดร์และการพิพากษาและ
หวังว่าคนเหล่านี้จะได้รับความรอดอย่างสมบูรณ์

แจร็อก ลี

คำนำ

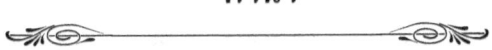

ข้าพเจ้าอธิษฐานเพื่อให้ดวงวิญญาณจำนวนมากเข้าใจถึงความทุกข์เวทนาของนรก กลับใจใหม่ หันกลับจากหนทางแห่งความตาย และได้รับความรอด...

พระวิญญาณบริสุทธิ์ทรงดลใจ ศจ.ดร. แจร็อก ลี ศิษยาภิบาลอาวุโสแห่งคริสตจักรมันมิน จุง-อัง ให้เรียนรู้เกี่ยวกับชีวิตหลังความตายและนรกที่เต็มไปด้วยความทุกข์เวทนา เราได้รวบรวมคำเทศนาของท่านพร้อมกับจัดพิมพ์หนังสือเรื่อง “นรก” ขึ้นเพื่อให้ผู้คนจำนวนมากรู้เกี่ยวกับนรกอย่างชัดเจนและถูกต้องแม่นยำ ข้าพเจ้าขอถวายเกียรติและการขอบพระคุณทั้งสิ้นแด่พระเจ้า

ผู้คนจำนวนมากในปัจจุบันอยากรู้อยากเห็นเกี่ยวกับชีวิตหลังความตาย แต่เป็นไปไม่ได้ที่เราจะทราบคำตอบด้วยความสามารถที่จำกัดของเรา หนังสือเล่มนี้เป็นเรื่องราวเกี่ยวกับนรกที่ชัดเจนและครอบคลุมซึ่งบางส่วนของเรื่องราวนี้ได้รับการเปิดเผยไว้ในพระคัมภีร์ หนังสือเล่มนี้มีอยู่ 9 บท

นรก

บทที่ 1 "สวรรค์และนรกมีจริงหรือ" บรรยายถึงโครงสร้างโดยรวม
ของสวรรค์และนรก บทนี้อธิบายคำอุปมาเรื่องเศรษฐีกับลาซารัสในลูกา
16 ที่พูดถึงอุโมงค์ชั้นบน (ซึ่งเป็นสถานที่รอคอยของดวงวิญญาณที่รอด
แล้วในสมัยพระคัมภีร์เดิม) และอุโมงค์ชั้นล่าง (ซึ่งดวงวิญญาณที่ไม่รอด
กำลังทนทุกข์ทรมานอยู่ที่นั่นจนกว่าจะถึงการพิพากษาแห่งพระที่นั่ง
ใหญ่สีขาว)*

บทที่ 2 "หนทางแห่งความรอดสำหรับผู้ที่ไม่เคยได้ยินถึงพระกิตติคุณ"
อธิบายถึงการพิพากษาจิตสำนึก   นอกจากนั้นยังอธิบายถึงบรรทัดฐานที่
เจาะจงของพิพากษาในกรณีต่าง ๆ เช่น การพิพากษาทารกในครรภ์ที่เสีย
ชีวิตจากการทำแท้งหรือการแท้งลูก การพิพากษาเด็กแรกเกิดจนถึงอายุห้า
ขวบ และการพิพากษาเด็กอายุหกขวบไปจนถึงเด็กที่มีอายุก่อนวัยรุ่น

---

* ลูกาบทที่ 16 เรียกสถานที่แห่งนี้ว่า "แดนมรณา" (Grave) ซึ่งเป็นการแปลจาก
คำสองคำที่พระคัมภีร์เดิมใช้เพื่อบรรยายถึงสถานที่แห่งนี้ คำแรกคือคำว่า "Sheol"
และคำที่สองคือคำว่า "Hades" ซึ่งพระคัมภีร์เดิมแปลว่า "แดนคนตาย" แต่ผู้เขียน
หนังสือเล่มนี้เรียก "แดนมรณา" ว่า "อุโมงค์" ซึ่งสถานที่แห่งนี้ถูกแบ่งออกเป็นสอง
ส่วน ส่วนแรกเรียกว่า "อุโมงค์ชั้นบน" (Upper Grave) ซึ่งเป็นของสวรรค์และอีก
ส่วนหนึ่งเรียกว่า "อุโมงค์ชั้นล่าง" (Lower Grave) ซึ่งเป็นของนรก (ดูรายละเอียด
เพิ่มเติมในบทที่ 1)

บทที่ 3 "อุโมงค์ชั้นล่างและรูปพรรณสัณฐานของยมทูต" บรรยายถึง สถานที่รอคอยในอุโมงค์ชั้นล่างโดยละเอียด หลังจากเสียชีวิต ผู้คนจะพัก อาศัยอยู่ ณ สถานที่รอคอยในอุโมงค์ชั้นล่างเป็นเวลาสามวันและจากคน เหล่านี้จะถูกส่งไปยังสถานที่ต่าง ๆ ในอุโมงค์ชั้นล่างตามความรุนแรง ของความบาปของตนและถูกทรมานอย่างโหดเหี้ยมอยู่ที่นั่นจนกว่าจะถึง การพิพากษาแห่งพระที่นั่งใหญ่สีขาว บทนี้ยังระบุชื่อของเหล่าวิญญาณที่ ปกครองอุโมงค์ชั้นล่างอยู่เช่นกัน

บทที่ 4 "การลงโทษเด็กที่ไม่รอดซึ่งอยู่ในอุโมงค์ชั้นล่าง" ยืนยันให้เห็น ว่าแม้เด็กที่ไม่มีวุฒิภาวะซึ่งไม่สามารถแยกแยะความถูกและความผิดก็ไม่ ได้รับความรอด มีการจำแนกรูปแบบต่าง ๆ ของการลงโทษเด็กเหล่านี้ตาม กลุ่มอายุ กล่าวคือ การลงโทษทารกในครรภ์และเด็กที่ยังกินนม การลงโทษ เด็กที่เดินเริ่มหัดเดิน การลงโทษเด็กที่มีอายุสามถึงห้าปี และการลงโทษเด็ก ตั้งแต่อายุหกปีถึงสิบสองปี

บทที่ 5 "การลงโทษสำหรับผู้คนที่เสียชีวิตหลังจากวัยหนุ่มสาว" อธิบาย ถึงการลงโทษผู้คนที่มีอายุมากกว่าวัยรุ่น มีการแบ่งการลงโทษสำหรับผู้คน ที่มีอายุมากกว่าสิบสามปีออกเป็นสี่ระดับตามความรุนแรงของความบาป ของคนเหล่านี้ ความบาปของผู้คนรุนแรงมากเท่าใด การลงโทษบาปก็จะ รุนแรงมากขึ้นเท่านั้น

บทที่ 6 "การลงโทษสำหรับการหมิ่นประมาทพระวิญญาณบริสุทธิ์"
เตือนให้ผู้อ่านรู้ว่ามีความบาปบางอย่างที่ไม่อาจยกโทษให้ได้ซึ่งท่าน
ไม่สามารถกลับใจจากบาปนั้นได้ตามที่บันทึกไว้ในพระคัมภีร์   บทนี้ยัง
บรรยายถึงการลงโทษรูปแบบต่าง ๆ ผ่านทางตัวอย่างโดยละเอียดเช่นกัน

บทที่ 7 "ความรอดในช่วงแห่งความทุกข์เวทนาครั้งใหญ่" เตือนเราว่า
เรากำลังอยู่ในยุคสุดท้ายและการเสด็จกลับมาขององค์พระผู้เป็นเจ้ากำลัง
จะมาถึง   บทนี้อธิบายถึงสิ่งที่จะเกิดขึ้นในการเสด็จกลับมาของพระคริสต์
อย่างละเอียดและกล่าวว่าผู้คนที่ถูกละไว้ในช่วงแห่งความทุกข์เวทนาครั้ง
ใหญ่จะรอดได้ก็โดยการเป็นผู้สละชีพเพื่อความเชื่อเท่านั้น   บทนี้ยังเรียก
ร้องให้เราเตรียมตัวให้พร้อมในฐานะเจ้าสาวผู้งดงามของพระเยซูองค์พระ
ผู้เป็นเจ้าเพื่อท่านจะมีส่วนร่วมในงานเลี้ยงสมรสเจ็ดปีและเพื่อจะหลีกเลี่ยง
การถูกละไว้จากการถูกรับขึ้นไป

บทที่ 8 "การลงโทษในนรกหลังจากการพิพากษาครั้งใหญ่" อธิบาย
ถึงการพิพากษาในช่วงสุดท้ายของยุคพันปีโดยละเอียด   วิธีการย้ายดวง
วิญญาณที่ไม่รอดจากอุโมงค์ชั้นล่างไปยังนรก การลงโทษรูปแบบต่าง ๆ ที่
คนเหล่านั้นได้รับ ตลอดจนจุดหมายปลายทางของเหล่าวิญญาณชั่วและการ
ลงโทษของวิญญาณเหล่านี้

บทที่ 9 “เพราะเหตุใดพระเจ้าแห่งความรักจึงต้องจัดเตรียมนรกเอาไว้” อธิบายถึงความรักที่บริบูรณ์และเปี่ยมล้นของพระเจ้าซึ่งแสดงออกโดยผ่านการสละพระชนม์ชีพของพระบุตรองค์เดียวของพระองค์ บทสุดท้ายอธิบายถึงเหตุผลโดยละเอียดว่าทำพระเจ้าแห่งความรักองค์นี้จึงต้องสร้างนรกเอาไว้

หนังสือเรื่อง “นรก” หนุนใจท่านให้เข้าใจถึงความรักของพระเจ้าผู้ทรงต้องการให้วิญญาณทุกดวงได้รับความรอดและตื่นตัวอยู่เสมอในความเชื่อ หนังสือเล่มนี้จบลงด้วยการเรียกร้องให้ท่านเร่งนำดวงวิญญาณมาสู่หนทางแห่งความรอดให้มากที่สุดเท่าที่จะมากได้

พระเจ้าทรงอุดมไปด้วยความรักและความเมตตา ในปัจจุบัน ด้วยพระทัยของบิดาผู้ที่กำลังรอคอยบุตรน้องหลงหายให้กลับมา พระเจ้าทรงกำลังรอคอยดวงวิญญาณที่หลงหายทุกดวงให้ละทิ้งความบาปของตนและรับเอาความรอด

ด้วยเหตุนี้ ข้าพเจ้าจึงหวังใจว่าดวงวิญญาณจำนวนมากทั่วโลกจะเข้าใจและรู้ว่านรกที่ทุกข์ทรมานนี้มีอยู่จริงและจะหันหลับมาหาพระเจ้าอย่างรวดเร็ว ข้าพเจ้าอธิษฐานในพระนามของพระเยซูคริสต์เพื่อว่าทุกคนที่เชื่อในองค์พระผู้เป็นเจ้าจะระวังตัวและตื่นตัวอยู่เสมอและจะนำผู้คนจำนวนมากที่สุดเท่าที่จะมากได้ไปสู่สวรรค์

เจียมซุน วิน

ผู้อำนวยการแผนกบรรณาธิการ

สารบัญ

บทที่ 1

สวรรค์และนรกมีจริงหรือ

สวรรค์และนรกมีอยู่จริง

คำอุปมาเรื่องเศรษฐีกับลาซารัส

โครงสร้างของสวรรค์และนรก

อุโมงค์ชั้นบนและเมืองบรมสุขเกษม

อุโมงค์ชั้นล่าง สถานที่รอคอยบนเส้นทางไปสู่นรก

"พระองค์ตรัสตอบเขาว่า 'เพราะว่าข้อความลึกลับของ
อาณาจักรแห่งสวรรค์ทรงโปรดให้ท่านทั้งหลายรู้ได้
แต่คนเหล่านั้นไม่โปรดให้รู้'"
(มัทธิว 13:11)

"ถ้าตาของท่านทำให้ท่านหลงผิด จงควักออกทิ้งเสีย
ซึ่งจะเข้าในอาณาจักรของพระเจ้าด้วยตาข้างเดียวยังดี
กว่ามีสองตา และต้องถูกทิ้งในไฟนรก"
(มาระโก 9:47)

ผู้คนส่วนใหญ่รอบตัวเราล้วนกลัวความตายและดำเนินชีวิตอยู่ในความ
กลัวและความวิตกกังวลเกี่ยวกับการเสียชีวิตของตน แต่คนเหล่านี้ไม่ได้
แสวงหาพระเจ้าเพราะเขาไม่เชื่อในชีวิตหลังความตาย ยิ่งกว่านั้น ผู้คน
จำนวนมากที่อ้างถึงความเชื่อของตนในพระคริสต์กลับไม่ได้ดำเนินชีวิต
ตามความเชื่อนั้นเช่นกัน เพราะความโง่เขลาผู้จึงสงสัยและไม่เชื่อในชีวิต
หลังความตายแม้พระเจ้าได้ทรงเปิดเผยเกี่ยวกับชีวิตหลังความตาย สวรรค์
และนรกให้เราทราบในพระคัมภีร์แล้วก็ตาม

ชีวิตหลังความตายเป็นโลกฝ่ายวิญญาณที่ไม่ประจักษ์แก่ตา ดังนั้น ผู้คน
จึงไม่เข้าใจถึงเรื่องนี้เว้นแต่พระเจ้าจะทรงอนุญาตให้เขารู้ เหมือนที่พระ
คัมภีร์บันทึกไว้ซ้ำแล้วซ้ำอีกว่าสวรรค์และนรกมีอยู่จริง นั่นคือสาเหตุที่
พระเจ้าทรงสำแดงสวรรค์และนรกให้ผู้คนจำนวนมากทั่วโลกเห็นและทรง
อนุญาตให้คนเหล่านั้นประกาศเรื่องราวเกี่ยวกับสวรรค์และนรกออกไปทั่ว
ทุกมุมโลกว่า...

"สวรรค์และนรกมีอยู่จริง"

"สวรรค์เป็นสถานที่อันงดงามและน่าหลงใหล แต่นรกเป็นสถานที่อึม
ครึมและน่าเวทนาเหนือจินตนาการของท่าน ข้าพเจ้าจึงขอวิงวอนให้ท่าน
เชื่อในเรื่องชีวิตหลังความตาย"

"การที่ท่านจะไปสวรรค์หรือนรกนั้นขึ้นอยู่กับท่าน ถ้าท่านไม่อยากตก
นรก ท่านต้องกลับใจจากบาปทั้งสิ้นของท่านทันทีและต้อนรับเอาพระเยซู
คริสต์"

"นรกมีอยู่จริง นี่เป็นสถานที่ซึ่งผู้คนต้องทนทุกข์ทรมานจากไฟชั่วนิรัน
ดร์ สวรรค์มีอยู่จริงเช่นกัน สวรรค์สามารถเป็นบ้านถาวรของท่านได้"

พระเจ้าแห่งความรักทรงอธิบายให้ข้าพเจ้าทราบเกี่ยวกับสวรรค์ตั้งแต่

1

นรก

เดือนพฤษภาคม 1984 เป็นต้นมา จากนั้น พระองค์ทรงเริ่มต้นอธิบายถึงนรก
โดยละเอียดนับตั้งแต่เดือนมีนาคม 2000 พระเจ้าทรงเรียกร้องให้ข้าพเจ้าเผย
แพร่สิ่งที่ข้าพเจ้าเรียนรู้เกี่ยวกับสวรรค์และนรกออกไปทั่วโลกเพื่อจะไม่มี
บุคคลแม้แต่คนเดียวต้องถูกลงโทษในบึงไฟหรือบึงไฟที่ไหม้ด้วยกำมะถัน

   ครั้งหนึ่งพระเจ้าทรงสำแดงให้ข้าพเจ้าเห็นวิญญาณดวงหนึ่งที่กำลัง
ทนทุกข์และคร่ำครวญด้วยความสำนึกผิดในอุโมงค์ชั้นล่างซึ่งผู้คนที่จะ
ลงไปสู่นรกกำลังรอคอยอยู่ที่นั่นด้วยความทุกข์ระทม   วิญญาณดวงนี้ไม่
ยอมต้อนรับเอาองค์พระผู้เป็นเจ้าแม้เขามีโอกาสได้ฟังพระกิตติคุณหลาย
ต่อหลายครั้ง   หลังจากเสียชีวิตวิญญาณดวงนี้จึงตกนรก   ต่อไปนี้เป็นคำ
สารภาพของเขา

   ผมเฝ้านับวันเวลา
   ผมเฝ้านับ นับ และนับ แต่วันเวลาไม่มีที่สิ้นสุด
   ผมน่าจะต้อนรับเอาพระเยซูคริสต์
   เมื่อมีคนมาบอกผมเกี่ยวกับพระองค์
   ตอนนี้ผมจะทำอย่างไร

   แม้ผมจะสำนึกผิดในตอนนี้ก็ไร้ประโยชน์
   ผมไม่รู้ว่าเวลานี้ผมควรทำสิ่งใด
   ผมต้องหนีให้พ้นจากความทุกข์เวทนานี้
   แต่ผมไม่รู้ว่าผมควรทำสิ่งใด

   ผมเฝ้านับหนึ่งวัน สองวัน และสามวัน
   แต่แม้ผมจะเฝ้านับวันอยู่เช่นนี้ต่อไป
   ตอนนี้ผมรู้ว่าเป็นสิ่งที่ไร้ประโยชน์
   จิตใจของผมกำลังแตกสลาย

2

ผมจะทำสิ่งใด ผมจะทำสิ่งใด
ผมจะเป็นพ้นจากความเจ็บปวดนี้ได้อย่างไร
ผมจะทำสิ่งใด โอ ดวงวิญญาณที่อาภัพของผม
ผมจะทนกับสิ่งนี้ได้อย่างไร

1. สวรรค์และนรกมีอยู่จริง

ฮีบรู 9:27 บันทึกว่า *"มีข้อกำหนดสำหรับมนุษย์ไว้แล้วว่าจะตายครั้งเดียวและหลังจากนั้นก็จะมีการพิพากษาฉันใด"* ชายและหญิงทุกคนต้องตายและหลังจากลมหายครั้งสุดท้ายของคนเหล่านี้เขาจะเข้าสู่สวรรค์ หรือไม่ก็ลงไปในนรกหลังจากการพิพากษา

พระเจ้าทรงปรารถนาให้ทุกคนเข้าสู่สวรรค์เพราะพระองค์เป็นความรัก พระเจ้าได้ทรงจัดเตรียมพระเยซูคริสต์ไว้ตั้งแต่ก่อนปฐมกาลและทรงเปิดประตูเพื่อความรอดของมนุษย์เมื่อเวลานั้นมาถึง พระเจ้าไม่ปรารถนาให้วิญญาณแม้แต่ดวงเดียวตกนรก

โรม 5:7-8 ประกาศว่า *"ไม่ใคร่จะมีคนตายเพื่อคนตรง แต่บางทีจะมีคนอาจตายเพื่อคนดีก็ได้ แต่พระเจ้าทรงสำแดงความรักของพระองค์แก่เราทั้งหลาย คือขณะที่เรายังเป็นคนบาปอยู่นั้น พระคริสต์ได้ทรงสิ้นพระชนม์เพื่อเรา"* แท้ที่จริง พระเจ้าทรงสำแดงความรักของพระองค์ต่อเราด้วยการประทานพระบุตรองค์เดียวของพระองค์โดยไม่ทรงเสียดาย

ประตูแห่งความรอดกำลังเปิดกว้างเพื่อให้ทุกคนที่ต้อนรับเอาพระเยซูคริสต์เป็นพระผู้ช่วยให้รอดส่วนตัวของตนรอดและเข้าสู่สวรรค์ แต่ผู้คนส่วนใหญ่ไม่สนใจในเรื่องสวรรค์และนรกแม้คนเหล่านี้ได้ยินถึงเรื่องนี้ก็ตาม ยิ่งกว่านั้น คนเหล่านี้บางคนกลับข่มเหงผู้คนที่ประกาศพระกิตติคุณด้วยซ้ำ

ข้อเท็จจริงที่น่าเศร้าที่สุดก็คือผู้คนที่ประกาศว่าตนมีความเชื่อใน

พระเจ้ายังคงหลงรักโลกและทำบาปเพราะคนเหล่านี้ไม่มีความหวังใจ
สำหรับสวรรค์อย่างแท้จริงและไม่มีความกลัวในเรื่องนรก

ผ่านทางคำยืนยันของเหล่าพยานและพระคัมภีร์

สวรรค์และนรกอยู่ในโลกฝ่ายวิญญาณซึ่งมีอยู่จริง พระคัมภีร์กล่าวถึง
การดำรงอยู่ของสวรรค์และนรกหลายต่อหลายครั้ง ผู้คนที่เคยไปสวรรค์
หรือนรกเป็นพยานถึงสถานที่เหล่านี้ด้วยเช่นกัน ยกตัวอย่าง พระเจ้าทรง
บอกกับเราในพระคัมภีร์ว่านรกมีความทุกข์เวทนาสักเพียงใดเพื่อเราจะมี
ชีวิตนิรันดร์ในสวรรค์แทนที่จะลงไปสู่นรกหลังความตาย

> *"ถ้ามือของท่านทำให้หลงผิด จงตัดทิ้งเสีย ซึ่งจะเข้าในชีวิตด้วยมือ*
> *ด้วนยังดีกว่ามีสองมือและต้องถูกทิ้งในนรกในไฟที่ไม่รู้ดับ ถ้าเท้า*
> *ของท่านทำให้หลงผิด จงตัดทิ้งเสีย ซึ่งจะเข้าในชีวิตด้วยเท้าด้วนยัง*
> *ดีกว่ามีเท้าสองเท้าและต้องถูกทิ้งในนรก ถ้าตาของท่านทำให้ท่าน*
> *หลงผิด จงควักออกทิ้งเสีย ซึ่งจะเข้าในแผ่นดินของพระเจ้าด้วย*
> *ตาข้างเดียวยังดีกว่ามีสองตาและต้องถูกทิ้งไปในนรก ในที่นั้นตัว*
> *หนอนก็ไม่ตายและไฟก็ไม่ดับเลย ด้วยว่าคนทั้งปวงจะต้องถูกเคล้า*
> *เกลือแล้วชำระด้วยไฟ"* (มาระโก 9:43-49)

ผู้คนที่เคยไปนรกล้วนประจักษ์ถึงสิ่งเดียวกันกับที่พระคัมภีร์ประกาศ
ไว้ ในนรก *"ตัวหนอนก็ไม่ตายและไฟก็ไม่ดับเลย ด้วยว่าคนทั้งปวงจะต้อง*
ถูกเคล้าเกลือแล้วชำระด้วยไฟ"

เป็นที่ชัดเจนว่าหลังจากความตาย สวรรค์และนรกมีอยู่จริงตามที่พระ
คัมภีร์บันทึกไว้ ด้วยเหตุนี้ ท่านจึงควรเข้าไปสู่สวรรค์ด้วยการดำเนินชีวิต
ตามพระคำของพระเจ้าพร้อมกับเชื่อในการมีอยู่จริงของสวรรค์และนรกใน
จิตใจของท่าน

ท่านไม่ควรคร่ำครวญด้วยการสำนึกผิดเหมือนดวงวิญญาณที่ข้าพเจ้า
เอ่ยถึงก่อนหน้านี้ซึ่งทนทุกข์ทรมานอยู่ในอุโมงค์ชั้นล่างโดยไม่สิ้นสุด
เพราะเขาปฏิเสธที่จะต้อนรับเอาองค์พระผู้เป็นเจ้าแม้เขามีโอกาสรับฟัง
พระกิตติคุณหลายต่อหลายครั้ง

ในยอห์น 14:11-12 พระเยซูตรัสกับเราว่า "จงเชื่อเราเถิดว่า เราอยู่ใน
*พระบิดาและพระบิดาทรงอยู่ในเรา หรือมิฉะนั้นก็จงเชื่อเพราะกิจการ
เหล่านั้นเถิด เราบอกความจริงแก่ท่านทั้งหลายว่าผู้ที่วางใจในเราจะกระทำ
กิจการซึ่งเราได้กระทำนั้นด้วยและเขาจะกระทำกิจที่ยิ่งใหญ่กว่านั้นอีก
เพราะว่าเราจะไปถึงพระบิดาของเรา"*

ท่านสามารถบอกได้ว่าบุคคลนั้นเป็นคนของพระเจ้าเมื่อเขากระทำกิจการ
อันทรงอานุภาพเหนือความสามารถของมนุษย์และท่านสามารถยืนยันได้เช่น
กันว่าคำเทศนาของเขาสอดคล้องกับพระคำที่แท้จริงของพระเจ้า

ข้าพเจ้าเผยแพร่ข่าวสารเรื่องพระเยซูคริสต์ด้วยการประกาศถึงการทำงาน
แห่งฤทธิ์อำนาจของพระเจ้าผู้ทรงพระชนม์อยู่เมื่อข้าพเจ้าจัดการประกาศ
พระกิตติคุณทั่วโลก เมื่อข้าพเจ้าอธิษฐานในพระนามของพระเยซูคริสต์ ผู้คน
จำนวนนับไม่ถ้วนเชื่อและได้รับความรอดเพราะมีการทำงานอย่างอัศจรรย์
แห่งฤทธิ์เดชอำนาจของพระเจ้าบังเกิดขึ้น เช่น คนตาบอดมองเห็น คนใบ้พูด
ได้ คนง่อยลุกขึ้นยืน คนตายเป็นขึ้นมาใหม่ และการอัศจรรย์อื่น ๆ อีกมากมาย

พระเจ้าทรงสำแดงการทำงานด้วยฤทธิ์อำนาจของพระองค์ผ่านทาง
ข้าพเจ้าด้วยวิธีนี้ พระองค์ยังทรงอธิบายเกี่ยวกับสวรรค์และนรกโดย
ละเอียดแก่ข้าพเจ้าด้วยเช่นกันเพื่อข้าพเจ้าจะประกาศสิ่งเหล่านี้ออกไปทั่ว
โลกเพื่อทำให้ผู้คนจำนวนมากที่สุดเท่าที่จะมากได้พบกับความรอด

ในปัจจุบัน ผู้คนจำนวนมากอยากรู้อยากเห็นเกี่ยวกับชีวิตหลังความ
ตาย—ซึ่งเป็นโลกฝ่ายวิญญาณ—แต่มนุษย์ไม่สามารถรู้เกี่ยวกับโลกฝ่าย
วิญญาณอย่างชัดเจนได้ด้วยความพยายามของตนเองเพียงอย่างเดียว ท่าน
สามารถเรียนรู้เรื่องนี้บางส่วนผ่านทางพระคัมภีร์ แต่ท่านจะรู้เรื่องนี้อย่าง

ชัดเจนที่สุดได้ก็ต่อเมื่อพระเจ้าทรงอธิบายเรื่องนี้กับท่านในขณะที่ท่านได้
รับการดลใจอย่างเต็มเปี่ยมจากพระวิญญาณบริสุทธิ์ผู้ทรงหยั่งรู้ทุกสิ่งแม้
เป็นความล้ำลึกของพระเจ้า (1 โครินธ์ 2:10)

ข้าพเจ้าหวังว่าท่านจะเชื่อคำอธิบายของข้าพเจ้าเกี่ยวกับนรกบนพื้น
ฐานของพระคัมภีร์ข้อต่าง ๆ เพราะพระเจ้าเองทรงเป็นผู้อธิบายเรื่องนี้กับ
ข้าพเจ้าในขณะที่ข้าพเจ้าได้รับการดลใจอย่างเต็มเปี่ยมจากพระวิญญาณ

ทำไมจึงประกาศถึงการพิพากษาของพระเจ้าและการลงโทษในนรก

เมื่อข้าพเจ้าเทศนาเรื่องนรก ผู้คนที่มีความเชื่อจะเต็มล้นด้วยพระ
วิญญาณบริสุทธิ์และรับฟังคำเทศนาเรื่องนี้โดยไม่มีความกลัว แต่สำหรับ
ผู้คนที่มีใบหน้าซีดเซียวเพราะความเครียดและความกลัว เสียงตอบสนอง
อย่างแข็งขันด้วยการพูดว่า "เอเมน" หรือ "ใช่แล้ว" จะค่อย ๆ จางหายไปใน
ระหว่างการเทศนา

สิ่งที่เลวร้ายที่สุดก็คือผู้คนที่มีความเชื่ออ่อนแอจะหยุดเข้าร่วมการ
ประชุมนมัสการหรือออกจากคริสตจักรไปด้วยความกลัวแทนที่คนเหล่านี้
จะยืนยันถึงความเชื่อของตนด้วยความหวังใจแห่งการเข้าสู่สวรรค์

ถึงกระนั้น ข้าพเจ้าต้องอธิบายเรื่องนรกเพราะข้าพเจ้ารู้จักพระทัยของ
พระเจ้า พระเจ้าทรงห่วงใยต่อผู้คนที่กำลังมุ่งหน้าไปสู่นรก ดำเนินชีวิตใน
ความมืด และประนีประนอมกับวิถีชีวิตแบบโลกแม้คนเหล่านี้บางคนจะ
อ้างถึงความเชื่อของตนในพระเยซูคริสต์ก็ตาม

ด้วยเหตุนี้ ข้าพเจ้าจึงต้องอธิบายเกี่ยวกับนรกโดยละเอียดเพื่อว่าบุตรของ
พระเจ้าจะดำรงอยู่ในความสว่างและละทิ้งความมืด พระเจ้าทรงต้องการให้บุตร
ของพระองค์กลับใจใหม่และเข้าสู่สวรรค์แม้คนเหล่านี้จะมีความกลัวและรู้สึก
อึดอัดใจเมื่อเขาได้ยินถึงการพิพากษาของพระเจ้าและการลงโทษในนรกก็ตาม

2. คำอุปมาเรื่องเศรษฐีกับลาซารัส

ในลูกา 16:19-31 ทั้งเศรษฐีและลาซารัสคนขอทานต่างก็ลงไปสู่แดนมรณาหลังจากเสียชีวิตสภาพและสถานการณ์ของสถานที่ซึ่งแต่ละคนอาศัยอยู่หลังจากนั้นแตกต่างกันอย่างสิ้นเชิง

เศรษฐีทนทุกข์ทรมานอยู่ในเปลวไฟในขณะที่ลาซารัสอยู่ในอ้อมอกของอับราฮัมซึ่งอยู่อีกด้านหนึ่งของหุบเหวที่ห่างไกลออกไป เพราะอะไร

ในสมัยพระคัมภีร์เดิม การพิพากษาของพระเจ้าจะดำเนินการตามกฎบัญญัติของโมเสส ในด้านหนึ่ง เศรษฐีถูกลงโทษในเปลวไฟเพราะเขาไม่เชื่อในพระเจ้าแม้เขามีชีวิตอยู่ในความฟุ่มเฟือยของโลกนี้ แต่ในอีกด้านหนึ่ง ลาซารัสคนขอทานได้ชื่นชมกับการหยุดพักนิรันดร์เพราะเขาเชื่อในพระเจ้าแม้ตัวของเขาจะเต็มไปด้วยบาดแผลเน่าเปื่อยและอยากกินเศษอาหารที่ตกจากโต๊ะของเศรษฐี

ชีวิตหลังความตายถูกกำหนดโดยการพิพากษาของพระเจ้า

ในพระคัมภีร์เดิม เราพบว่าบรรพบุรุษแห่งความเชื่อของเราซึ่งรวมถึงยาโคบและโยบกล่าวว่าคนเหล่านั้นจะลงไปสู่แดนคนตายหลังจากตนเสียชีวิต (ปฐมกาล 37:35; โยบ 7:9) โคราห์และบรรดาคนของเขาที่ลุกขึ้นต่อสู้กับโมเสสลงไปสู่แดนคนตายทั้งเป็นด้วยพระพิโรธของพระเจ้า (กันดารวิถี 16:33)

นอกจากนั้น พระคัมภีร์เดิมยังใช้คำภาษาฮีบรูคำว่า “Sheol” ด้วยเช่นกัน คำว่า “แดนมรณา” (มาจากคำว่า Grave ในภาษาอังกฤษซึ่งหนังสือเล่มนี้แปลว่า “อุโมงค์” หรือ “แดนมรณา”) เป็นคำภาษาอังกฤษสำหรับภาษาฮีบรูคำว่า “Sheol” และคำว่า “แดนคนตาย” (Hades) แดนมรณาหรืออุโมงค์ถูกแบ่งออกเป็นสองส่วน ส่วนแรกเรียกว่า “อุโมงค์ชั้นบน” ซึ่งเป็นของสวรรค์และส่วนที่สองเรียกว่า “อุโมงค์ชั้นล่าง” ซึ่งเป็นของนรก

ดังนั้น ท่านจึงรู้ว่าบรรพบุรุษแห่งความเชื่อ (เช่น ยาโคบ โยบ และลาซา

นรก

รัส) อยู่ในอุโมงค์ชั้นบนซึ่งเป็นของสวรรค์ในขณะที่โคราห์และเศรษฐีอยู่ในอุโมงค์ชั้นล่างซึ่งเป็นของนรก

เช่นเดียวกัน ชีวิตหลังความตายมีอยู่จริง ชายและหญิงทุกคนจะเข้าสู่สวรรค์หรือตกนรกโดยการพิพากษาของพระเจ้า ข้าพเจ้าขอวิงวอนท่านให้เชื่อในพระเจ้าเพื่อท่านจะไม่ตกนรก

3. โครงสร้างของสวรรค์และนรก

พระคัมภีร์ใช้คำหลายคำเพื่อกล่าวถึงสวรรค์หรือนรก ที่จริง ท่านเองก็รู้ว่าสวรรค์และนรกไม่ใช่สถานที่เดียวกัน

กล่าวคือ มีการพูดถึงสวรรค์โดยใช้คำว่า “อุโมงค์ชั้นบน” “เมืองบรมสุขเกษม” หรือ “นครเยรูซาเล็มใหม่” ที่เป็นเช่นนี้ก็เพราะว่าสวรรค์ (ซึ่งเป็นที่อยู่อาศัยของดวงวิญญาณที่รอดแล้ว) ถูกแบ่งออกเป็นสถานที่หลายแห่งแตกต่างกัน

ตามที่ข้าพเจ้าอธิบายไว้ในหนังสือเรื่อง ***“ขนาดแห่งความเชื่อ”*** และ ***“สวรรค์ I & II”*** ว่าท่านอาจได้นั่งใกล้กับพระที่นั่งของพระเจ้าในนครเยรูซาเล็มใหม่มากขึ้นทั้งนี้ขึ้นอยู่กับว่าท่านได้รื้อฟื้นพระฉายาของพระเจ้าพระบิดาที่สูญหายไปกลับคืนมาใหม่มากน้อยเพียงใด ท่านจะเข้าสู่สวรรค์ชั้นที่สาม ชั้นที่สอง หรือชั้นที่หนึ่งตามขนาดแห่งความเชื่อของท่าน ผู้คนที่รอดอย่างหวุดหวิดจะเข้าสู่เมืองบรมสุขเกษม

นอกจากนั้น ยังมีการกล่าวถึงที่อยู่อาศัยของดวงวิญญาณที่ไม่รอดหรือเหล่าวิญญาณชั่วโดยใช้คำว่า “บึงไฟ” “บึงไฟที่ไหม้ด้วยกำมะถัน” หรือ “บาดาล (นรกขุมลึกจนสุดที่จะหยั่งถึง)” สวรรค์ถูกแบ่งออกเป็นสถานที่หลายแห่งฉันใด นรกก็ถูกแบ่งออกเป็นสถานที่หลายแห่งด้วยฉันนั้นเพราะว่าที่อยู่อาศัยของดวงวิญญาณแต่ละดวงจะแตกต่างกันตามขนาดของการประพฤติชั่วของเขาในโลกนี้

โครงสร้างของสวรรค์และนรก

เพื่อให้เข้าใจโครงสร้างของสวรรค์และนรกดียิ่งขึ้น ลองนึกภาพของเพชรที่มีรูปทรงสี่เหลี่ยมขนมเปียกปูน (◆) ถ้าเราแบ่งครึ่งรูปทรงสี่เหลี่ยมนี้ เราก็จะได้รูปสามเหลี่ยมหัวตั้ง (▲) และรูปสามเหลี่ยมหัวกลับ (▼) ลองสมมุติว่าสามเหลี่ยมหัวตั้งแสดงถึงสวรรค์และสามเหลี่ยมหัวกลับแสดงถึงนรก

นครเยรูซาเล็มใหม่
อาณาจักรที่สาม
อาณาจักรที่สอง
อาณาจักรที่หนึ่ง
เมืองบรมสุขเกษม
อุโมงค์ชั้นบน
เหวใหญ่
อุโมงค์ชั้นล่าง
บึงไฟ
บึงกำมะถัน
บาดาล

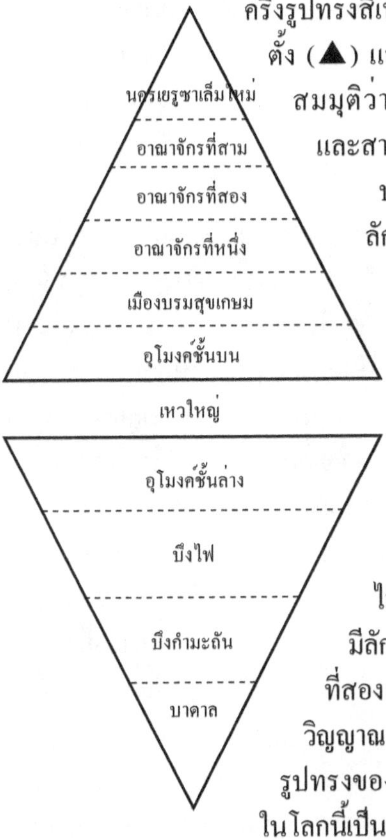

ปลายสุดของรูปสามเหลี่ยมหัวตั้งมีลักษณะเช่นเดียวกับนครเยรูซาเล็มใหม่ ในขณะที่ส่วนล่างสุดของสามเหลี่ยมรูปนี้มีลักษณะเช่นเดียวกันกับอุโมงค์ชั้นบน กล่าวอีกนัยหนึ่งก็คือส่วนที่อยู่ถัดจากอุโมงค์ชั้นบนขึ้นไปคือเมืองบรมสุขเกษม สวรรค์ชั้นที่หนึ่ง ชั้นที่สอง ชั้นที่สาม และนครเยรูซาเล็มใหม่ แต่ท่านไม่ควรคิดว่าสวรรค์ชั้นต่าง ๆ เหล่านี้มีลักษณะเช่นเดียวกับตึกชั้นที่หนึ่ง ชั้นที่สอง หรือชั้นที่สามของโลกนี้ ในมิติฝ่ายวิญญาณ การขีดเส้นแบ่งพื้นที่และการบอกรูปทรงของของโลกฝ่ายวิญญาณเหมือนที่เราทำในโลกนี้เป็นสิ่งที่ไม่สามารถทำได้ ข้าพเจ้าเพียงแต่อธิบายถึงมิติฝ่ายวิญญาณด้วยวิธีการนี้เพื่อช่วยให้ผู้คนที่อยู่ในเนื้อหนังเข้าใจถึงสวรรค์และนรกชัดเจนมากยิ่งขึ้นเท่านั้น

ส่วนปลายสุดของสามเหลี่ยมหัวตั้งมีลักษณะเช่นเดียวกับนครเยรูซาเล็มใหม่ในขณะที่ส่วนใต้สุดของสามเหลี่ยมรูปนี้มีลักษณะเช่นเดียว

นรก

กับอุโมงค์ชั้นบน กล่าวคือ ยิ่งท่านก้าวขึ้นไปตามรูปสามเหลี่ยมนี้มากเท่าใด ท่านก็จะพบสวรรค์ชั้นที่ดีกว่ามากยิ่งขึ้นเท่านั้น

ในรูปสามเหลี่ยมหัวกลับ ส่วนที่กว้างและอยู่สูงที่สุดมีลักษณะเช่นเดียวกับอุโมงค์ชั้นล่าง ยิ่งท่านเข้าไปใกล้ส่วนล่างมากเท่าใด ท่านก็จะไปถึงส่วนที่ลึกมากยิ่งขึ้นเท่านั้นในนรก ซึ่งได้แก่อุโมงค์ชั้นล่าง บึงไฟ บึงไฟที่ไหม้ด้วยกำมะถัน และบาดาลหรือนรกขุมลึกตามลำดับ คำว่า “บาดาล” หรือ “นรกขุมลึก” ที่ใช้ในหนังสือลูกาและหนังสือวิวรณ์หมายถึงส่วนที่ลึกที่สุดของนรก

ในรูปสามเหลี่ยมหัวตั้ง พื้นที่จะมีขนาดเล็กลงเมื่อท่านก้าวจากส่วนล่างขึ้นไปยังส่วนที่สูงขึ้น—กล่าวคือจากเมืองบรมสุขเกษมไปสู่นครเยรูซาเล็มใหม่ รูปนี้แสดงให้ท่านเห็นว่าผู้คนที่เข้าไปสู่นครเยรูซาเล็มใหม่มีจำนวนค่อนข้างน้อยเมื่อเทียบจำนวนของผู้คนที่เข้าไปสู่เมืองบรมสุขเกษม สวรรค์ชั้นที่หนึ่ง หรือสวรรค์ชั้นที่สอง ที่เป็นเช่นนี้ก็เพราะว่าผู้คนที่มีความบริสุทธิ์และดีพร้อมโดยการชำระจิตใจของตนให้บริสุทธิ์เหมือนพระทัยของพระเจ้าพระบิดาเท่านั้นที่จะเข้าไปสู่นครเยรูซาเล็มใหม่

ในรูปสามเหลี่ยมหัวกลับก็เช่นกัน ท่านจะเห็นว่าจำนวนของคนที่ลงไปสู่ส่วนลึกที่สุดของนรกมีอยู่ไม่มากนักเพราะผู้คนที่จิตสำนึกด้านเกรียมและคนที่ทำความชั่วร้ายที่สุดเท่านั้นจึงจะถูกโยนลงไปในสถานที่แห่งนั้น ผู้คนที่ทำบาปค่อนข้างเบาจะมีจำนวนมากกว่าและคนเหล่านี้จะอาศัยอยู่ในส่วนบนที่กว้างกว่าของนรก

ดังนั้น เราอาจจินตนาการโครงสร้างของสวรรค์และนรกโดยใช้รูปทรงของเพชรที่เป็นสี่เหลี่ยมขนมเปียกปูน แต่ท่านไม่ควรสรุปว่าสวรรค์มีลักษณะเป็นรูปสามเหลี่ยมหัวตั้งหรือนรกมีลักษณะเป็นรูปสามเหลี่ยมหัวกลับ

เหวขนาดใหญ่กั้นอยู่ระหว่างสวรรค์และนรก

มีเหวขนาดใหญ่กั้นอยู่ระหว่างรูปสามเหลี่ยมหัวตั้ง (สวรรค์) กับรูป
สามเหลี่ยมหัวกลับ (นรก) สวรรค์และนรกไม่ได้อยู่ใกล้ชิดกัน แต่อยู่ห่าง
ไกลจากกันจนไม่อาจวัดได้

พระเจ้าทรงกำหนดเขตแดนอย่างชัดเจนเช่นนี้เพื่อไม่ให้ดวงวิญญาณใน
สวรรค์และนรกไปมาหาสู่กัน ดวงวิญญาณที่อยู่ในสวรรค์และนรกจะมอง
เห็นและพูดคุยกันได้ (เหมือนในกรณีของเศรษฐีและอับราฮัม) ก็ต่อเมื่อคน
เหล่านั้นได้รับอนุญาตเป็นกรณีพิเศษจากพระเจ้าเท่านั้น

ในระหว่างรูปสามเหลี่ยมทั้งสองรูปนี้มีเหวขนาดใหญ่ขวางกั้นอยู่ ผู้คน
ไม่สามารถเดินทางไปมาระหว่างสวรรค์และนรกได้ แต่ถ้าพระเจ้าทรง
อนุญาต ผู้คนที่อยู่ในสวรรค์และนรกสามารถมองเห็นกัน ได้ยินเสียงกัน
และพูดคุยกันได้ด้วยวิญญาณไม่ว่าคนเหล่านั้นจะอยู่ห่างไกลกันสักเพียงใด
ก็ตาม

บางทีท่านจะเข้าใจเรื่องนี้ได้ง่ายขึ้นถ้าท่านจำวิธีการที่ผู้คนซึ่งอยู่คนละ
มุมโลกสามารถพูดคุยกันโดยใช้โทรศัพท์หรือพูดคุยกันหน้าต่อหน้าบน
จอภาพผ่านดาวเทียมเพราะความก้าวหน้าและพัฒนาการอย่างรวดเร็วของ
วิทยาศาสตร์และเทคโนโลยี

แม้จะมีเหวขนาดใหญ่กั้นระหว่างสวรรค์และนรก แต่เศรษฐีก็สามารถ
มองเห็นลาซารัสพักพิงในอ้อมอกของอับราฮัมและพูดคุยกับอับราฮัมด้วย
วิญญาณโดยการอนุญาตของพระเจ้า

4. อุโมงค์ชั้นบนและเมืองบรมสุขเกษม

เพื่อความถูกต้องแม่นยำ อุโมงค์ชั้นบนไม่ได้เป็นส่วนหนึ่งของสวรรค์
แต่อาจถือได้ว่าเป็นของสวรรค์ในขณะที่อุโมงค์ชั้นล่างเป็นส่วนหนึ่ง
ของนรก จุดประสงค์ของอุโมงค์ชั้นบนนับจากสมัยพระคัมภีร์เดิมได้
เปลี่ยนแปลงไป

อุโมงค์ชั้นบนในสมัยพระคัมภีร์เดิม

ในสมัยพระคัมภีร์เดิม ดวงวิญญาณที่รอดแล้วจะรอคอยอยู่ที่อุโมงค์ชั้น
บน อับราฮัมบิดาแห่งความเชื่อเป็นผู้ดูแลอุโมงค์ชั้นบนและนั่นคือสาเหตุที่
พระคัมภีร์กล่าวว่าลาซารัสอยู่ในอ้อมอกของอับราฮัม

อย่างไรก็ตาม นับตั้งแต่การเป็นขึ้นมาและการเสด็จขึ้นสู่สวรรค์ของ
พระเยซูคริสต์องค์พระผู้เป็นเจ้า ดวงวิญญาณที่รอดไม่ได้พักพิงอยู่กับอับ
ราฮัมอีกต่อไป แต่คนเหล่านี้ถูกย้ายไปอยู่ในเมืองบรมสุขเกษมและอยู่กับ
องค์พระผู้เป็นเจ้า เพราะเหตุนี้ พระเยซูจึงตรัสกับโจรคนหนึ่งที่กลับใจและ
รับเอาพระเยซูเป็นพระผู้ช่วยให้รอดของตนในขณะที่พระองค์ถูกตรึงบน
กางเขนว่า "เราบอกความจริงแก่เจ้าว่า วันนี้เจ้าจะอยู่กับเราในเมืองบรมสุข
เกษม" (ลูกา 23:43)

พระเยซูเสด็จไปยังเมืองบรมสุขเกษมในทันทีหรือไม่หลังจากการ
ถูกตรึงของพระองค์ 1 เปโตร 3:18-19 บอกเราว่า "ด้วยว่าพระคริสต์ก็ได้
สิ้นพระชนม์ครั้งเดียวเท่านั้นเพราะความผิดบาป คือพระองค์ผู้ชอบธรรม
เพื่อผู้ไม่ชอบธรรม เพื่อจะได้ทรงนำเราทั้งหลายไปถึงพระเจ้า ฝ่ายกาย
พระองค์จึงสิ้นพระชนม์ แต่ฝ่ายวิญญาณทรงคืนพระชนม์ และโดยทาง
วิญญาณพระองค์ได้เสด็จไปประกาศแก่วิญญาณที่ติดคุกอยู่" จากพระ
คัมภีร์ข้อ ท่านจะเห็นว่าพระเยซูทรงประกาศพระกิตติคุณกับดวงวิญญาณที่
จะรอดซึ่งกำลังรอคอยอยู่ในอุโมงค์ชั้นบน ข้าพเจ้าจะอภิปรายถึงเรื่องนี้โดย
ละเอียดในบทที่ 2

เมื่อพระเยซูทรงประกาศพระกิตติคุณในอุโมงค์ชั้นบนเป็นเวลาสามวัน
นั้นพระองค์ทรงนำดวงวิญญาณที่จะรอดเข้าไปยังเมืองบรมสุขเกษมเมื่อ
พระองค์ทรงเป็นขึ้นมาและเสด็จขึ้นสู่สวรรค์ ในปัจจุบันพระเยซูทรงกำลัง
จัดเตรียมสถานที่สำหรับเราในสวรรค์เมื่อพระองค์ตรัสว่า "เพราะเราไปจัด
เตรียมที่ไว้สำหรับท่านทั้งหลาย" (ยอห์น 14:2)

เมืองบรมสุขเกษมในสมัยพระคัมภีร์ใหม่

ดวงวิญญาณที่รอดไม่ได้อยู่ในอุโมงค์ชั้นบนอีกต่อไปหลังจากพระเยซูทรงเปิดประตูแห่งความรอดอย่างกว้างขวาง คนเหล่านี้อาศัยอยู่ในเขตรอบนอกเมืองบรมสุขเกษมซึ่งเป็นสถานที่รอคอยเพื่อเข้าไปสู่สวรรค์จนกว่าการฝึดร่อนมนุษย์จะสิ้นสุดลง จากนั้นจะมีการพิพากษาครั้งใหญ่ หลังจากการพิพากษาแห่งพระที่นั่งใหญ่สีขาว แต่ละคนจะเข้าไปสู่สถานที่ของตนในสวรรค์ตามขนาดแห่งความเชื่อของแต่ละคนและจะอาศัยอยู่ที่นั่นตลอดไป

ในสมัยพระคัมภีร์ใหม่ ดวงวิญญาณที่รอดกำลังรอคอยอยู่ในเมืองบรมสุขเกษม บางคนอาจสงสัยว่าเป็นไปได้หรือที่ผู้คนจำนวนมากจะอาศัยอยู่ในเมืองบรมสุขเกษมเพราะมีมนุษย์เกิดมาเป็นจำนวนนับตั้งแต่สมัยอาดัมเป็นต้นมา "ศิษยาภิบาลลีครับ เป็นไปได้อย่างไรที่ผู้คนจำนวนมากจะอาศัยอยู่ในเมืองบรมสุขเกษม แม้สถานที่แห่งนี้จะกว้างใหญ่ แต่ผมกลัวว่ามันคงไม่ใหญ่โตพอที่จะรองรับทุกคนได้"

ระบบสุริยจักรวาล (ซึ่งโลกเป็นส่วนหนึ่งของระบบนี้) เป็นเพียงจุดเล็ก ๆ เท่านั้นเมื่อเทียบกับระบบกาแล็กซี่ทั้งหมด ท่านลองจินตนาการดูซิว่าระบบกาแล็กซี่จะใหญ่โตสักเพียงใด อย่างไรก็ตาม ระบบกาแล็กซี่ก็เป็นเพียงจุดเล็ก ๆ เท่านั้นเมื่อเทียบกับจักรวาลทั้งหมด ท่านลองจินตนาการดูซิว่าระบบจักรวาลทั้งหมดนั้นจะยิ่งใหญ่ไพศาลขนาดไหน

ยิ่งกว่านั้น จักรวาลอันกว้างใหญ่ไพศาลที่เราอาศัยอยู่นี้เป็นเพียงจักรวาลหนึ่งในบรรดาจักรวาลที่นับไม่ถ้วนอีกมากมายและความยิ่งใหญ่ไพศาลของจักรวาลทั้งหมดอยู่เหนือจินตนาการของเรา ดังนั้น ถ้าท่านไม่สามารถหยั่งรู้ความยิ่งใหญ่ไพศาลของจักรวาลที่เป็นกายภาพแล้ว ท่านจะเข้าใจถึงความยิ่งใหญ่ไพศาลของสวรรค์ในมิติฝ่ายวิญญาณได้อย่างไร

เมืองบรมสุขเกษมมีพื้นที่กว้างใหญ่ไพศาลเหนือจินตนาการ พื้นที่ริมขอบเมืองบรมสุขเกษม (ซึ่งถือเป็นจุดที่ใกล้เคียงกับสวรรค์ชั้นที่หนึ่งมาก

ที่สุด) ตั้งอยู่ห่างไกลจากกันมากจนไม่อาจวัดได้ ท่านลองจินตนาการดูซิว่าเมืองบรมสุขเกษมจะกว้างใหญ่ไพศาลสักสักเพียงใด

ดวงวิญญาณได้รับความรู้ฝ่ายวิญญาณในเมืองบรมสุขเกษม

แม้เมืองบรมสุขเกษมจะเป็นสถานที่รอคอยบนเส้นทางไปสู่สวรรค์ สถานที่แห่งนี้ไม่ใช่ที่คับแคบหรือน่าเบื่อหน่าย เมืองบรมสุขเกษมงดงามมากจนภาพทิวทัศน์ที่งดงามที่สุดของโลกนี้ก็ไม่อาจเทียบเทียมได้

ดวงวิญญาณที่รอคอยอยู่ในเมืองบรมสุขเกษมจะได้รับความรู้ฝ่ายวิญญาณจากผู้เผยพระวจนะบางคน คนเหล่านี้จะเรียนรู้เกี่ยวกับพระเจ้าและสวรรค์ กฎเกณฑ์ฝ่ายวิญญาณ และความรู้ที่จำเป็นอื่น ๆ ฝ่ายวิญญาณ การศึกษาในสถานที่แห่งนี้แตกต่างอย่างสิ้นเชิงจากการศึกษาในโลกนี้ เพราะการศึกษาที่นี่ไม่ยากหรือไม่น่าเบื่อ ยิ่งดวงวิญญาณเหล่านี้เรียนรู้มากขึ้นเท่าใดเขาก็จะได้รับพระคุณและความชื่นชมยินดีมากขึ้นเท่านั้น

ผู้คนที่จิตใจบริสุทธิ์และอ่อนสุภาพสามารถรับเอาความรู้ฝ่ายวิญญาณได้มากผ่านการสื่อสารกับพระเจ้าแม้ขณะที่อยู่ในโลกนี้ ท่านจะสามารถเข้าใจถึงหลายสิ่งหลายอย่างโดยการดลใจของพระวิญญาณบริสุทธิ์เมื่อท่านมองเห็นสิ่งเหล่านี้ด้วยสายตาฝ่ายวิญญาณของท่าน ท่านสามารถมีประสบการณ์กับฤทธิ์อำนาจฝ่ายวิญญาณของพระเจ้าแม้ขณะที่อยู่ในโลกนี้เพราะท่านเข้าใจกฎเกณฑ์ฝ่ายวิญญาณในเรื่องความเชื่อและท่านจะได้รับคำตอบจากพระเจ้าตามขนาดของการเข้าสุหนัตภายในจิตใจของท่าน

ท่านจะมีความสุขและความพึงพอใจมากเพียงใดเมื่อท่านเรียนรู้สิ่งต่าง ๆ ฝ่ายวิญญาณและมีประสบการณ์กับสิ่งเหล่านี้ในโลกนี้ ลองจินตนาการดูซิว่าท่านจะมีความสุขและความชื่นชมยินดีมากกว่านี้สักเท่าใดเมื่อท่านได้รับความรู้ฝ่ายวิญญาณที่ลึกซึ้งกว่าในเมืองบรมสุขเกษมที่อยู่ในสวรรค์

ผู้เผยพระวจนะเหล่านั้นอยู่ที่ไหน คนเหล่านั้นอาศัยอยู่ในเมืองบรมสุข

เกษมหรือไม่ ไม่ใช่ ดวงวิญญาณที่มีคุณสมบัติเข้าไปสู่นครเยรูซาเล็มใหม่
ไม่ต้องรอคอยอยู่ในเมืองบรมสุขเกษมแต่จะอยู่ในนครเยรูซาเล็มใหม่เพื่อ
ช่วยงานของพระเจ้าที่นั่น

อับราฮัมรับผิดชอบดูแลอุโมงค์ชั้นบนก่อนที่พระเยซูทรงถูกตรึง   แต่
หลังจากการเป็นขึ้นมาและการเสด็จขึ้นสู่สวรรค์ของพระเยซู อับราฮัมเดิน
ทางเข้าไปสู่นครเยรูซาเล็มใหม่เพราะท่านได้ทำหน้าที่ของตนในอุโมงค์ชั้น
บนเสร็จสิ้นแล้ว ในขณะที่อับราฮัมทำหน้าที่อยู่ในอุโมงค์ชั้นบน โมเสส
และเอลียาห์อยู่ที่ไหน ทั้งสองท่านไม่ได้อยู่ในเมืองบรมสุขเกษมแต่อยู่ใน
นครเยรูซาเล็มใหม่แล้วเพราะทั้งสองท่านมีคุณสมบัติที่จะเข้าไปสู่นคร
เยรูซาเล็มใหม่ (มัทธิว 17:1-3)

อุโมงค์ชั้นบนในสมัยพระคัมภีร์ใหม่

ท่านอาจเคยดูภาพยนตร์ที่ฉายภาพวิญญาณของชายคนหนึ่งซึ่งมี
ลักษณะคล้ายคลึงกับร่างกายของเขาที่ถูกแยกออกจากร่างหลังจากเขาเสีย
ชีวิตและวิญญาณนั้นเดินตามหลังทูตสวรรค์หรือยมทูตจากนรก   ที่จริง
วิญญาณที่รอดแล้วจะถูกนำไปสู่สวรรค์โดยทูตสวรรค์สององค์ซึ่งสวม
ใส่ชุดสีขาวหลังจากวิญญาณของมนุษย์ถูกแยกออกจากร่างในช่วงเวลาที่
เขาเสียชีวิต บุคคลที่รู้หรือเรียนรู้ในเรื่องนี้จะไม่ตกใจกลัวแม้วิญญาณของ
เขาจะถูกแยกออกจากร่างเมื่อเขาเสียชีวิต แต่สำหรับคนที่ไม่รู้ในเรื่องนี้จะ
ตกใจกลัวที่เห็นบุคคลอีกคนหนึ่งซึ่งมีรูปร่างหน้าตาคล้ายกับตนถูกแยก
ออกจากร่างกายของเขา

วิญญาณที่ถูกแยกออกจากร่างจะรู้สึกประหลาดในช่วงแรก สถานะใน
ปัจจุบันของเขาแตกต่างจากสถานะก่อนหน้านี้เพราะบัดนี้เขากำลังประสบ
กับการเปลี่ยนแปลงอย่างยิ่งใหญ่ซึ่งครั้งหนึ่งวิญญาณดวงนี้เคยอาศัยอยู่ใน
โลกสามมิติ แต่บัดนี้เขากำลังอาศัยอยู่ในโลกสี่มิติ

วิญญาณที่ถูกแยกออกมาไม่รู้สึกว่าตนมีน้ำหนักและรู้สึกอยากบินไป

รอบ ๆ เพราะกายฝ่ายวิญญาณมีน้ำหนักเบามาก นี่คือเหตุผลที่เขาต้องใช้
เวลาในการเรียนรู้เกี่ยวกับสิ่งพื้นฐานต่าง ๆ เพื่อปรับตัวให้เข้ากับโลกฝ่าย
วิญญาณ ด้วยเหตุนี้ ดวงวิญญาณที่รอดในสมัยพระคัมภีร์ใหม่จึงพักอาศัย
อยู่ในอุโมงค์ชั้นบนในช่วงแรกเพื่อปรับตัวให้เข้ากับโลกฝ่ายวิญญาณก่อน
ที่จะเข้าไปสู่เมืองบรมสุขเกษม

5. อุโมงค์ชั้นล่าง สถานที่รอคอยบนเส้นทางไปสู่นรก

ส่วนบนสุดของนรกคืออุโมงค์ชั้นล่าง ส่วนที่ต่ำลงไปได้แก่บึงไฟ บึง
ไฟที่ไหม้ด้วยกำมะถัน และบาดาลซึ่งเป็นส่วนที่ลึกที่สุดของขุมนรก ดวง
วิญญาณที่ไม่รอดตั้งแต่สมัยปฐมกาลยังไม่ได้ลงไปสู่นรก แต่จะอาศัยอยู่ใน
อุโมงค์ชั้นล่าง

หลายคนกล่าวอ้างว่าตนเคยไปนรกมาก่อน แต่ข้าพเจ้าบอกได้ว่าสิ่งที่
คนเหล่านั้นเห็นแท้ที่จริงคือภาพอันแสนทรมานในอุโมงค์ชั้นล่าง ที่เป็น
เช่นนี้ก็เพราะว่าดวงวิญญาณที่ไม่รอดจะถูกจองจำไว้ในส่วนต่าง ๆ ของ
อุโมงค์ชั้นล่างตามขนาดความรุนแรงของความบาปและความชั่วร้ายที่ตน
ได้กระทำ สุดท้าย ดวงวิญญาณเหล่านี้จะถูกโยนลงไปในบึงไฟหรือบึงไฟ
ที่ไหม้ด้วยกำมะถันหลังจากการพิพากษาแห่งพระที่นั่งใหญ่สีขาว

ความทุกข์ทรมานของดวงวิญญาณที่ไม่รอดในอุโมงค์ชั้นล่าง

ลูกา 16:24 บรรยายถึงความทุกข์ทรมานที่เศรษฐีคนนั้นได้รับในอุโมงค์
ชั้นล่างไว้อย่างชัดเจน ในความทุกข์ทรมานของตน เศรษฐีคนนั้นร้องขอน้ำ
หยดหนึ่งโดยกล่าวว่า *"อับราฮัมบิดาเจ้าข้า ขอเอ็นดูข้าพเจ้าเถิด ขอใช้ลาซา
รัสมาเพื่อจะเอาปลายนิ้วจุ่มน้ำมาแตะลิ้นของข้าพเจ้าให้เย็น ด้วยว่าข้าพเจ้า
ตรำทุกข์ทรมานอยู่ในเปลวไฟนี้"*

ดวงวิญญาณเหล่านั้นจะไม่รู้สึกขนพองสยองเกล้าด้วยความกลัวได้อย่างไร
ในเมื่อเขาถูกทรมานอยู่อย่างต่อเนื่องในท่ามกลางเสียงกรีดร้องเพราะความทุกข์
ทรมานในเปลวไฟที่ลุกโชนโดยไม่มีความหวังเรื่องความตายในนรกซึ่งใน
อุโมงค์ชั้นล่างแห่งนี้ตัวหนอนก็ไม่มีวันตายและเปลวไฟก็ไม่มีวันดับ

ยมทูตแห่งนรกที่โหดเหี้ยมจะทรมานดวงวิญญาณเหล่านั้นในหลุมลึกที่
มืดมิดของอุโมงค์ชั้นล่าง เลือดจะไหลนองไปทั่วพื้นที่ทั้งหมดและสถานที่
แห่งนี้จะเต็มไปด้วยกลิ่นเน่าเหม็นของศพที่กำลังเปื่อยเน่า แม้แต่การหายใจ
ในที่แห่งนั้นก็ทำได้ยาก แต่การลงโทษในอุโมงค์ชั้นล่างเทียบไม่ได้กับการ
ลงโทษในนรก

จากบทที่ 3 เป็นต้นไป ข้าพเจ้าจะอภิปรายถึงตัวอย่างที่เจาะจงของความ
น่าสยดสยองในอุโมงค์ชั้นล่างและการลงโทษอันหนักหน่วงจนไม่อาจทน
ไหวซึ่งผู้คนจะได้รับในบึงไฟและบึงไฟที่ไหม้ด้วยกำมะถันโดยละเอียด

ดวงวิญญาณที่ไม่รอดสำนึกผิดในอุโมงค์ชั้นล่าง

ในลูกา 16:27-30 ก่อนหน้านี้เศรษฐีคนนั้นไม่เชื่อว่านรกมีจริง แต่เขา
เริ่มรู้ถึงความโง่เขลาของตนและเริ่มสำนึกผิดเมื่อเขาตกอยู่ในเปลวไฟหลัง
จากเสียชีวิต เศรษฐีวิงวอนอับราฮัมให้ส่งลาซารัสไปหาพี่น้องของตนเพื่อ
ว่าคนเหล่านั้นจะไม่ตกนรกเหมือนเขา

"บิดาเจ้าข้า   ถ้าอย่างนั้นขอท่านใช้ลาซารัสไปยังบ้านบิดาของ
ข้าพเจ้าเพราะว่าข้าพเจ้ามีพี่น้องห้าคน ให้ลาซารัสเป็นพยานแก่เขา
เพื่อมิให้เขามาถึงที่ทรมานนี้' แต่อับราฮัมตอบว่า 'เขามีโมเสสและ
พวกผู้เผยพระวจนะนั้นแล้ว ให้เขาฟังคนเหล่านั้นเถิด' เศรษฐีนั้นจึง
ว่า 'มิได้ อับราฮัมบิดาเจ้าข้า แต่ถ้าคนหนึ่งจากหมู่คนตายไปหาเขา
เขาคงจะกลับใจเสียใหม่'"

นรก

เศรษฐีคนนั้นจะพูดอะไรกับพี่น้องของตนถ้าสมมุติว่าเขามีโอกาสไปพูดกับคนเหล่านั้นด้วยตนเอง เขาคงบอกกับคนเหล่านั้นว่า "ผมรู้แล้วว่านรกมีจริง ผมอยากให้ทุกคนดำเนินชีวิตตามพระคำของพระเจ้าและอย่าไปนรกเพราะนรกเป็นสถานที่น่าสยดสยองมาก"

แม้จะเจ็บปวดและเป็นทุกข์อย่างแสนสาหัส แต่เศรษฐีคนนั้นก็ยังต้องการที่จะช่วยพี่น้องของตนให้รอดจากนรกซึ่งทำให้เห็นว่าเขาเป็นคนมีจิตใจค่อนข้างดีงาม แล้วผู้คนในปัจจุบันล่ะ

ครั้งหนึ่งพระเจ้าทรงสำแดงให้ข้าพเจ้าเห็นสามีภรรยาคู่หนึ่งที่กำลังถูกทรมานอยู่ในนรกเพราะคนทั้งสองหันหลังให้กับพระเจ้าและทอดทิ้งคริสตจักร ในนรก ทั้งสองคนต่างก็โทษ แช่งด่า และเกลียดชังซึ่งกันและกันพร้อมทั้งต้องการให้อีกฝ่ายหนึ่งได้รับความเจ็บปวดมากขึ้น

เศรษฐีคนนี้ต้องการให้พี่น้องของเขารอดเพราะเขามีจิตใจดีงาม ถึงกระนั้น ท่านควรจำไว้ว่าเศรษฐีคนนี้ก็ยังถูกโยนลงในนรก ท่านต้องจำไว้เช่นกันว่าท่านจะไม่ได้รับความรอดเพียงแค่ท่านพูดว่า "ข้าพเจ้าเชื่อ"

มนุษย์ทุกคนต้องตายและจะไปอยู่สวรรค์หรือนรกหลังจากความตาย ด้วยเหตุนี้ ท่านไม่ควรเป็นคนโง่เขลา แต่จงเป็นผู้เชื่อที่แท้จริง

คนฉลาดจะเตรียมตัวไว้สำหรับชีวิตหลังความตาย

คนฉลาดจะเตรียมตัวไว้สำหรับชีวิตหลังความตายในขณะที่ผู้คนส่วนใหญ่กลับตรากตรำทำงานเพื่อทำให้ตนมีเกียรติ อำนาจ ทรัพย์สินเงินทอง ความมั่งคั่ง และอายุยืนยาวบนโลกนี้

คนฉลาดจะสำสมทรัพย์สมบัติของตนไว้ในสวรรค์ตามพระคำของพระเจ้าเพราะคนเหล่านี้รู้ดีว่าเขาจะไม่สามารถนำสิ่งหนึ่งสิ่งใดติดตัวไปยังหลุมฝังศพของตนได้

ท่านอาจเคยได้ยินคำพยานของคนที่หาบ้านของตนในสวรรค์ไม่พบเมื่อเขาไปเยี่ยมสวรรค์แม้ว่าคนเหล่านั้นคิดว่าตนเชื่อในพระเจ้าและดำเนินชีวิต

ในพระคริสต์   ท่านสามารถมีบ้านหลังใหญ่ที่งดงามในสวรรค์ได้ถ้าท่าน
สำสมทรัพย์สมบัติของตนไว้ในสวรรค์ในขณะที่ท่านดำเนินชีวิตในฐานะ
บุตรที่รักของพระเจ้าในโลกนี้

    ท่านจะได้รับพระพรและเป็นคนฉลาดอย่างแท้จริงเพราะท่านต่อสู้
อดทนเพื่อรักษาความเชื่อที่มั่นคงเอาไว้เพื่อจะเข้าสู่สวรรค์อันงดงาม
เนื่องจากท่านสำสมทรัพย์สมบัติไว้ในสวรรค์ด้วยความเชื่อและเตรียม
ตนเองให้พร้อมในฐานะของเจ้าสาวขององค์พระผู้เป็นเจ้าผู้จะเสด็จกลับมา
ในไม่ช้า ท่านจึงได้รับพระพรและเป็นคนฉลาดอย่างแท้จริง

    เมื่อบุคคลเสียชีวิต เขาไม่สามารถกลับมาดำเนินชีวิตของตนได้อีก ดัง
นั้น จงมีความเชื่อและรู้ว่าสวรรค์และนรกมีอยู่จริง ยิ่งกว่านั้น เมื่อท่านรู้
ว่าดวงวิญญาณที่ไม่รอดจะพบกับความทุกข์ทรมานอย่างแสนสาหัสใน
นรก ท่านจึงควรประกาศเรื่องราวของสวรรค์และนรกให้กับทุกคนที่ท่าน
พบเห็นในชีวิตนี้   ลองจินตนาการดูซิว่าพระเจ้าจะพอพระทัยกับท่านมาก
สักเพียงใด

    ผู้คนที่ประกาศถึงความรักของพระเจ้า (ผู้ทรงต้องการที่จะนำมนุษย์ทุก
คนมาสู่หนทางแห่งความรอด) จะได้รับพระพรในชีวิตนี้และจะสว่างสุกใส
เหมือนดวงอาทิตย์ในสวรรค์เช่นกัน

    ข้าพเจ้าหวังว่าท่านเชื่อในพระเจ้าผู้ทรงพระชนม์อยู่ผู้ทรงพิพากษาและ
ตอบแทนรางวัลแก่ท่านและหวังว่าท่านจะพยายามเป็นบุตรที่แท้จริงของ
พระเจ้า ข้าพเจ้าอธิษฐานในพระนามขององค์พระผู้เป็นเจ้าเพื่อท่านจะนำ
ผู้คนจำนวนมากที่สุดเท่าที่จะมากได้ให้กลับมาหาพระเจ้าและกลับมาสู่
หนทางแห่งความรอดเพื่อพระเจ้าจะทรงชื่นชมยินดีมากยิ่งขึ้นในตัวท่าน

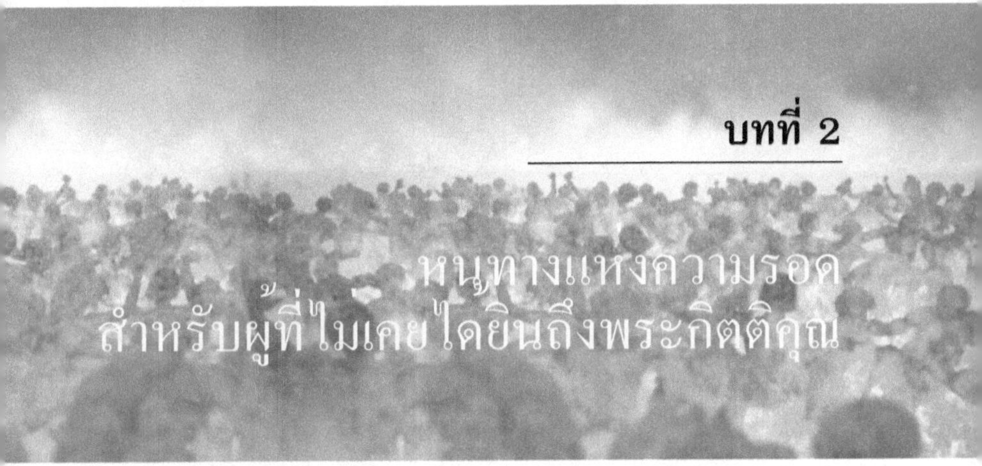

บทที่ 2

หนทางแห่งความรอด สำหรับผู้ที่ไม่เคยได้ยินถึงพระกิตติคุณ

"เพราะเมื่อชนต่างชาติซึ่งไม่มีพระราชบัญญัติได้ประพฤติตามพระราชบัญญัติโดยปกติวิสัย คนเหล่านี้แม้ไม่มีพระราชบัญญัติก็เป็นพระราชบัญญัติแก่ตัวเอง คือแสดงให้เห็นการกระทำที่เป็นตามพระราชบัญญัตินั้นมีจารึก อยู่ในจิตใจของเขาและใจสำนึกผิดชอบก็เป็นพยานของเขาด้วย ความคิดขัดแย้งต่าง ๆ ของเขานั้นแหละจะกล่าว โทษตัวหรืออาจจะแก้ตัวให้เขา"

(โรม 2:14-15)

"พระเยโฮวาห์ตรัสแก่เขาว่า 'เหตุฉะนั้น ใครก็ตามที่ฆ่าคาอิน จะรับโทษถึงเจ็ดเท่า' แล้วเกรงว่าใครที่พบเขาจะฆ่าเขา พระเยโฮวาห์จึงทรงประทับตราที่ตัวคาอิน"

(ปฐมกาล 4:15)

พระเจ้าทรงพิสูจน์ถึงความรักของพระองค์ด้วยการยอมให้พระเยซู
คริสต์พระบุตรองค์เดียวของพระองค์ถูกตรึงบนกางเขนเพื่อความรอดของ
มนุษย์ทุกคน

แม้พ่อแม่จะรักลูกเล็ก ๆ ของตน แต่พ่อแม่ก็ปรารถนาให้ลูกของตน
เติบโตเป็นผู้ใหญ่มากพอที่จะเข้าใจจิตใจของพ่อแม่และมีส่วนร่วมแบ่งปัน
ความชื่นชมยินดีและความเจ็บปวดกับพ่อแม่ของตนได้เช่นกัน

ในทำนองเดียวกัน พระเจ้าทรงปรารถนาให้มนุษย์ทุกคนรอด ยิ่งกว่านั้น
พระองค์ทรงต้องการให้บุตรของพระองค์เติบโตเป็นผู้ใหญ่มากพอในความ
เชื่อเพื่อจะรู้ถึงพระทัยของพระเจ้าพระบิดาและมีส่วนร่วมแบ่งปันความรักอัน
ลึกซึ้งกับพระองค์ด้วยเช่นกัน เพราะเหตุนี้ อัครทูตเปาโลจึงเขียนไว้ใน 1 ทิ
โมธี 2:4 ว่าพระเจ้าทรงประสงค์ให้คนทั้งปวงรอดและรู้จักความจริง

ท่านควรรู้ว่าการที่พระเจ้าทรงสำแดงให้เราเห็นถึงนรกและโลก
ฝ่ายวิญญาณโดยละเอียดนั้นก็เพราะความรักของพระองค์ พระเจ้าทรง
ปรารถนาให้มนุษย์ทุกคนได้รับความรอดและเติบโตเป็นผู้ใหญ่ในความ
เชื่อนั่นเอง

ในบทนี้ ข้าพเจ้าจะอธิบายโดยละเอียดว่าผู้คนที่เสียชีวิตโดยไม่ได้รู้จัก
กับพระเยซูคริสต์จะรอดหรือไม่

1. การพิพากษาจิตสำนึก

อย่างน้อยผู้คนจำนวนมากที่ไม่เชื่อในพระเจ้าต่างก็ยอมรับว่าสวรรค์
และนรกมีอยู่จริง แต่คนเหล่านี้ไม่สามารถเข้าไปสู่สวรรค์เพียงเพราะเขา
ยอมรับว่าสวรรค์และนรกมีจริง

เหมือนที่พระเยซูตรัสกับเราในยอห์น 14:6 ว่า "เราเป็นทางนั้น เป็น
ความจริง และเป็นชีวิต ไม่มีผู้ใดมาถึงพระบิดาได้นอกจากมาทางเรา" ท่าน
จะรอดและเข้าสู่สวรรค์ได้ก็โดยทางพระเยซูคริสต์เท่านั้น

นรก

ถ้าเช่นนั้นท่านจะรอดได้อย่างไร อัครทูตเปาโลแสดงให้เราเห็นถึงหนทางที่ชัดเจนซึ่งจะนำเราไปความรอดในโรม 10:9-10

คือว่าถ้าท่านจะรับด้วยปากของท่านว่าพระเยซูทรงเป็นองค์พระผู้เป็นเจ้าและเชื่อในจิตใจว่าพระเจ้าได้ทรงชุบพระองค์ให้เป็นขึ้นมาจากความตาย ท่านจะรอด ด้วยว่าความเชื่อด้วยใจก็นำไปสู่ความชอบธรรมและการยอมรับสัจจะของพระเจ้าด้วยปากก็นำไปสู่ความรอด

สมมุติว่ามีบางคนไม่รู้จักพระเยซูคริสต์ ผลก็คือคนเหล่านี้ไม่สามารถพูดว่า "พระเยซูทรงเป็นองค์พระผู้เป็นเจ้า" ของตนและเขาก็ไม่สามารถเชื่อในพระเยซูคริสต์ด้วยจิตใจของตนเช่นกัน ถ้าเช่นนั้นจริงหรือไม่ที่คนเหล่านี้จะไม่รอด

ผู้คนจำนวนมากมีชีวิตอยู่ก่อนที่พระเยซูเสด็จลงมาบนโลกนี้ แม้แต่ในสมัยพระคัมภีร์ใหม่ มีผู้คนจำนวนมากที่เสียชีวิตโดยไม่ได้ยินถึงพระกิตติคุณ คนเหล่านั้นจะรอดหรือไม่

อะไรคือปลายทางของผู้คนที่เสียชีวิตก่อนวัยอันควรซึ่งคนเหล่านั้นไม่มีโอกาสเติบโตเป็นผู้ใหญ่หรือฉลาดมากพอที่จะรู้เรื่องความเชื่อ แล้วเด็กที่ยังไม่เกิดซึ่งเสียชีวิตจากการทำแท้งหรือการแท้งลูกล่ะ คนเหล่านี้จำเป็นต้องตกนรกโดยไม่มีเงื่อนไขเพราะเขาไม่เชื่อในพระเยซูคริสต์หรือไม่ ไม่จำเป็น

พระเจ้าแห่งความรักทรงเปิดประตูแห่งความรอดไว้สำหรับทุกคนด้วยความยุติธรรมของพระองค์ผ่านทาง "การพิพากษาจิตสำนึก"

ผู้คนที่แสวงหาสิ่งศักดิ์สิทธิ์และดำเนินชีวิตด้วยจิตสำนึกชอบ

โรม 1:20 ประกาศว่า "*ตั้งแต่เริ่มสร้างโลกมาแล้ว สภาพที่ไม่ปรากฏของพระเจ้านั้น คือฤทธานุภาพอันถาวรและเทวสภาพของพระองค์ก็ได้ปรากฏ*

ชัดในสรรพสิ่งที่พระองค์ได้ทรงสร้าง ฉะนั้นเขาทั้งหลายจึงไม่มีข้อแก้ตัว เลย" นี่คือเหตุผลที่ว่าผู้คนที่มีจิตใจดีงามจะเชื่อในการดำรงอยู่ของพระเจ้า โดยดูจากสิ่งที่ถูกสร้างขึ้น

ปัญญาจารย์ 3:11 บอกเราว่าพระเจ้าทรงบรรจุนิรันดรกาลไว้ในจิตใจ ของมนุษย์ ดังนั้นคนดีจึงแสวงหาพระเจ้าโดยธรรมชาติและเชื่อในชีวิต หลังความตาย คนดีเกรงกลัวสวรรค์และพยายามดำเนินชีวิตที่ดีและชอบ ธรรมแม้คนเหล่านี้ไม่เคยได้ยินถึงพระกิตติคุณ ด้วยเหตุนี้ คนเหล่านี้จึง ดำเนินชีวิตตามเจตนารมณ์ของอำนาจศักดิ์สิทธิ์ที่ตนนับถือในระดับหนึ่ง ถ้าหากคนเหล่านี้มีโอกาสฟังพระกิตติคุณ เขาคงต้อนรับเอาองค์พระผู้เป็น เจ้าและเข้าสู่สวรรค์อย่างแน่นอน

ด้วยเหตุผลข้อนี้ พระเจ้าจึงทรงอนุญาตให้ดวงวิญญาณที่ดีเหล่านี้พัก อาศัยอยู่ในอุโมงค์ชั้นบนเพื่อเป็นช่องทางหนึ่งของการนำคนเหล่านี้ไปสู่ สวรรค์จนกว่าพระเยซูทรงสิ้นพระชนม์บนกางเขน หลังจากการถูกตรึงบน กางเขนของพระเยซู พระเจ้าทรงนำดวงวิญญาณเหล่านี้ไปสู่ความรอดผ่าน ทางพระโลหิตของพระเยซูด้วยการอนุญาตให้เขาได้ยินถึงพระกิตติคุณ

การได้ยินถึงพระกิตติคุณในอุโมงค์ชั้นบน

พระคัมภีร์บอกเราว่าพระเยซูทรงประกาศพระกิตติคุณในอุโมงค์ชั้นบน หลังจากพระองค์ทรงสิ้นพระชนม์บนกางเขน

1 เปโตร 3:18-19 ระบุว่า "ด้วยว่าพระคริสต์ก็ได้สิ้นพระชนม์ครั้งเดียว เท่านั้นเพราะความผิดบาปเพื่อจะได้ทรงนำเราทั้งหลายไปถึงพระเจ้า ฝ่าย กายพระองค์จึงสิ้นพระชนม์ แต่ฝ่ายวิญญาณทรงคืนพระชนม์ และโดยทาง วิญญาณพระองค์ได้เสด็จไปประกาศพระวจนะแก่วิญญาณที่ติดคุกอยู่" พระเยซูทรงประกาศพระกิตติคุณกับดวงวิญญาณในอุโมงค์ชั้นบนเพื่อคน เหล่านั้นจะรอดผ่านทางพระโลหิตของพระองค์เช่นกัน

เมื่อได้ยินถึงพระกิตติคุณ ผู้คนที่ไม่เคยได้ยินถึงเรื่องนี้มาก่อนในช่วง

ชีวิตของตนจึงมีโอกาสรู้ว่าพระเยซูคือใครและได้รับความรอดในที่สุด

พระเจ้าไม่ทรงโปรดให้มีนามอื่นใดเว้นแต่พระนามของพระเยซูคริสต์ เพื่อทำให้มนุษย์ได้รับความรอด (กิจการ 4:12) แม้แต่ในสมัยพระคัมภีร์ ใหม่   ผู้คนที่ไม่มีโอกาสได้ยินถึงพระกิตติคุณก็รอดโดยผ่านการพิพากษา จิตสำนึก   คนเหล่านี้จะอาศัยอยู่ในอุโมงค์ชั้นบนเป็นเวลาสามวันเพื่อฟัง พระกิตติคุณและจากนั้นจะเข้าสู่สวรรค์

ผู้คนที่มีจิตสำนึกชั่วไม่เคยแสวงหาพระเจ้าและดำเนินชีวิตในบาปด้วย การปล่อยตัวทำตามความต้องการของตนเอง   คนเหล่านี้จะไม่เชื่อในพระ กิตติคุณแม้เขาอาจได้ยินถึงเรื่องนี้ หลังจากเสียชีวิต คนเหล่านี้จะลงไปยัง อุโมงค์ชั้นล่างเพื่อรับการลงโทษและจะถูกโยนลงไปในนรกหลังจากการ พิพากษาแห่งพระที่นั่งใหญ่สีขาว

การพิพากษาจิตสำนึก

ไม่มีใครสามารถพิพากษาจิตสำนึกของคนอื่นได้อย่างแม่นยำเพราะมนุษย์ ธรรมดาไม่อาจอ่านจิตใจของคนอื่นได้อย่างถูกต้อง   แต่พระเจ้าผู้ยิ่งใหญ่ทรง สามารถหยั่งรู้จิตใจของมนุษย์ทุกคนและทรงพิพากษาอย่างยุติธรรม

โรม 2:14-15 อธิบายถึงการพิพากษาจิตสำนึก คนดีรู้ว่าอะไรคือความดี หรือความชั่วเพราะจิตสำนึกของคนเหล่านี้บอกให้เขารู้ถึงข้อกำหนดของ ธรรมบัญญัติ

เมื่อชนต่างชาติซึ่งไม่มีธรรมบัญญัติประพฤติตามธรรมบัญญัติโดย ปกติวิสัย   คนเหล่านั้นแม้ไม่มีธรรมบัญญัติก็เป็นธรรมบัญญัติให้ ตัวเองแม้ว่าเขาจะไม่มีธรรมบัญญัติก็ตาม   เขาแสดงให้เห็นว่าหลัก ความประพฤติที่เป็นตามธรรมบัญญัตินั้นมีจารึกอยู่ในจิตใจของเขา และใจสำนึกผิดชอบก็เป็นพยานของเขาด้วย ความคิดขัดแย้งต่าง ๆ ของเขานั้นแหละจะกล่าวโทษตัวเขาหรืออาจจะแก้ตัวให้เขา

ดังนั้น คนดีจึงไม่เดินตามแนวทางที่ชั่วร้าย แต่จะเดินตามแนวทางที่ดีในชีวิตของตน ผลลัพธ์ก็คือคนเหล่านี้จะอาศัยอยู่ในอุโมงค์ชั้นบนเป็นเวลาสามวันซึ่งในช่วงเวลานั้นเขาจะได้ยินถึงพระกิตติคุณและได้รับความรอดซึ่งเป็นไปตามการพิพากษาจิตสำนึก

พลเรือเอกซูนชิน ลีอาจเป็นตัวอย่างของบุคคลที่ดำเนินชีวิตอยู่ในความดีงามด้วยจิตสำนึกชอบของตน* พลเรือเอกลี ดำเนินชีวิตในสัจจะแม้ท่านไม่รู้จักพระเยซูคริสต์ ท่านมีความจงรักภักดีเสมอต่อกษัตริย์ ประเทศชาติและประชาชนที่ท่านปกป้อง นายพลท่านนี้เป็นคนดีและสัตย์ซื่อต่อพ่อแม่และรักพี่น้องของท่าน ท่านเห็นแก่ประโยชน์ของคนอื่นมากกว่าของตนและไม่เคยแสวงหาเกียรติยศ อำนาจ หรือความมั่งคั่ง พลเรือเอกลีรับใช้และเสียสละตนเองเพื่อ เพื่อนบ้าน และประชาชนของท่านเพียงอย่างเดียว

ท่านไม่สามารถพบร่องรอยของความชั่วร้ายในตัวนายพลคนนี้ พลเรือเอกลีถูกเนรเทศโดยไม่ปริปากบ่นหรือไม่มีเจตนามุ่งแก้แค้นศัตรูของตนเมื่อท่านถูกกล่าวหาอย่างไม่ถูกต้อง ท่านไม่เคยบ่นแม้ในยามที่กษัตริย์ (ผู้ซึ่งสั่งให้เนรเทศท่าน) มีบัญชาให้ท่านต่อสู้ในสนามรบ ตรงกันข้าม นายพลท่านนี้กลับขอบพระคุณกษัตริย์ด้วยสิ้นสุดใจ พื้นฟูกองทัพให้อยู่ในระเบียบวินัยที่ดีอีกครั้ง และต่อสู้ในสงครามด้วยการเสี่ยงชีวิตของตน ยิ่งกว่านั้น ท่านใช้เวลาคุกเข่าอธิษฐานต่อสิ่งศักดิ์สิทธิ์ที่ท่านนับถืออยู่เสมอเพราะท่านรู้ว่าสิ่งศักดิ์สิทธิ์มีจริง ทำไมพระเจ้าจึงจะไม่นำท่านไปสู่สวรรค์เล่า

ผู้คนที่ไม่ได้เข้าสู่การพิพากษาจิตสำนึก

ผู้คนที่ได้ยินถึงพระกิตติคุณแต่ไม่เชื่อในพระเจ้าจะเข้าสู่การพิพากษาจิตสำนึกหรือไม่

---

* พลเรือเอกซูนชิน ลี เป็นผู้บัญชาการทหารเรือให้กับราชวงศ์โชซุนแห่งเกาหลีในช่วงศตวรรษที่ 16

นรก

สมาชิกในครอบครัวของท่านจะไม่เข้าสู่การพิพากษาจิตสำนึกถ้าคนเหล่านั้นไม่ยอมรับเอาพระกิตติคุณแม้เขาเคยได้ยินถึงพระกิตติคุณจากท่านแล้วก็ตาม การที่คนในครอบครัวของท่านไม่รอดถือเป็นสิ่งที่ยุติธรรมถ้าคนเหล่านั้นปฏิเสธพระกิตติคุณแม้เขามีโอกาสฟังพระกิตติคุณหลายครั้งหลายหน

แต่ท่านต้องประกาศข่าวประเสริฐอย่างขยันหมั่นเพียรแม้ผู้คนจะชั่วร้ายมากจนทำให้เขาตกนรก ท่านต้องเปิดโอกาสให้คนเหล่านั้นมากขึ้นเพื่อเขาจะได้รับความรอดผ่านทางการทำงานของท่าน

บุตรของพระเจ้าทุกคนเป็นหนี้ในพระกิตตคุณและมีพันธะที่ต้องเผยแพร่พระกิตติคุณนี้ออกไป พระเจ้าจะทรงถามท่านในวันพิพากษาว่าท่านเคยประกาศพระกิตติคุณกับครอบครัวของท่าน (ซึ่งรวมถึงพ่อแม่ พี่น้องและญาติมิตรของท่าน) หรือไม่ “ทำไมเจ้าจึงไม่ประกาศข่าวประเสริฐกับพ่อแม่และพี่น้องของเจ้า” “ทำไมเจ้าจึงไม่ประกาศข่าวประเสริฐกับลูกหลานของเจ้า” “ทำไมเจ้าจึงไม่ประกาศข่าวประเสริฐกับเพื่อนฝูงของเจ้า”

ดังนั้น ท่านต้องเผยแพร่ข่าวประเสริฐกับผู้คนทุกวันถ้าท่านเข้าใจถึงความรักของพระเจ้า (ผู้ทรงสละพระบุตรองค์เดียวของพระองค์) อย่างแท้จริงและถ้าท่านรู้จักความรักขององค์พระผู้เป็นเจ้าผู้ทรงสิ้นพระชนม์บนไม้กางเขนเพื่อเราอย่างแท้จริง

การช่วยดวงวิญญาณให้รอดเป็นเพียงหนทางเดียวที่จะดับกระหายขององค์พระผู้เป็นเจ้าผู้ทรงร้องออกมาบนกางเขนว่า “เรากระหายน้ำ” และเป็นเพียงหนทางเดียวที่จะทดแทนคุณค่าแห่งพระโลหิตของพระองค์

2. ทารกในครรภ์ที่เสียชีวิตจากการทำแท้งหรือการแท้งลูก

อะไรคือชะตากรรมของทารกในครรภ์ที่เสียชีวิตจากการทำแท้งหรือการแท้งลูกก่อนที่เด็กเหล่านั้นจะเกิดมา หลังจากการตายฝ่ายร่างกายวิญญาณของมนุษย์จะถูกกำหนดให้ไปสู่สวรรค์หรือนรกเพราะวิญญาณ

ของมนุษย์ไม่มีวันตายแม้วิญญาณนั้นจะอ่อนเยาว์เพียงใดก็ตาม

ทารกมีวิญญาณหลังจากห้าเดือนของการตั้งครรภ์

ทารกในครรภ์มีวิญญาณเมื่อไหร่ ทารกในครรภ์จะไม่มีวิญญาณจนกระทั่งเดือนที่หกของการตั้งครรภ์ วิทยาศาสตร์การแพทย์ระบุว่าหลังจากห้าเดือนของการตั้งครรภ์ ทารกในครรภ์จะค่อย ๆ พัฒนาอวัยวะแห่งการได้ยิน ดวงตา และหนังตา กลีบสมองซึ่งกระตุ้นการทำงานของสมองจะถูกสร้างขึ้นในช่วงห้าถึงหกเดือนหลังจากการตั้งครรภ์ด้วยเช่นกัน

เมื่อทารกในครรภ์มีอายุหกเดือน ทารกจะมีวิญญาณและมีรูปร่างของความเป็นมนุษย์เกือบครบถ้วน ทารกในครรภ์จะไม่ไปสวรรค์หรือนรกเมื่อมีการแท้งลูกก่อนที่ทารกจะมีวิญญาณเพราะทารกที่ปราศจากวิญญาณมีค่าเท่ากับสัตว์

ปัญญาจารย์ 3:21 กล่าวว่า *"ใครรู้ว่าจิตวิญญาณของมนุษย์ไปสู่เบื้องบนหรือเปล่าและวิญญาณของสัตว์เดียรัจฉานลงไปสู่พิภพโลกหรือเปล่า"* คำว่า "จิตวิญญาณของมนุษย์" ในที่นี้หมายถึงส่วนประกอบที่เป็นวิญญาณมนุษย์ซึ่งพระเจ้าทรงประทานให้และเป็นสิ่งที่ชักนำให้มนุษย์แสวงหาพระเจ้าและเป็นจิตของมนุษย์ที่ทำให้เขาคิดและเชื่อฟังพระคำของพระเจ้าในขณะที่คำว่า "วิญญาณของสัตว์เดียรัจฉาน" หมายถึงจิตเพียงอย่างเดียว (ซึ่งได้แก่ระบบที่ทำให้เขาคิดและแสดงออก)*

สัตว์บางชนิดสูญพันธุ์ไปเมื่อสัตว์นั้นเสียชีวิตเพราะสัตว์มีเพียงจิตแต่ไม่มีวิญญาณ ทารกในครรภ์ที่มีอายุน้อยกว่าห้าเดือนไม่มีวิญญาณ ดังนั้น ถ้าทารกนั้นเสียชีวิต ทารกนั้นจะดับสูญไปในทำนองเดียวกันกับการสูญพันธุ์ของสัตว์

---

* พระคัมภีร์ภาษาอังกฤษฉบับ New American Standard Bible ใช้คำว่า "The breath of man" และ "The breath of the beast" (ซึ่งแปลว่า "ลมหายใจ" หรือ "พลังชีวิต") สำหรับคำว่า "จิตวิญญาณของมนุษย์" และ "วิญญาณของสัตว์เดียรัจฉาน"

การทำแท้งเป็นบาปที่หนักหนาเท่ากับการฆ่าคน

ถ้าเช่นนั้น การทำแท้งทารกที่มีอายุน้อยกว่าห้าเดือนเป็นบาปหรือไม่ ในเมื่อทารกนั้นไม่มีวิญญาณ ท่านต้องไม่ทำบาปด้วยการทำแท้งทารกในครรภ์ไม่ว่าทารกนั้นจะมีวิญญาณเมื่อใดก็ตาม โดยจำไว้ว่าพระเจ้าแต่ผู้เดียวที่อำนาจควบคุมดูแลชีวิตมนุษย์

ผู้เขียนสดุดีบันทึกไว้ในสดุดี 139:15-16 ว่า *"เมื่อข้าพระองค์ถูกสร้างอยู่ในที่ลับลี้ ประดิษฐ์ขึ้นมา ณ ภายในที่ลึกแห่งโลก โครงร่างของข้าพระองค์ไม่ปิดบังไว้จากพระองค์ พระเนตรของพระองค์ทรงเห็นส่วนประกอบของข้าพระองค์ วันทั้งหลายทุก ๆ วันที่กำหนดให้ข้าพระองค์นั้นก็ทรงจารึกไว้ในพระตำรับของพระองค์เมื่อครั้งยังไม่เกิดวันนั้นเลย"*

พระเจ้าแห่งความรักทรงรู้จักท่านแต่ละคนก่อนที่ท่านจะก่อตัวขึ้นในครรภ์มารดาของท่านและทรงมีแนวคิดและแผนการสำหรับท่านตามที่ทรงจารึกไว้ในตำรับของพระองค์ นี่คือเหตุผลที่มนุษย์ (ซึ่งเป็นเพียงสิ่งทรงสร้างของพระเจ้า) ไม่มีอำนาจควบคุมชีวิตของทารกในครรภ์แม้ว่าทารกนั้นจะมีอายุน้อยกว่าห้าเดือนก็ตาม

การทำแท้งทารกในครรภ์เป็นเหมือนการฆ่าคนเพราะท่านละเมิดสิทธิอำนาจของพระเจ้าที่ควบคุมดูแลชีวิต ความตาย พระพร และการแช่งสาป ยิ่งกว่านั้น ท่านกล้าดีอย่างไรที่จะยืนกรานว่าการทำแท้งเป็นบาปเล็กน้อยในเมื่อท่านกำลังฆ่าลูกชายหรือลูกสาวของท่านเอง

ผลกรรมของบาปและการทดลองที่ตามมา

ท่านต้องไม่ละเมิดความยิ่งใหญ่สูงสุดของพระเจ้าในเรื่องชีวิตของมนุษย์ไม่ว่าจะอยู่ในสถานการณ์ใดและไม่ว่าจะยุ่งยากสักเพียงใดก็ตาม ยิ่งกว่านั้น การทำแท้งลูกของท่านซึ่งเกิดจากความรักสนุกไม่ใช่สิ่งที่ถูกต้อง ท่านต้องรู้ว่าท่านจะเก็บเกี่ยวสิ่งที่ท่านหว่านลงไปและท่านจะชดใช้ในสิ่งที่

ท่านได้กระทำ

ถ้าท่านทำแท้งทารกในครรภ์ที่มีอายุหกเดือนหรือมากกว่ายิ่งเป็นความ
บาปที่ร้ายแรงมากขึ้น การกระทำเช่นนี้หนักหนาพอ ๆ กับการฆ่าผู้ใหญ่คน
หนึ่งเพราะทารกมีวิญญาณแล้ว

การทำแท้งก่อให้เกิดกำแพงบาปขนาดใหญ่ระหว่างท่านกับพระเจ้า ผล
ที่ตามมาก็คือท่านจะพบกับความเจ็บปวดซึ่งเกิดจากการทดลองและปัญหา
มากมาย จากนั้นท่านจะค่อย ๆ เหินห่างจากพระเจ้าเนื่องจากกำแพงบาปดัง
กล่าวถ้าท่านไม่แก้ไขปัญหาของความบาปของท่าน ในที่สุดท่านจะหลง
เจิ่นไปจนไม่อาจหันกลับมาได้อีก

แม้แต่คนที่ไม่เชื่อในพระเจ้าก็จะถูกลงโทษและปัญหาและการทดลอง
ประเภทต่าง ๆ จะเกิดขึ้นกับคนเหล่านั้นถ้าเขาทำลายทารกในครรภ์เพราะ
การทำแท้งคือการฆ่าคน ปัญหา และการทดลองจะรุมเร้าคนที่ทำเช่นนี้
ตลอดเวลาเนื่องจากพระเจ้าจะไม่ปกป้องเขาและจะทรงหัน พระพักตร์
ของพระองค์ไปจากเขาถ้าเขาไม่ทุบทำลายกำแพงบาปนี้ทิ้งเสีย

จงกลับใจจากบาปของท่านอย่างสิ้นเชิงและทำลายกำแพงบาป

พระเจ้าทรงมีบัญชาห้ามไม่ให้เรากล่าวประณามมนุษย์ แต่ให้เปิดเผยถึง
น้ำพระทัยของพระองค์ นำคนเหล่านั้นมาสู่การกลับใจ และช่วยเขาให้รอด

นอกจากนั้น พระองค์ทรงอนุญาตให้ท่านเข้าใจถึงสิ่งต่าง ๆ ที่เกี่ยวข้อง
กับการทำแท้งเพื่อท่านจะไม่ทำบาปชนิดนี้และสามารถทำลายกำแพงบาป
ด้วยการกลับใจจากความบาปที่ท่านได้กระทำในอดีต

ถ้าท่านเคยทำแท้งลูกของท่านในอดีต จงกลับใจอย่างสิ้นเชิงและทำลาย
กำแพงบาปนั้นลงด้วยการถวายเครื่องศานติบูชา จากนั้น การทดลองและ
ปัญหาต่าง ๆ จะหมดไปจากท่านเพราะพระเจ้าจะไม่ทรงจดจำความบาป
ของท่านอีกต่อไป

ความรุนแรงของบาปแตกต่างกันในแต่ละกรณีเมื่อท่านทำแท้งลูกของ

ตน ยกตัวอย่าง ถ้าท่านทำแท้งลูกของท่านเพราะท่านตั้งครรภ์จากการถูกข่มขืน ความบาปของท่านค่อนข้างจะเบา แต่ถ้าสามีภรรยาทำแท้งเพราะไม่ต้องการลูกของตน ความบาปของคนเหล่านี้จะรุนแรงกว่า

ถ้าท่านไม่ต้องการลูกไม่ว่าด้วยเหตุผลใดก็ตาม ท่านควรถวายลูกในครรภ์ของท่านแด่พระเจ้าด้วยการอธิษฐาน ในกรณีเช่นนี้ ท่านควรให้กำเนิดแก่ลูกของท่านถ้าพระเจ้าไม่ได้ทำงานตามคำอธิษฐานของท่าน

เด็กที่เสียชีวิตจากการทำแท้งส่วนใหญ่จะรอด แต่มีข้อยกเว้น

หกเดือนหลังจากการตั้งครรภ์ แม้ทารกจะมีวิญญาณ แต่ทารกในครรภ์ไม่สามารถคิด อย่างมีเหตุผล เข้าใจ หรือเชื่อบางสิ่งบางอย่างด้วยการตัดสินใจของตนเองได้ ดังนั้น พระเจ้าจึงทรงช่วยทารกในครรภ์ส่วนใหญ่ที่เสียชีวิตในช่วงเวลานี้ให้รอดโดยไม่คำนึงถึงความเชื่อของทารกหรือของพ่อแม่ของทารกเหล่านี้

โปรดสังเกตว่าข้าพเจ้าใช้คำว่าทารกในครรภ์ “ส่วนใหญ่” ไม่ใช่ “ทั้งหมด” เพราะในบางกรณีทารกในครรภ์อาจไม่รอด

ทารกในครรภ์สามารถสืบทอดธรรมชาติที่ชั่วร้ายจากช่วงเวลาของการตั้งครรภ์ถ้าพ่อแม่ของทารกหรือบรรพบุรุษของเขาต่อสู้กับพระเจ้าและสำสมความชั่วไว้มากมาย ในกรณีนี้ ทารกในครรภ์จะไม่รอด

ยกตวั อย่าง ทารกอาจเป็นลกู ของคนทำ วิทยาคมหรอื ลกู ของแม่ที่ชั่วร้ายซึ่งชอบแช่งด่าและมีเจตนาร้ายกับคนอื่นเหมือนบุคคลอย่างฮี-บินจังในประวัติศาสตร์ ของเกาหลี* ฮี-บิน จังสาปแช่งศัตรูของเธอด้วยการใช้ลูกธนูแทงลงไปในรูปภาพของศัตรูด้วยความอิจฉาอย่างรุนแรง ทารกในครรภ์ ของ

แมที่ชั่วร้ายเช่นนี้จะไม่รอดเพราะเขาสืบทอดธรรมชาติอันชั่วร้ายจากแม่ของ

---

* ท่านผู้หญิงฮี-บิน จังเป็นนางสนมคนหนึ่งของกษัตริย์ซุก-จองในศตวรรษที่ 17 ซึ่งเธอได้แช่งสาปพระราชินีเพราะความอิจฉาริษยา

ตนเอาไว้นอกจากนั้น ยังมีคนชั่วร้ายอยู่ในหมู่คนที่อ้างตัวว่าเป็นผู้เชื่อเช่นกัน คนเหล่านี้ต่อต้าน พิพากษา กล่าวประณาม และขัดขวางการทำงานของพระวิญญาณบริสุทธิ์ ด้วยความอิจฉา คนเหล่านี้ยังพยายามฆ่าบุคคลที่ถวายเกียรติแด่พระนามของพระเจ้าด้วยเช่นกัน ถ้าทารกในครรภ์ของพ่อแม่เหล่านี้เสียชีวิตจากการแท้งลูก ทารกเหล่านั้นจะไม่รอด

ทารกในครรภ์ส่วนใหญ่จะรอดนอกจากในกรณียกเว้นดังกล่าว แต่ทารกเหล่านี้ไม่สามารถเข้าสู่สวรรค์หรือแม้แต่เมืองบรมสุขเกษมได้ เนื่องจากเขาไม่เคยผ่านการฝึดร่อนบนโลกนี้ ภายหลังการพิพากษาแห่งพระที่นั่งใหญ่สีขาวผ่านไป ทารกเหล่านี้จะอาศัยอยู่ในอุโมงค์ชั้นบนต่อไป

สถานที่นิรันดร์สำหรับทารกในครรภ์ที่รอด

ทารกในครรภ์ (ซึ่งเสียชีวิตจากการทำแท้ง) ที่มีอายุหกเดือนหรือหลังจากหกเดือนซึ่งอาศัยอยู่ในอุโมงค์ชั้นบนเป็นเหมือนผ้าขาวเนื่องจากเด็กเหล่านี้ไม่เคยผ่านการฝึดร่อนในโลก ด้วยเหตุนี้ เขาจะอาศัยอยู่ในอุโมงค์ชั้นบนและจะได้รับร่างกายที่เหมาะสมกับดวงวิญญาณของตนในช่วงของการเป็นขึ้นมา

ทารกเหล่านี้จะมีร่างกายที่เปลี่ยนแปลงและเติบโตขึ้นซึ่งแตกต่างจากผู้คนที่รอดคนอื่นซึ่งมีร่างกายฝ่ายวิญญาณและเป็นร่างกายนิรันดร์ ด้วยเหตุนี้ แม้ทารกเหล่านี้จะอยู่ในฐานะและรูปร่างของเด็กในช่วงแรก แต่เด็กเหล่านี้จะเติบโตขึ้นไปจนถึงระดับที่เหมาะสม

หลังจากเติบโตขึ้น ทารกเหล่านี้จะยังคงอาศัยอยู่ในอุโมงค์ชั้นบนพร้อมทั้งเพิ่มเติมดวงวิญญาณของตนให้เต็มไปด้วยความรู้เรื่องความจริง ท่านจะเข้าใจเรื่องนี้ได้ง่ายขึ้นถ้าท่านคิดถึงสถานะช่วงแรกของอาดัมในสวนเอเดนและกระบวนการเรียนรู้ของเขา

อาดัมประกอบด้วยร่างกาย จิตใจ และวิญญาณเมื่อเขาถูกสร้างให้เป็นผู้มีชีวิต แต่ร่างกายของเขาแตกต่างจากร่างกายฝ่ายวิญญาณที่เป็นขึ้นมาและ

จิตใจของเขาใสสะอาดเหมือนจิตใจของทารกแรกเกิด ด้วยเหตุนี้ พระเจ้าจึง
ประทานความรู้ฝ่ายวิญญาณให้กับอาดัมด้วยการดำเนินอยู่เขาเป็นเวลานาน

ท่านต้องรู้ว่าอาดัมที่อยู่ในสวนเอเดนถูกสร้างขึ้นโดยไม่มีความชั่วร้าย
อยู่ในเขา แต่ดวงวิญญาณที่อยู่ในอุโมงค์ชั้นบนไม่ได้ดีงามเท่าอาดัมเพราะ
คนเหล่านี้ได้สืบทอดเอาธรรมชาติบาปจากพ่อแม่ของตนซึ่งผ่านการฝัด
ร่อนมนุษย์มาหลายชั่วอายุคน

นับตั้งแต่การล้มลงในความบาปของอาดัม ลูกหลานทุกคนของเขาล้วน
สืบทอดความบาปดั้งเดิมจากพ่อแม่ของตน

3. เด็กแรกเกิดจนถึงอายุห้าขวบ

เด็กแรกเกิดจนถึงห้าขวบ   (ซึ่งไม่สามารถแยกแยะสิ่งที่ดีหรือสิ่งที่ชั่ว
และ ไม่รู้จักความเชื่อ) จะรอดได้อย่างไร ความรอดของเด็กในกลุ่มอายุนี้ขึ้น
อยู่กับความเชื่อของพ่อแม่ตน—โดยเฉพาะอย่างยิ่งความเชื่อของแม่

เด็กสามารถรับความรอดถ้าพ่อแม่ของเด็กมีความเชื่อที่ทำให้ตนรอดและ
เลี้ยงดูลูกของตนขึ้นในความเชื่อ (1 โครินธ์ 7:14) แต่ความเชื่อ (หรือความไม่
เชื่อ) ของพ่อแม่ไม่ได้เป็นเงื่อนไขตายตัวสำหรับความรอดของเด็กเสมอไป

ณ จุดนี้ท่านสามารถมีประสบการณ์กับความรักของพระเจ้าอีกครั้งหนึ่ง
ปฐมกาล 25 ชี้ให้เราเห็นว่าพระเจ้าทรงรู้ล่วงหน้าว่าในอนาคตยาโคบจะ
เป็นใหญ่กว่าเอซาวพี่ชายของตนเมื่อเด็กทั้งสองคนเบียดเสียดต่อสู้กันอยู่
ในครรภ์ของมารดา   พระเจ้าผู้ทรงรอบรู้สิ่งสารพัดทรงนำเด็กทุกคนที่เสีย
ชีวิตก่อนอายุห้าขวบไปสู่ความรอดตามการพิพากษาจิตสำนึก ที่เป็นเช่นนี้
ก็เพราะว่าพระเจ้าทรงทราบว่าเด็กเหล่านั้นจะต้อนรับเอาองค์พระผู้เป็นเจ้า
หรือไม่ถ้าหากเขามีชีวิตเลยห้าขวบเมื่อเด็กเหล่านั้นได้ยินถึงพระกิตติคุณ
ในชีวิตของตนในเวลาต่อมา

อย่างไรก็ตาม   เด็กที่พ่อแม่ไม่มีความเชื่อและเด็กที่ไม่ผ่านการพิพากษา

จิตสำนึกจะลงไปอยู่ในอุโมงค์ชั้นล่างซึ่งเป็นของนรกโดยไม่อาจหลีกเลี่ยงได้และจะถูกทรมานอยู่ที่นั่น

การพิพากษาจิตสำนึกและความเชื่อของพ่อแม่

ความรอดของลูกจึงขึ้นอยู่กับความเชื่อของพ่อแม่อย่างมากด้วยวิธีการนี้ ดังนั้น พ่อแม่จึงต้องเลี้ยงดูลูกของตนตามน้ำพระทัยของพระเจ้าเพื่อเด็กเหล่านั้นจะไม่ตกนรก

เมื่อนานมาแล้ว สามีภรรยาคู่หนึ่งซึ่งไม่เคยมีลูกได้ให้กำเนิดลูกคนหนึ่งด้วยการอธิษฐาน แต่เด็กคนนั้นเสียชีวิตก่อนวัยอันควรในอุบัติเหตุทางรถยนต์

ข้าพเจ้าค้นพบเหตุผลของการเสียชีวิตของเด็กคนนั้นในการอธิษฐาน ความเชื่อของพ่อแม่เริ่มเย็นชาลงและทั้งคู่ได้เหินห่างไปจากพระเจ้า เด็กไม่อาจเข้าเรียนในโรงเรียนอนุบาลในสังกัดของคริสตจักรได้เพราะพ่อแม่ของเขาปล่อยตัวทำตามวิถีการดำเนินชีวิตแบบโลก ผลก็คือเด็กคนนั้นเริ่มร้องเพลงชาวโลกแทนที่จะร้องเพลงสรรเสริญพระเจ้า

ในเวลานั้น เด็กมีความเชื่อที่ทำให้เขาได้รับความรอดแต่เด็กคนนั้นจะไม่รอดถ้าเขาเติบโตขึ้นภายใต้อิทธิพลของพ่อแม่ตน ในสถานการณ์เช่นนี้พระเจ้าจึงทรงเรียกเด็กคนนั้นกลับไปสู่ชีวิตนิรันดร์และเปิดโอกาสให้พ่อแม่ของเขากลับใจใหม่ผ่านทางอุบัติเหตุทางรถยนต์ครั้งนั้น ถ้าหากพ่อแม่ยอมกลับใจและหันกลับมาหาพระเจ้าเสียแต่แรก โดยไม่ต้องรอให้ลูกของตนเสียชีวิตอย่างทารุณเช่นนั้น พระเจ้าก็คงไม่เลือกใช้มาตรการดังกล่าว

ความรับผิดชอบของพ่อแม่ต่อการเจริญเติบโตฝ่ายวิญญาณของลูก

ความเชื่อของพ่อแม่มีอิทธิพลโดยตรงต่อความรอดของลูกตน ความเชื่อของลูกไม่อาจเติบโตได้ดีถ้าพ่อแม่ของเขาไม่ห่วงใยต่อการเจริญเติบโตฝ่ายวิญญาณของลูกด้วยการทิ้งลูกไว้กับชั้นเรียนรวีวารศึกษาเพียงอย่างเดียว

นรก

พ่อแม่ต้องอธิษฐานเผื่อลูกของตน ตรวจสอบดูว่าลูก ๆ นมัสการด้วยจิตวิญญาณและความจริงหรือไม่ และสั่งสอนลูกให้ดำเนินชีวิตแห่งการอธิษฐานที่บ้านด้วยการเป็นแบบอย่างที่ดีให้กับลูก

ข้าพเจ้าขอหนุนใจพ่อแม่ทุกคนให้ตื่นตัวขึ้นในความเชื่อและอบรมเลี้ยงดูลูกของตนในองค์พระผู้เป็นเจ้า ข้าพเจ้าขออวยพรให้ครอบครัวของท่านชื่นชมกับชีวิตนิรันดร์ร่วมกันในสวรรค์

4. เด็กจากอายุหกขวบจนถึงอายุก่อนวัยรุ่น

เด็กที่มีอายุหกขวบจนถึงอายุก่อนวัยรุ่น (ประมาณสิบสองปี) จะรอดได้อย่างไร

เด็กเหล่านี้สามารถเข้าใจพระกิตติคุณเมื่อเขาฟังพระกิตติคุณและสามารถตัดสินใจว่าตนควรเชื่อในสิ่งใดด้วยความคิดและการตัดสินใจของตนเองแม้จะไม่ใช่ทั้งหมดแต่อย่างน้อยก็สามารถทำได้ในระดับหนึ่ง

แน่นอน อายุของเด็กที่กำหนดไว้ในจุดนี้อาจแตกต่างกันออกไปแล้วแต่กรณีของเด็กเพราะเด็กแต่ละคนมีระดับการเจริญเติบโต พัฒนาการ และมีวุฒิภาวะแตกต่างกัน ปัจจัยสำคัญอยู่ที่ว่าโดยปกติเด็กในวัยนี้สามารถเชื่อในพระเจ้าด้วยความคิดและการตัดสินใจของตนเองได้

ด้วยความเชื่อของตนโดยไม่คำนึงถึงความเชื่อของพ่อแม่

เด็กที่มีอายุหกปีถึงสิบสองปีมีสำนึกที่ดีในการเลือกความเชื่อ เพราะฉะนั้น เด็กเหล่านี้จึงสามารถรอดด้วยความเชื่อของตนโดยไม่คำนึงว่าพ่อแม่จะมีความเชื่อหรือไม่

ดังนั้น ลูกของท่านจะตกนรกถ้าท่านไม่เลี้ยงดูเขาในความเชื่อถึงแม้ว่าท่านเองอาจมีความเชื่อที่เข้มแข็ง เด็กหลายคนมีพ่อแม่เป็นคนไม่เชื่อ ในกรณีนี้ การที่เด็กจะได้รับความรอดจึงยุ่งยากมากยิ่งขึ้น

เหตุผลที่ข้าพเจ้าแยกความรอดของเด็กที่มีอายุก่อนถึงวัยหนุ่มสาวจากผู้ที่มีอายุหลังวัยหนุ่มสาวก็เพราะว่าด้วยความรักอันบริบูรณ์และเปี่ยมล้นของพระเจ้า การพิพากษาจิตสำนึกอาจนำไปใช้กับเด็กกลุ่มแรก

พระเจ้าจะทรงให้โอกาสอีกครั้งหนึ่งแก่เด็กเหล่านี้เพื่อให้เขาได้รับความรอดเพราะเด็กในวัยนี้ไม่สามารถตัดสินเรื่องต่าง ๆ ด้วยความคิดและการตัดสินใจของตนเองทั้งหมดเนื่องจากเขายังอยู่ภายใต้อิทธิพลของพ่อแม่

เด็กที่ดีจะรับเอาองค์พระผู้เป็นเจ้าเมื่อเขาฟังพระกิตติคุณและได้รับพระวิญญาณบริสุทธิ์ เด็กกลุ่มนี้จะเข้าร่วมนมัสการในคริสตจักรด้วยเช่นกันแต่ภายหลังจะไม่สามารถเข้าร่วมได้เนื่องจากการข่มเหงอย่างรุนแรงจากพ่อแม่ของตนที่กราบไหว้รูปเคารพ แต่เมื่อเด็กเหล่านี้เข้าสู่วัยรุ่น เขาสามารถเลือกสิ่งที่ถูกและสิ่งที่ผิดด้วยการตัดสินใจของตนเองโดยไม่คำนึงว่าพ่อแม่ตั้งใจให้เขาเป็นหรือทำสิ่งใด คนเหล่านี้สามารถรักษาความเชื่อของตนเอาไว้ถ้าเขาเชื่อในพระเจ้าอย่างแท้จริงไม่ว่าการต่อต้านและการข่มเหงจากพ่อแม่จะรุนแรงเพียงใดก็ตาม

สมมุติว่าเด็กคนหนึ่ง (ซึ่งเขาน่าจะมีความเชื่อที่เข้มแข็งถ้าเขาได้รับอนุญาตให้มีชีวิตยืนยาวออกไปอีก) เสียชีวิตตั้งแต่เยาว์วัย จะเกิดขึ้นอะไรขึ้นกับเด็กคนนี้ พระเจ้าจะทรงนำเด็กคนนี้ไปถึงความรอดด้วยกฎแห่งการพิพากษาจิตสำนึกเพราะพระองค์ทรงทราบในส่วนลึกที่สุดแห่งจิตใจของเขา

แต่ถ้าเด็กคนนั้นไม่รับเอาองค์พระผู้เป็นเจ้าและไม่ผ่านการพิพากษาจิตสำนึก เขาก็จะไม่มีโอกาสอีกและต้องตกนรกโดยไม่อาจหลีกเลี่ยงได้ ยิ่งกว่านั้น เป็นที่เข้าใจกันว่าความรอดของผู้คนที่ผ่านวัยหนุ่มสาวไปแล้วจะขึ้นอยู่กับความเชื่อของเขาเพียงอย่างเดียว

เด็กซึ่งเกิดมาในสภาพแวดล้อมที่เลวร้าย

ความรอดของเด็กคนหนึ่งที่ไม่สามารถตัดสินอย่างมีเหตุผลและถูกต้องนั้นส่วนใหญ่ขึ้นอยู่กับวิญญาณ (ธรรมชาติ พลังงาน หรืออิทธิพล) ของพ่อ

นรก

แม่และบรรพบุรุษ

เด็กอาจเกิดมาพร้อมกับความผิดปกติทางด้านสมองหรืออาจถูกผีเข้าสิงได้ตั้งแต่เยาว์วัยเนื่องจากความชั่วร้ายและการกราบไหว้รูปเคารพของบรรพบุรุษตน ที่เป็นเช่นนี้ก็เพราะลูกหลานจะอยู่ภายใต้อิทธิพลของพ่อแม่และบรรพบุรุษของตน

ในเรื่องนี้ เฉลยธรรมบัญญัติ 5:9-10 เตือนเราไว้ว่า

อย่ากราบไหว้หรือปรนนิบัติรูปเหล่านั้น ด้วยเราคือพระเยโฮวาห์ พระเจ้าของเจ้าเป็นพระเจ้าหวงแหน ให้โทษบิดาตกทอดไปถึงลูกหลานของผู้ที่ชังเรากระทั่งสามชั่วสี่ชั่วอายุ แต่แสดงความรักมั่นคงต่อคนที่รักเราและปฏิบัติตามบัญญัติของเรากระทั่งพันชั่วอายุ

1 โครินธ์ 7:14 ตั้งข้อสังเกตเช่นกันว่า "*เพราะว่าสามที่ไ ม่เชื่อในพระคริสตนั้นไดรับการทรงชำระใหบ ริสุทธิ์ทางภรรยาและภรรยาที่ไม่เชื่อในพระคริสต์ก็ได้รับการทรงชำระให้บริสุทธ์ทิ างสามี มิฉะนั้นลูกของท่านก็เป็นมลทิน แต่บัดนี้เด็กเหล่านั้นก็บริสุทธิ์*"

ในทำนองเดียวกัน เป็นการยากสำหรับเด็กที่จะรอดถ้าพ่อแม่ของเขาไม่ได้ดำเนินชีวิตในความเชื่อ

เนื่องจากพระเจ้าทรงเป็นความรัก พระองค์จึงไม่ทรงหันหลังให้กับผู้คนที่ร้องออกพระนามของพระองค์แม้คนเหล่านั้นอาจเกิดมาพร้อมกับธรรมชาติที่ชั่วร้ายจากพ่อแม่และบรรพบุรุษของตน คนเหล่านี้สามารถพบความรอดได้เพราะพระเจ้าทรงตอบคำอธิษฐานของเขาเมื่อเขากลับใจ พยายามดำเนินชีวิตด้วยพระคำของพระองค์ตลอดเวลา และร้องออกพระนามของพระองค์อย่างไม่หยุดหย่อน

ฮีบรู 11:6 บอกเราว่า "*แต่ถ้าไม่มีความเชื่อแล้วจะเป็นที่พอพระทัยของพระเจ้าไม่ได้เลย เพราะว่าผู้ที่จะมาเฝ้าพระเจ้าได้นั้นต้องเชื่อว่าพระองค์*

ทรงดำรงพระชนม์อยู่และพระองค์ทรงเป็นผู้ประทานบำเหน็จให้แก่ทุก
คนที่แสวงหาพระองค์" แม้ผู้คนจะเกิดมาพร้อมกับธรรมชาติที่ชั่วร้าย แต่
พระเจ้าทรงสามารถเปลี่ยนธรรมชาติที่ชั่วร้ายเป็นธรรมชาติที่ดีและทรง
นำคนเหล่านั้นไปสู่สวรรค์ได้ถ้าเขาทำให้พระองค์พอพระทัยด้วยการ
ประพฤติดีและการเสียสละในความเชื่อ

ผู้คนที่ไม่สามารถแสวงหาพระเจ้าด้วยตนเอง

บางคนไม่สามารถแสวงหาพระเจ้าในความเชื่อเนื่องจากเขามีความผิด
ปกติทางสมองหรือถูกผีเข้าสิง คนเหล่านี้ควรทำอย่างไร

ในกรณีนี้ พ่อแม่หรือสมาชิกในครอบครัวต้องแสดงออกถึงขนาดแห่ง
ความเชื่อที่มากพอแทนคนเหล่านี้ต่อพระพักตร์พระเจ้า จากนั้นพระเจ้าแห่ง
ความรักจะทรงเปิดประตูแห่งความรอดเมื่อพระองค์ทรงเห็นถึงความเชื่อ
และความจริงใจของเขา

ถ้าเด็กเสียชีวิตก่อนที่เขาจะมีโอกาสได้รับความรอด พ่อแม่ต้องถูกกล่าว
โทษสำหรับจุดหมายปลายทางของเด็ก ดังนั้น ข้าพเจ้าจึงวิงวอนท่านให้
เข้าใจว่าการดำเนินชีวิตในความเชื่อนั้นเป็นสิ่งที่สำคัญมากทั้งสำหรับพ่อ
แม่และสำหรับลูกหลานของตน

ท่านควรเข้าใจถึงพระทัยของพระเจ้าผู้ทรงเห็นว่าวิญญาณหนึ่งดวงมี
ค่ากว่าโลกทั้งโลก ข้าพเจ้าขอหนุนใจท่านให้มีความรักอย่างเต็มเปี่ยมที่จะ
ดูแลเอาใจใส่ไม่เฉพาะลูกของท่านเท่านั้น แต่รวมถึงลูกของเพื่อนบ้านและ
ของญาติพี่น้องในความเชื่อของท่านด้วยเช่นกัน

5. อาดัมและเอวารอดหรือไม่

อาดัมและเอวาถูกขับไล่ให้ไปอาศัยอยู่ในโลกหลังจากทั้งสองกินผล

นรก

จากต้นไม้แห่งการสำนึกในความดีและความชั่วเนื่องจากความไม่เชื่อฟัง และคนเหล่านั้นไม่เคยได้ยินถึงพระกิตติคุณ อาดัมและเอวารอดหรือไม่ ข้าพเจ้าจะอธิบายให้ทราบว่าอาดัมและเอวารอดหรือไม่

อาดัมและเอวาไม่เชื่อฟังพระเจ้า

ในปฐมกาล พระเจ้าทรงสร้างอาดัมและเอวา (มนุษย์คู่แรก) ตามพระฉายาของพระองค์และทรงรักบุคคลทั้งสองมาก พระเจ้าทรงจัดเตรียมสิ่งสารพัดไว้ล่วงหน้าเพื่อให้ทั้งสองมีชีวิตอยู่อย่างอุดมสมบูรณ์และทรงนำทั้งสองเข้าไปอาศัยอยู่ในสวนเอเดน ณ ที่นั่นอาดัมและเอวาไม่ขาดแคลนสิ่งใดเลย

ยิ่งกว่านั้นพระเจ้าทรงประทานสิทธอิำานาจให้กับอาดมั เพ่อื ให้ ท่านครอบครองสิ่งสารพัดในจกั รวาลอาดัมครอบครองสิ่งมชี ีวิตทั้งส้นิ บนแผ่นดินโลก ในท้ องฟ้ าและในน้า ผีมารซาตานไม่กล้าเข้าไปในสวนเอเดนเพราะ สถานที่แห่งนี้ได้รับการปกป้องรักษาไว้ภายใต้กาทำงานของอาดัม

เมื่อพระเจ้าทรงดำเนินอยู่กับคนทั้งสองพระองค์ทรงให้การศึกษาฝ่ายวิญญาณแก่เขาเหมือนบิดาที่สั่งสอนบุตรที่รักของตนในทุกสิ่งตั้งแต่ ก.ไก่ถึง ฮ.นกฮูก แม้อาดัมและเอวาไม่ขาดแคลนสิ่งใด แต่ทั้งสองก็ถูกทดลองจากงูและกินผลไม้ต้องห้าม

อาดัมและเอวาได้ลิ้มรสของความตายซึ่งเป็นไปตามพระคำของพระเจ้าที่กล่าวว่าเขาจะต้องตายแน่ (ปฐมกาล 2:17) กล่าวคือ วิญญาณของอาดัมและเอวาตายแม้ว่าทั้งสองจะเป็นวิญญาณที่มีชีวิต ผลลัพธ์ก็คือ ทั้งสองถูกขับไล่ออกจากสวนเอเดนเพื่อไปอาศัยอยู่ในโลก การฝืดร่อนมนุษย์เริ่มต้นขึ้นบนแผ่นดินที่ถูกสาปแช่งผืนนี้และสิ่งสารพัดบนโลกใบนี้ก็ถูกแช่งสาปในเวลาเดียวกัน

อาดัมและเอวารอดหรือไม่ บางคนอาจคิดว่าอาดัมและเอวาไม่รอดเพราะทั้งสองเป็นเหตุให้สิ่งสารพัดถูกแช่งสาปและลูกหลานทั้งสิ้นของ

มนุษย์ต้องทนทุกข์ทรมานเนื่องจากการไม่เชื่อฟังของเขา แต่พระเจ้าแห่งความรักทรงเปิดประตูแห่งความรอดเอาไว้สำหรับทั้งสองคน

การกลับใจอย่างสิ้นเชิงของอาดัมและเอวา

พระเจ้าทรงยกโทษให้ท่านตราบใดที่ท่านกลับใจอย่างสิ้นสุดใจและหันกลับมาหาพระองค์แม้ว่าท่านจะเปรอะเปื้อนด้วยความบาปดั้งเดิมและความบาปชนิดต่าง ๆ ที่ท่านกระทำในขณะที่ดำเนินชีวิตอยู่ในโลกที่เต็มไปด้วยความมืดและความชั่วร้ายใบนี้ พระเจ้าทรงยกโทษให้ท่านตราบใดที่ท่านกลับใจจากส่วนลึกแห่งจิตใจของท่านและหันกลับมาหาพระองค์แม้ท่านเคยเป็นผู้ฆ่าคน

ถ้าเปรียบเทียบกับผู้คนในปัจจุบัน ท่านจะรู้ว่าอาดัมและเอวามีจิตใจที่บริสุทธิ์และดีงาม ยิ่งกว่าผู้คนในปัจจุบันนี้มาก พระเจ้าทรงสอนทั้งสองคนด้วยความรักอันอ่อนละมุนมาเป็นเวลานาน ถ้าเช่นนั้น พระเจ้าจะยอมส่งอาดัมและเอวาไปนรกโดยไม่ยกโทษให้ทั้งสองคนหลังจากที่คนเหล่านั้นกลับใจจากส่วนลึกแห่งจิตใจของตนกระนั้นหรือ

อาดัมและเอวาทนทุกข์อย่างมากในขณะที่ถูกฝืดร่อนบนแผ่นดินโลก ทั้งสองเคยมีชีวิตอยู่อย่างสงบสุขและกินผลไม้ทุกชนิดในสวนเอเดนได้ทุกเวลาที่ตนต้องการ แต่บัดนี้ อาดัมและเอวาต้องทำงานหนักและอาบเหงื่อต่างน้ำเพื่อให้ตนมีกิน เอวาคลอดบุตรด้วยความเจ็บปวดมากยิ่งขึ้น ทั้งสองคนหลั่งน้ำตาและพบกับความทุกข์ระทมอันเป็นผลมาจากความบาปของตน อาดัมและเอวายังเห็นลูกชายคนหนึ่งของตนถูกฆ่าด้วยน้ำมือของลูกชายอีกคนหนึ่งอีกด้วย

เมื่อเผชิญกับความทุกข์ระทมเช่นนี้ในโลก ทั้งสองคนจะคิดถึงชีวิตของตนภายใต้การปกป้องคุ้มครองของพระเจ้าแห่งความรักในสวนเอเดนมากเพียงใด เมื่ออาศัยอยู่ในสวนเอเดน ทั้งสองคนไม่ตระหนักถึงความสุขของตนและไม่รู้สึกขอบพระคุณพระเจ้าเพราะเขาไม่เห็นคุณค่าของชีวิต ความ

นรก

อุดมสมบูรณ์ และความรักของพระเจ้า

แต่บัดนี้ทั้งสองคนเข้าใจแล้วว่าตนเคยมีความสุขเพียงใดในเวลานั้นและเริ่มขอบพระคุณพระเจ้าสำหรับความรักอันเปี่ยมล้นที่พระองค์ประทานให้กับเขา ต่อมาบุคคลทั้งสองจึงกลับใจจากบาปในอดีตของตนอย่างสิ้นเชิง

พระเจ้าทรงเปิดประตูแห่งความรอดเพื่อเขา

ค่าจ้างของความบาปคือความตาย แต่พระเจ้าผู้ทรงครอบครองด้วยความรักและความยุติธรรมทรงพร้อมที่จะยกโทษตราบใดที่มนุษย์กลับใจอย่างสิ้นเชิง

พระเจ้าแห่งความรักทรงอนุญาตให้อาดัมและเอวาเข้าสู่สวรรค์หลังจากพระองค์ทรงยอมรับการกลับใจของเขา แต่ทั้งสองคนรอดอย่างหวุดหวิดและเข้าไปอยู่ในเมืองบรมสุขเกษมเพราะพระเจ้าทรงยุติธรรมเช่นกัน ความบาปของเขา (คือการทอดทิ้งความรักอันยิ่งใหญ่ของพระเจ้า) ไม่ใช่บาปเล็กน้อย อาดัมและเอวาต้องรับผิดชอบต่อการถูกฝึดร่อนของมนุษย์และความทุกข์ ความเจ็บปวด รวมทั้งความตายของลูกหลานของตนเนื่องจากการไม่เชื่อฟังของเขาเช่นกัน

แม้การจัดเตรียมของพระเจ้าจะเปิดโอกาสให้อาดัมและเอวาได้กินผลจากต้นไม้แห่งการสำนึกในความดีและความชั่วก็ตาม แต่การไม่เชื่อฟังของเขาครั้งนี้ได้นำความทุกข์และความตายมาสู่ผู้คนจำนวนนับไม่ถ้วน ด้วยเหตุนี้ อาดัมและเอวาจึงไม่อาจเข้าไปสู่ที่อยู่แห่งอื่นในสวรรค์นอกจากเมืองบรมสุขเกษมและทั้งสองคนไม่ได้รับรางวัลที่มีสง่าราศีอย่างแน่นอน

พระเจ้าทรงทำการด้วยความรักและความยุติธรรม

ขอให้เราคิดถึงความรักและความยุติธรรมของพระเจ้าโดยผ่านกรณี

ตัวอย่างของอัครทูตเปาโล

อัครทูตเปาโลเคยเป็นผู้นำคนสำคัญในการข่มเหงผู้เชื่อของพระเยซูและจองจำผู้เชื่อเหล่านั้นเมื่อท่านยังไม่รู้จักพระเยซูอย่างถูกต้อง เมื่อสเทเฟนถูกฆ่าในขณะที่ท่านมองเห็นองค์พระผู้เป็นเจ้า อัครทูตเปาโลเฝ้าดูสเทเฟนในขณะที่สเทเฟนถูกหินขว้างจนตายและเปาโลเห็นว่าเป็นสิ่งที่ถูกต้อง

แต่เปาโลได้พบกับองค์พระผู้เป็นเจ้าและต้อนรับเอาพระองค์บนถนนไปยังเมืองดามัสกัส ในเวลานั้น องค์พระผู้เป็นเจ้าตรัสกับท่านว่าท่านจะเป็นอัครทูตสำหรับคนต่างชาติและจะทนทุกข์มากมาย นับจากนั้นเป็นต้นมา อัครทูตเปาโลกลับใจอย่างสิ้นเชิงและสละชีวิตทั้งหมดของท่านเพื่อองค์พระผู้เป็นเจ้า

อัครทูตเปาโลสามารถเข้าไปสู่นครเยรูซาเล็มใหม่เพราะท่านทำพันธกิจของท่านด้วยความชื่นชมยินดีแม้ในท่ามกลางความทุกข์ยากลำบากมากมายและท่านสัตย์ซื่อมากจนถึงกับสละชีวิตของตนเพื่อองค์พระผู้เป็นเจ้า

การเก็บเกี่ยวในสิ่งที่ท่านหว่านไว้ในโลกนี้ถือเป็นกฎของธรรมชาติ ในโลกฝ่ายวิญญาณก็เช่นเดียวกัน ท่านจะเก็บเกี่ยวความดีงามถ้าท่านหว่านความดีงามและท่านจะเก็บเกี่ยวความชั่วร้ายถ้าท่านหว่านความชั่วร้าย

ด้วยเหตุนี้ ท่านต้องระวังรักษาจิตใจของท่าน ตื่นตัว และจดจำไว้เสมอว่าการทดลองจะติดตามท่านไปเพราะสิ่งชั่วร้ายที่ท่านได้กระทำไว้ในอดีต แม้ว่าท่านได้รับการยกโทษจากความบาปเหล่านั้นด้วยการกลับใจอย่างแท้จริงก็ตาม เหมือนอย่างที่ท่านเห็นในกรณีของเปาโล

6. เกิดอะไรขึ้นกับคาอินที่เป็นฆาตรกรคนแรก

เกิดอะไรขึ้นกับคาอินที่เป็นฆาตรกรคนแรกซึ่งเสียชีวิตโดยไม่ได้ยินถึงพระกิตติคุณ ขอให้เราสำรวจดูว่าคาอินรอดหรือไม่โดยการพิพากษาจิตสำนึก

นรก

คาอินกับอาแบลถวายเครื่องบูชาแด่พระเจ้า

อาดัมและเอวาให้กำเนิดบุตรบนแผ่นดินโลกหลังจากทั้งสองถูกขับไล่ออกจากสวนเอเดน คาอินเป็นบุตรชายคนแรกและอาแบลเป็นน้องชายของเขา เมื่อเด็กทั้งสองคนเติบโตขึ้นเขาได้ถวายเครื่องบูชาแด่พระเจ้า คาอินนำพืชผลที่เกิดจากไร่นามาถวายพระเจ้า ส่วนอาแบลนำแกะหัวปีและไขมันของแกะมากมายมาถวาย

พระเจ้าพอพระทัยอาแบลและเครื่องบูชาของเขา แต่พระองค์ไม่พอพระทัยกับคาอินและเครื่องบูชาของเขา ทำไมพระเจ้าจึงพอพระทัยอาแบลและเครื่องบูชาของเขา

ท่านต้องไม่ถวายเครื่องบูชาที่ขัดขวางกับน้ำพระทัยของพระเจ้า ตามกฎเกณฑ์ของโลกฝ่ายวิญญาณกำหนดไว้ว่าท่านต้องนมัสการพระเจ้าโดยใช้เลือดเป็นเครื่องบูชาซึ่งสามารถยกโทษบาปได้ ด้วยเหตุนี้ ในสมัยพระคัมภีร์เดิม ผู้คนจึงถวายวัวหรือแกะเพื่อนมัสการพระเจ้า ในสมัยพระคัมภีร์ใหม่พระเยซูทรงเป็นพระเมษโปดก (แกะ) ของพระเจ้าซึ่งเป็นเครื่องบูชาไถ่บาปด้วยการหลั่งพระโลหิตของพระองค์

พระเจ้าจะทรงยอมรับการนมัสการของท่าน ทรงตอบคำอธิษฐานของท่าน และทรงอวยพระพรท่านเมื่อท่านนมัสการพระองค์โดยมีเลือดเป็นเครื่องบูชา กล่าวคือ เมื่อท่านนมัสการพระองค์ด้วยจิตวิญญาณและความจริงเท่านั้น แต่พระเจ้าจะไม่ยอมรับการนมัสการของท่านเมื่อท่านงีบหลับหรือฟังคำเทศนาด้วยความคิดล่องลอยในช่วงการนมัสการ

พระเจ้าทรงพอพระทัยอาแบลและเครื่องบูชาของเขา

อาดัมและเอวารู้จักกฎฝ่ายวิญญาณของการถวายเครื่องบูชาเป็นอย่างดีเพราะพระเจ้าทรงสอนกฎนี้กับเขาในสวนเอเดนเป็นเวลานานในขณะที่พระองค์ทรงดำเนินอยู่กับเขา อาดัมและเอวาคงสั่งสอนเกี่ยวกับวิธีการถวาย

เครื่องบูชาอย่างถูกต้องแด่พระเจ้ากับลูกของตนอย่างแน่นอน

ในด้านหนึ่ง อาแบลนมัสการพระเจ้าโดยมีเลือดเป็นเครื่องบูชาเพราะเขาเชื่อฟังพ่อแม่ของตน แต่ในอีกด้านหนึ่ง คาอินไม่ได้นำเครื่องบูชาที่ถูกต้องมาถวายแด่พระเจ้า แต่กลับนำเอาพืชผลจากไร่นาของตนมาเป็นเครื่องบูชาแด่พระองค์ด้วยความคิดของตนเอง

ในเรื่องนี้ฮีบรู 11:4 กล่าวว่า *"เพราะอาแบลมีความเชื่อจึงได้นำเครื่องบูชาอันประเสริฐกว่าของคาอินมาถวายแด่พระเจ้าซึ่งทำให้ท่านได้รับการรับรองว่าเป็นคนชอบธรรม พระเจ้าก็ได้ทรงยืนยันโดยการทรงรับของถวายของท่าน แม้ว่าอาแบลตายไปแล้วก็จริง แต่เพราะท่านมีความเชื่อ ท่านจึงยังคงพูดอยู่"*

พระเจ้าทรงยอมรับเครื่องบูชาของอาแบลเพราะว่าเขานมัสการพระเจ้าในฝ่ายวิญญาณโดยการเชื่อฟังน้ำพระทัยของพระองค์ด้วยความเชื่อ แต่พระเจ้าไม่ทรงยอมรับเครื่องบูชาของคาอินเพราะเขาไม่ได้นมัสการพระองค์ด้วยวิญญาณ แต่เขานมัสการพระองค์ตามมาตรฐานและวิธีการของตนเองเพียงอย่างเดียว

คาอินฆ่าอาแบลเพราะความอิจฉา

เมื่อเห็นว่าพระเจ้าทรงยอมรับเครื่องบูชาของอาแบลน้องชายตนแต่ไม่ทรงยอมรับเครื่องบูชาของตน คาอินจึงโกรธเคืองและหน้าตาบูดบึ้ง ในที่สุดคาอินก็ทำร้ายและฆ่าน้องชายของตน

เพียงแค่ในหนึ่งชั่วอายุคนนับตั้งแต่การฝึดร่อนมนุษย์เริ่มต้นขึ้นบนโลกนี้ การไม่เชื่อฟังได้ก่อให้เกิดความอิจฉา ความอิจฉาก่อให้เกิดความโลภและความเกลียดชัง และความโลภและความเกลียดชังพัฒนาไปสู่การฆาตรกรรม ช่างเป็นสิ่งที่เลวร้ายมากทีเดียว

ท่านจะเห็นว่าจิตใจของผู้คนเปรอะเปื้อนไปด้วยความบาปรวดเร็วเพียงใดหลังจากที่คนเหล่านั้นยอมให้บาปเข้าไปในจิตใจของเขา นี่คือเหตุผลที่

ท่านไม่ควรยินยอมให้ความบาปแม้แต่เพียงเล็กน้อยเข้าไปสู่จิตใจของท่าน แต่ท่านต้องกำจัดบาปนั้นออกไปทันที

เกิดอะไรขึ้นกับคาอินผู้เป็นฆาตรกรคนแรก บางคนโต้แย้งว่าคาอินไม่รอดเพราะเขาฆ่าอาแบลน้องชายของตนซึ่งเป็นคนชอบธรรม

คาอินเรียนรู้ว่าพระเจ้าคือผู้ใดจากพ่อแม่ของตน เมื่อเปรียบเทียบกับผู้คนในยุคปัจจุบัน ผู้คนในยุคของคาอินสืบทอดความบาปดั้งเดิมที่ไม่รุนแรงมากนักจากพ่อแม่ของตน แม้คาอินฆ่าน้องชายของตนเพราะความอิจฉา แต่เขาก็มีจิตสำนึกที่สะอาด

ด้วยเหตุนี้ แม้เขาฆ่าคนตาย แต่โดยการลงโทษของพระเจ้า คาอินได้กลับใจและพระเจ้าทรงสำแดงพระเมตตาต่อเขา

คาอินรอดหลังจากการกลับใจอย่างสิ้นเชิง

ในปฐมกาล 4:13-15 คาอินทูลต่อพระเจ้าว่าการลงโทษของเขาหนักหนาเกินไปพร้อมกับทูลขอพระเมตตาจากพระองค์เมื่อเขาถูกแช่งสาปและกลายเป็นคนพเนจรบนแผ่นดินโลก พระเจ้าตรัสตอบว่า *"ไม่ได้ ผู้ใดฆ่าคาอินจะมีโทษเจ็ดเท่า"* และพระเจ้าทรงทำเครื่องหมายไว้ที่ตัวคาอินเพื่อไม่ให้ผู้ใดฆ่าคาอิน

ณ จุดนี้ท่านต้องรู้ว่าคาอินกลับใจอย่างสิ้นเชิงหลังจากเขาฆ่าน้องชายของตน เพราะคาอินกลับใจเขาจึงมีช่องทางสื่อสารกับพระเจ้าได้และพระเจ้าทรงทำเครื่องหมายไว้ที่ตัวของเขาเพื่อเป็นสัญลักษณ์ของการยกโทษของพระองค์ ถ้าหากคาอินเป็นผู้หลงหายและต้องตกนรก ทำไมพระเจ้าจึงสะดับฟังคำร้องทูลของคาอินและทรงทำเครื่องหมายไว้ที่ตัวของเขาตั้งแต่แรกเล่า

โทษที่คาอินได้รับจากการฆ่าน้องชายของตนคือการเป็นผู้พเนจรตลอดชีวิต แต่สุดท้ายคาอินได้รับความรอดผ่านการกลับใจจากบาปของตน แต่ (เช่นเดียวกับกรณีของอาดัม) คาอินรอดอย่างหวุดหวิดและได้รับอนุญาตให้

อาศัยอยู่ริมเขตเมืองบรมสุขเกษม—ไม่ใช่กลางเมืองบรมสุขเกษม

พระเจ้าแห่งความยุติธรรมไม่อาจยินยอมให้คาอินเข้าไปสู่ที่อยู่ในสวรรค์ที่ดีกว่าเมืองบรมสุขเกษมได้แม้ว่าคาอินได้กลับใจแล้วก็ตาม แม้คาอินมีชีวิตอยู่ในยุคที่สะอาดกว่าและมีบาปน้อยกว่ายุคปัจจุบันก็ตาม แต่เขาก็ชั่วร้ายมากพอที่จะฆ่าน้องชายของตน

คาอินคงมีโอกาสเข้าสู่สถานที่อยู่ที่ดีกว่าในสวรรค์ได้ถ้าจิตใจที่ชั่วร้ายของเขาได้รับการฝึกร่อนให้เป็นจิตใจที่ดีงามและพยายามทำให้พระเจ้าพอพระทัยอย่างสุดกำลังและสุดจิตใจของตน แต่จิตสำนึกของคาอินไม่ได้ดีงามและบริสุทธิ์ขนาดนั้น

ทำไมพระเจ้าจึงไม่ลงโทษคนชั่วทันที

ท่านอาจมีคำถามมากมายในขณะที่กำลังดำเนินชีวิตแห่งความเชื่อ บางคนชั่วร้ายมากแต่พระเจ้ากลับไม่ลงโทษคนเหล่านั้น หลายคนทนทุกข์จากโรคภัยไข้เจ็บหรือตายไปเพราะความชั่วร้ายของตน ยังมีบางคนที่เสียชีวิตก่อนวัยอันควรแม้คนเหล่านั้นดูเป็นคนสัตย์ซื่อต่อพระเจ้า

ยกตัวอย่าง กษัตริย์ซาอูลเป็นคนที่ชั่วร้ายมากที่ท่านพยายามฆ่าดาวิดแม้ท่านรู้ว่าพระเจ้าทรงแต่งตั้งดาวิดเอาไว้ แต่พระเจ้าก็ยังปล่อยซาอูลไว้โดยไม่ถูกลงโทษ ผลก็คือซาอูลข่มเหงดาวิดมากยิ่งขึ้นอีก

นี่เป็นตัวอย่างของการจัดเตรียมแห่งความรักของพระเจ้า พระเจ้าทรงต้องการที่จะฝึกฝนดาวิดผ่านซาอูลผู้ชั่วร้ายเพื่อทำให้ท่านเป็นภาชนะที่ยิ่งใหญ่และในที่สุดทรงทำให้ท่านเป็นกษัตริย์ นั่นคือสาเหตุที่กษัตริย์ซาอูลสิ้นพระชนม์เมื่อพระเจ้าทรงเสร็จสิ้นการฝึกวินัยให้กับดาวิด

ในทำนองเดียวกัน พระเจ้าทรงลงโทษผู้คนทันทีหรือบางครั้งทรงอนุญาตให้คนเหล่านั้นมีชีวิตอยู่โดยไม่ถูกลงโทษ ทั้งนี้ขึ้นอยู่กับแต่ละบุคคล สิ่งเหล่านี้ล้วนเป็นการจัดเตรียมและความรักของพระเจ้าทั้งสิ้น

ท่านควรปรารถนาที่อยู่ที่ดีกว่าในสวรรค์

ในยอห์น 11:25-26 พระเยซูตรัสว่า *"เราเป็นเหตุให้คนทั้งปวงเป็นขึ้นและมีชีวิต ผู้ที่วางใจในเรานั้นถึงแม้ว่าเขาตายแล้วก็ยังจะมีชีวิตอีกและทุกคนที่มีชีวิตและวางใจในเราจะไม่ตายเลย เจ้าเชื่ออย่างนี้ไหม"*

ผู้คนที่ได้รับความรอดโดยการรับเอาพระกิตติคุณจะเป็นขึ้นมาใหม่ ได้รับร่างกายฝ่ายวิญญาณ และชื่นชมกับสง่าราศีนิรันดร์ในสวรรค์อย่างแน่นอน ผู้คนที่ยังมีชีวิตอยู่ในโลกนี้จะถูกรับขึ้นไปในเมฆเพื่อพบกับองค์พระผู้เป็นเจ้าในฟ้าอากาศเมื่อพระองค์เสด็จลงมาจากสวรรค์ ยิ่งท่านมีลักษณะเหมือนพระฉายาของพระเจ้ามากเท่าใด ท่านก็จะมีที่อยู่ที่ดีกว่ามากขึ้นเท่านั้นในสวรรค์

ในเรื่องนี้พระเยซูตรัสกับเราในมัทธิว 11:12 ว่า *"และตั้งแต่สมัยยอห์นผู้รับบัพติศมาถึงทุกวันนี้ แผ่นดินสวรรค์ก็เป็นสิ่งที่คนได้แสวงหาด้วยใจร้อนรนและผู้ที่ใจร้อนรนก็เป็นผู้ที่ชิงเอาได้"* พระองค์ทรงให้พระสัญญาอีกข้อหนึ่งแก่เราในมัทธิว 16:27 ว่า *"เหตุว่าเมื่อบุตรมนุษย์จะเสด็จมาด้วยพระสิริแห่งพระบิดาและพร้อมด้วยทูตสวรรค์ของพระองค์ เมื่อนั้น จะประทานบำเหน็จให้ทุกคนตามการกระทำของตน"* 1 โครินธ์ 15:41 กล่าวไว้เช่นกันว่า *"ศักดิ์ศรีของดวงอาทิตย์ก็อย่างหนึ่ง ศักดิ์ศรีของดวงจันทร์ก็อย่างหนึ่ง ศักดิ์ศรีของดวงดาวก็อย่างหนึ่ง แท้ที่จริงศักดิ์ศรีของดาวดวงหนึ่งก็ต่างกันกับศักดิ์ศรีของดาวดวงอื่น ๆ"*

ท่านต้องปรารถนาที่อยู่ที่ดีกว่าในสวรรค์ ท่านต้องพยายามเป็นบุคคลที่บริสุทธิ์และสัตย์ซื่อต่อทุกสิ่งมากขึ้นในชุมชนของพระเจ้าเพื่อท่านจะได้รับอนุญาตให้เข้าสู่นครเยรูซาเล็มใหม่ซึ่งเป็นที่ตั้งของพระที่นั่งของพระเจ้า พระเจ้าทรงต้องการนำผู้คนจำนวนมากที่สุดเท่าที่จะมากได้เข้าสู่สถานที่ดีกว่าในแผ่นดินสวรรค์โดยผ่านการฝึกร่อนมนุษย์บนโลกนี้ เหมือนดังที่ชาวนาเก็บเกี่ยวพืชผลของตน

ท่านต้องรู้จักโลกฝ่ายวิญญาณเป็นอย่างดีเพื่อเข้าสู่สวรรค์

ผู้คนที่ไม่รู้จักพระเจ้าและพระเยซูคริสต์ไม่อาจเข้าสู่นครเยรูซาเล็มใหม่ได้แม้คนเหล่านี้จะรอดโดยผ่านการพิพากษาจิตสำนึก คนจำานวนมากไม่รู้จักการจัดเตรียมเรื่องการฝึดร่อนมนุษย์พระทัยของพระเจ้า และโลกฝ่ายวิญญาณ่างอชยัดเจนแม้คนเหล่านี้เคยได้ยินถึงพระกิตติคุณดังนั้น คนเห่าลนี้จึงไม่รู้ว่าผู้ที่มีใจร้อนรนเท่านั้นจึงจะชิงเอาแผ่นดินสวรรค์ไว้ได้และไม่มีความหวังเกี่ยวกับนครเยรูซาเล็มใหม่

พระเจ้าทรงบอกเราว่า "จงมีใจมั่นคงอยู่ตราบเท่าวันตาย" (วิวรณ์ 2:10) พระเจ้าจะทรงประทานบำเหน็จรางวัลอย่างบริบูรณ์แก่ท่านในสวรรค์ตามสิ่งที่ท่านได้หว่านเอาไว้ รางวัลเป็นสิ่งที่มีคุณค่ามากเพราะรางวัลเหล่านี้คงอยู่ตลอดไปชั่วนิรันดร์

เมื่อท่านจดจำเรื่องนี้อย่างต่อเนื่องท่านก็สามารถเตรียมตนเองให้พร้อมในฐานะเจ้าสาวผู้งดงามขององค์พระผู้เป็นเจ้าเหมือนสาวพรหมจารีที่มีปัญญาห้าคนและบรรลุถึงชีวิตฝ่ายวิญญาณ

1 เธสะโลนิกา 5:23 กล่าวว่า "*ขอให้องค์พระผู้เป็นเจ้าแห่งสันติสุขทรงให้ท่านเป็นคนบริสุทธิ์หมดจดและทรงรักษาทั้งวิญญาณ จิตใจ และร่างกายของท่านไว้ให้ปราศจากการติเตียนจนถึงวันที่พระเยซูคริสตเจ้าของเราเสด็จมา*"

ด้วยเหตุนี้ ท่านต้องเตรียมตนเองให้พร้อมอย่างขยันหมั่นเพียรในฐานะเจ้าสาวขององค์พระผู้เป็นเจ้าเพื่อบรรลุถึงชีวิตฝ่ายวิญญาณก่อนการเสด็จกลับมาของพระเยซูคริสต์องค์พระผู้เป็นเจ้า หรือก่อนที่พระเจ้าจะทรงเรียกดวงวิญญาณของท่านกลับไป ไม่ว่าสิ่งใดจะเกิดขึ้นก่อนก็ตาม

การมาโบสถ์ทุกวันอาทิตย์และประกาศว่า "ข้าพเจ้าเชื่อ" ไม่ใช่สิ่งที่เพียงพอ ท่านต้องกำจัดความชั่วร้ายทุกชนิดออกไปและสัตย์ซื่อต่อทุกสิ่งในชุมชนของพระเจ้า ยิ่งท่านทำให้พระเจ้าพอพระทัยมากขึ้นเท่าใด ท่านก็จะได้เข้าไปสู่สถานที่อยู่ที่ดีกว่ามากขึ้นเท่านั้นในสวรรค์

บทที่ 3

อุโมงค์ชั้นล่างและรูปพรรณสัณฐานของยมทูต

ยมทูตนำผู้คนไปสู่อุโมงค์ชั้นล่าง
จากสถานที่รอคอยไปสู่โลกของวิญญาณชั่ว
การลงโทษที่แตกต่างสำหรับความบาปที่แตกต่างกันในอุโมงค์ชั้นล่าง
ลูซีเฟอร์กำกับดูแลอุโมงค์ชั้นล่าง
รูปพรรณสัณฐานของยมทูต

"เพราะว่า ถ้าพระเจ้าไม่ได้ทรงยกเว้นพวกทูตสวรรค์
ที่ได้ทำบาปนั้น แต่ได้ทรงผลักเขาลงไปสู่นรก และได้
มัดเขา ไว้ด้วยเครื่องจองจำแห่งความมืด คุมไว้จนกว่า
จะถึงเวลาทรงพิพากษา"

(2 เปโตร 2:4)

"คนชั่วจะต้องถอยไปสู่นรก คือประชาชาติทั้งมวลที่
ลืมพระเจ้า"

(สดุดี 9:17)

ในการเก็บเกี่ยวของทุกปี ชาวนามักคาดหวังพืชผลที่ดีอย่างปลาบปลื้ม แต่เป็นการยากที่เขาจะเก็บเกี่ยวข้าวสาลีเกรดหนึ่งอยู่เสมอแม้คนเหล่านี้ทำงานอย่างหนักทั้งวันทั้งคืนในการใส่ปุ๋ย การถอนวัชพืช และงานด้านอื่น ๆ อีกมากมาย ในบรรดาข้าวสาลีที่เขาเก็บเกี่ยวได้นั้นมักมีข้าวเกรดสอง ข้าวเกรดสาม และแม้กระทั่งข้าวละมานปะปนอยู่ด้วยเสมอ

มนุษย์ไม่อาจใช้ข้าวละมานเป็นอาหารได้ นอกจากนั้น ข้าวละมานไม่อาจเก็บรวมไว้กับข้าวสาลีได้เพราะจะทำให้ข้าวสาลีเสียหาย นี่คือเหตุผลที่ชาวนาจะเก็บรวบรวมข้าวละมานและเผาเสียด้วยไฟ หรือไม่ก็ใช้ทำปุ๋ยหมัก

การฝึกร่อนมนุษย์ของพระเจ้าบนโลกนี้ก็เช่นเดียวกัน พระเจ้าทรงแสวงหาบุตรที่แท้จริงซึ่งมีพระฉายาของพระเจ้าที่บริสุทธิ์และดีพร้อม แต่มีหลายคนที่ไม่ได้ละทิ้งความบาปของตนอย่างสิ้นเชิงหรือมีอีกหลายคนที่ถูกครอบงำด้วยความชั่วร้ายและสูญเสียหน้าที่ของความเป็นมนุษย์ของตนไป พระเจ้าทรงต้องการบุตรที่บริสุทธิ์และแท้จริง แต่พระองค์จะทรงรวบรวมแม้กระทั่งผู้คนที่เสียชีวิตก่อนที่จะกำจัดบาปของตนอย่างสิ้นเชิงเข้าไปสู่สวรรค์ด้วยเช่นกันตราบใดที่คนเหล่านั้นพยายามดำเนินชีวิตในความเชื่อ

ในด้านหนึ่งพระเจ้าจะไม่ทรงส่งผู้คนไปนรกอันน่าสยดสยองถ้าคนเหล่านั้นมีความเชื่อเท่าเมล็ดพันธุ์ผักกาดที่จะพึ่งพิงพระโลหิตของพระเยซูคริสต์โดยพระองค์ไม่คำนึงถึงจุดมุ่งหมายดั้งเดิมของพระองค์ ในการฝึกร่อนมนุษย์ และการรวบรวมบุตรที่แท้จริงของพระองค์เพียงอย่างเดียว แต่ในอีกด้านหนึ่งผู้คนที่ไม่เชื่อในพระเยซูคริสต์และต่อสู้กับพระเจ้าจนถึงวาระสุดท้ายของตนจะไม่มีทางเลือกอื่นนอกจากตกนรกเพราะคนเหล่านี้ได้เลือกหนทางของความพินาศด้วยความชั่วร้ายที่เขามีอยู่

ถ้าเช่นนั้น ดวงวิญญาณที่ไม่รอดจะถูกนำไปสู่อุโมงค์ชั้นล่างอย่างไรและคนเหล่านี้จะถูกลงโทษในลักษณะใด ตอนนี้ข้าพเจ้าจะอธิบายถึงอุโมงค์ชั้นล่างซึ่งเป็นของนรกและระบุถึงรูปพรรณสัณฐานของยมทูตแห่งนรกโดยละเอียด

1. ยมทูตนำผู้คนไปสู่อุโมงค์ชั้นล่าง

ในด้านหนึ่ง เมื่อบุคคลที่รอดเสียชีวิตลง ทูตสวรรค์สององค์จะนำเขาไปสู่อุโมงค์ชั้นบนซึ่งเป็นของสวรรค์ ในลูกา 24:4 เราพบว่ามีทูตสององค์เฝ้ารอคอยพระเยซูหลังจากการฝังและการเป็นขึ้นมาของพระองค์ แต่ในอีกด้านหนึ่ง เมื่อบุคคลที่ไม่รอดเสียชีวิต ยมทูตสององค์จะนำเขาไปสู่อุโมงค์ชั้นล่าง ปกติเราจะรู้ว่าบุคคลที่กำลังเสียชีวิตจะรอดหรือไม่รอดนั้นก็โดยการสังเกต สีหน้าท่าทางที่เขาแสดงออก

ช่วงเวลาก่อนเสียชีวิต

สายตาฝ่ายวิญญาณของผู้คนจะเปิดออกในช่วงเวลาก่อนเสียชีวิต บุคคลจะเสียชีวิตด้วยรอยยิ้มอย่างสงบถ้าเขามองเห็นทูตสวรรค์ในความสว่างและศพของเขาจะไม่แข็งตัวเร็วแม้หลังจากสองหรือสามวันผ่านไป ศพของเขาจะไม่เน่าหรือส่งกลิ่นเหม็น บุคคลนี้จะมีสภาพคล้ายกับคนที่มีชีวิต

แต่คนที่ไม่รอดจะรู้สึกสยดสยองและสั่นกลัวมากเมื่อเขามองเห็นยมทูตผู้น่ากลัวแห่งนรก คนเหล่านี้ตายในความกลัวอันน่าสยดสยองด้วยดวงตาที่เบิกกว้าง

ถ้าบุคคลที่เสียชีวิตไม่แน่ใจในความรอดของตน ทูตสวรรค์และยมทูตแห่งนรกจะต่อสู้กันเพื่อแย่งชิงเอาดวงวิญญาณไปยังสถานที่ของตน บุคคลเหล่านี้จึงวิตกกังวลจนกระทั่งเสียชีวิต เขาจะรู้สึกหวาดหวาดกลัวและกังวลมากเพียงใดเมื่อยมทูตแห่งนรกกล่าวโทษเขาอย่างต่อเนื่องว่า "คนนี้ไม่มีความเชื่อพอที่จะรอด"

เมื่อบุคคลที่มีความเชื่ออ่อนแอกำลังจะเสียชีวิต คนที่มีความเชื่อเข้มแข็งควรช่วยเขาให้มีความเชื่อมากขึ้นโดยผ่านการนมัสการและการร้องเพลงสรรเสริญ บุคคลนั้นจะได้รับความรอดโดยความเชื่อแม้ในช่วงเวลาก่อนการเสียชีวิต แต่เขาจะได้รับความรอดอย่างน่าอับอายและจะอาศัยอยู่ในเมืองบรมสุขเกษมเท่านั้น

ท่านจะสังเกตเห็นว่าบุคคลที่กำลังเสียชีวิตเริ่มมีสันติสุขเพราะเขา เริ่มมีความเชื่อที่ทำให้ตนรอดในช่วงที่ผู้คนกำลังนมัสการและร้องเพลง สรรเสริญเพื่อเขา เมื่อคนที่มีความเชื่อเข้มแข็งกำลังจะเสียชีวิต ท่านไม่ จำเป็นต้องช่วยเขาให้มีความเชื่อเพิ่มขึ้น ท่านควรให้ความหวังและความ ชื่นชมยินดีกับเขา

2. จากสถานที่รอคอยไปสู่โลกของวิญญาณชั่ว

ในด้านหนึ่ง แม้คนที่มีความเชื่ออ่อนแอจะรอดถ้าเขามีความเชื่อผ่าน การนมัสการและการร้องเพลงสรรเสริญก่อนที่จะเสียชีวิต แต่ในอีกด้าน หนึ่ง ถ้าเขาไม่รอด ยมทูตแห่งนรกจะนำไปยังสถานที่รอคอยซึ่งเป็นของ อุโมงค์ชั้นล่างและเขาต้องปรับตัวเข้ากับโลกของวิญญาณชั่ว

ดวงวิญญาณที่รอดแล้วมีเวลาปรับตัวสามวันในอุโมงค์ชั้นบนฉันใด ดวงวิญญาณที่ไม่รอดจะมีเวลาปรับตัวในสถานที่รอคอย (ซึ่งเป็นหลุมลึก ขนาดใหญ่) ในอุโมงค์ชั้นล่างสามวันด้วยฉันนั้น

สามวันของการปรับตัวในสถานที่รอคอย

สถานที่รอคอยในอุโมงค์ชั้นบน (ซึ่งดวงวิญญาณที่รอดแล้วจะพักอาศัย อยู่ในเป็นเวลาสามวัน) เต็มไปด้วยความปลาบปลื้มใจ สันติสุข และความ หวังสำหรับชีวิตอันรุ่งเรืองซึ่งรออยู่ข้างหน้า แต่สถานที่รอคอยในอุโมงค์ ชั้นล่างมีสภาพตรงกันข้าม

ดวงวิญญาณที่ไม่รอดจะอยู่ในความเจ็บปวดอย่างแสนสาหัสจากการ ลงโทษรูปแบบต่าง ๆ ตามการกระทำของตนในโลกนี้ ก่อนลงไปสู่อุโมงค์ ชั้นล่าง ดวงวิญญาณเหล่านี้จะเตรียมตัวสำหรับชีวิตในโลกของวิญญาณชั่ว ในสถานที่รอคอยเป็นเวลาสามวัน ซึ่งสามวันของการอยู่ในสถานที่แห่ง

นรก

นี้ไม่ใช่ช่วงเวลาของความสงบสุข แต่เป็นเพียงจุดเริ่มต้นของชีวิตที่ทุกข์ทรมานอย่างต่อเนื่อง

นกชนิดต่าง ๆ ที่มีจะงอยปากอันแหลมคมขนาดใหญ่จะจิกดวงวิญญาณเหล่านี้ นกเหล่านี้เป็นสิ่งมีชีวิตฝ่ายวิญญาณที่มีน่าขยะแขยงและน่าเกลียดน่ากลัวซึ่งแตกต่างกับนกในโลกนี้

เนื่องจากวิญญาณที่ไม่รอดถูกแยกออกจากร่างกายไปแล้ว ท่านอาจคิดว่าคนเหล่านี้คงไม่รู้สึกถึงความเจ็บปวด แต่นกเหล่านี้สามารถสร้างความเจ็บปวดให้กับดวงวิญญาณเหล่านั้นเพราะนกเป็นสิ่งมีชีวิตฝ่ายวิญญาณเช่นกัน

เมื่อใดก็ตามที่นกจิกดวงวิญญาณของคนเหล่านั้น ร่างกาย (ฝ่ายวิญญาณ) ของเขาจะฉีกขาดจนเลือดไหลและผิวหนังของจะถูกถลกออกมา ดวงวิญญาณเหล่านั้นพยายามปัดป้องการจิกของนกแต่เขาไม่สามารถทำได้ สิ่งเดียวที่คนเหล่านั้นทำได้คือการต่อสู้ดิ้นรนและการย่อตัวหลบหลีกพร้อมกับส่งเสียงตะโกนไล่ บางครั้งนกจะควักเอาดวงตาของคนเหล่านั้นออกไป

3. การลงโทษที่แตกต่างสำหรับความบาปที่แตกต่างกันในอุโมงค์ชั้นล่าง

หลังจากสามวันของการอยู่ในสถานที่รอคอย ดวงวิญญาณที่ไม่รอดจะถูกส่งตัวไปยังสถานที่ต่าง ๆ ในอุโมงค์ชั้นล่างตามความบาปของตนในโลกนี้ สวรรค์เป็นสถานที่อันกว้างใหญ่ไพศาล นรกก็กว้างใหญ่ไพศาลด้วยเช่นกันและถูกแบ่งออกเป็นสถานที่ต่าง ๆ จำนวนมากเพื่อรองรับดวงวิญญาณที่ไม่รอดซึ่งรวมถึงวิญญาณที่อยู่อุโมงค์ชั้นล่างซึ่งเป็นเพียงส่วนหนึ่งของนรก

สถานที่ของการลงโทษ

โดยภาพรวมอุโมงค์ชั้นล่างเป็นสถานที่มืดมิดและเปียกชื้นดวงวิญญาณจะรู้สึกถึงความร้อนอย่างรุนแรงในสถานที่แห่งนี้ดวงวิญญาณจะถูกทรมานอย่างต่อเนื่องด้วยการทุบตี การจิกตี และการรุมทึ้ง

ในโลกนี้ ถ้าขาหรือแขนของท่านขาด ท่านสามารถมีชีวิตอยู่ได้โดยไม่มีแขนหรือขา หลังจากการเสียชีวิตความทุกข์และปัญหาดังกล่าวจะหมดไปพร้อมกับการเสียชีวิตของท่าน แต่ในอุโมงค์ชั้นล่าง ถ้าคอท่านขาด คอของท่านจะงอกขึ้นมาใหม่ ถ้าอวัยวะส่วนหนึ่งส่วนใดของท่านขาดหายไปร่างกายของท่านจะสร้างอวัยวะส่วนนั้นขึ้นมาใหม่อย่างรวดเร็ว การทรมานการจิกตี หรือการควักอวัยวะส่วนต่าง ๆ ของร่างกายจะไม่ทำให้ความทุกข์ทรมานสิ้นสุดลง เหมือนกับการใช้มีดหรือดาบตัดลงไปในน้ำ

ดวงตาของท่านจะถูกสร้างขึ้นใหม่หลังจากนกจิกตาเหล่านั้นออกไปแม้ท่านได้รับบาดเจ็บและตับไตไส้พุงของท่านทะลักออกมา สิ่งเหล่านี้จะถูกสร้างขึ้นใหม่อย่างรวดเร็ว เลือดของท่านจะไหลไม่หยุดเมื่อท่านถูกทรมาน แต่ท่านจะไม่ตายได้เพราะเลือดของท่านจะถูกสร้างขึ้นใหม่อีกครั้งนี่คือรูปแบบของความทุกข์ทรมานที่ท่านจะได้รับซ้ำแล้วซ้ำอีก

ในอุโมงค์ชั้นล่างจึงนองไปด้วยเลือดของดวงวิญญาณคล้ายกับแม่น้ำที่หลั่งไหลออกมา โปรดจำไว้ว่าวิญญาณเป็นอมตะ เมื่อวิญญาณถูกทรมานซ้ำแล้วซ้ำอีกตลอดนิรันดร์ ความเจ็บปวดจะคงอยู่ชั่วนิรันดร์เช่นกัน ดวงวิญญาณอาจวิงวอนขอความตาย แต่วิญญาณเหล่านั้นจะไม่ได้รับอนุญาตให้ตาย อุโมงค์ชั้นล่างจึงเต็มไปด้วยเสียงกรีดร้อง เสียงคร่ำครวญ และกลิ่นคาวเลือดซึ่งเกิดจากการทรมานที่ไม่สิ้นสุด

เสียงร้องแห่งความทุกข์เวทนาในอุโมงค์ชั้นล่าง

ข้าพเจ้าเชื่อว่าผู้อ่านบางคนคงเคยมีประสบการณ์โดยตรงกับสงคราม

ถ้าไม่เช่นนั้น ท่านอาจเคยเห็นภาพที่น่าสยดสยองซึ่งเต็มไปด้วยเสียงร้องครวญครางและความเจ็บปวดในหนังสงครามหรือหนังสารคดีเชิงประวัติศาสตร์ คนบาดเจ็บกระจัดกระจายอยู่ทั่วไป บางคนขาขาดหรือแขนขาด บางคนตาแตกและมันสมองกระจุยกระจาย ไม่มีใครรู้ว่าเมื่อใดห่ากระสุนจากปืนใหญ่จะโหมกระหน่ำลงมาที่ตนอีก สถานที่แห่งนั้นเต็มไปด้วยกลุ่มควันจากปืนใหญ่ กลิ่นคาวเลือด เสียงคร่ำครวญ และเสียงกรีดร้อง ผู้คนอาจเรียกภาพที่ตนมองเห็นว่า "นรกบนดิน"

แต่ภาพอันน่าสยดสยองของอุโมงค์ชั้นล่างเลวร้ายยิ่งกว่าภาพของสนามรบแห่งใดในโลกนี้เสียอีก ยิ่งกว่านั้น ดวงวิญญาณในอุโมงค์ชั้นล่างไม่เพียงแต่จะทนทุกข์กับการทรมานที่ตนได้รับในปัจจุบันเท่านั้น แต่ยังเขาต้องทนทุกข์กับความกลัวของการทรมานที่จะมาถึงด้วยเช่นกัน

การทรมานมีมากเกินกว่าที่ดวงวิญญาณเหล่านี้จะทนได้ แม้เขาพยายามหลบหนีจากการทรมานเหล่านั้น แต่ก็ไม่เป็นผล ยิ่งกว่านั้น สิ่งเดียวที่รอคอยดวงวิญญาณเหล่านี้อยู่คือเปลวไฟและไฟที่ลุกไหม้ด้วยกำมะถันในนรกที่อยู่ลึกลงไปเท่านั้น

วิญญาณเหล่านี้จะโศกเศร้าเสียใจสักเพียงใดเมื่อเขาเฝ้าดูไฟกำมะถันที่ลุกไหม้อยู่ในนรกพร้อมกับพูดกับตนเองว่า "เราน่าจะเชื่อเมื่อคนเหล่านั้นประกาศกิตติคุณกับเรา... เราไม่น่าทำบาปเลย" แต่คนเหล่านี้ไม่มีโอกาสที่สองและไม่มีหนทางแห่งความรอดสำหรับเขา

4. ลูซีเฟอร์กำกับดูแลอุโมงค์ชั้นล่าง

ไม่มีใครจะหยั่งรู้สภาพและความรุนแรงของการลงโทษในอุโมงค์ชั้นล่างได้ วิธีการลงโทษในโลกนี้มีอยู่หลากหลายฉันใด การทรมานในอุโมงค์ชั้นล่างก็มีหลากหลายด้วยฉันนั้น

บางคนอาจทนทุกข์จากการที่ร่างกายของตนเปื่อยเน่า บางคนอาจถูก

สัตว์กัดกินและถูกแมลงดูดเลือด บางคนอาจถูกทับด้วยหินร้อนหรือยืนอยู่บนทรายร้อนที่อุณหภูมิสูงกว่าความร้อนของชายหาดหรือทะเลทรายที่ร้อนที่สุดในโลกนี้ถึงเจ็ดเท่า ในบางกรณี ยมทูตแห่งนรกจะทรมานดวงวิญญาณด้วยตนเอง การทรมานวิธีอื่นยังรวมถึงการทรมานด้วยน้ำ ไฟ ตลอดจนการใช้วิธีการและเครื่องมือทรมานรูปแบบอื่น ๆ อีกมากมาย

พระเจ้าแห่งความรักไม่ได้ปกครองเหนือสถานที่สำหรับดวงวิญญาณที่ไม่รอดแห่งนี้ พระองค์ทรงมอบหมายให้วิญญาณชั่วมีสิทธิอำนาจครอบครองเหนือสถานที่แห่งนี้ ลูซีเฟอร์ (หัวหน้าของเหล่าวิญญาณชั่ว) ปกครองอุโมงค์ชั้นล่างอันเป็นที่อยู่ของดวงวิญญาณที่ไม่รอด (ซึ่งดวงวิญญาณเหล่านี้เป็นเหมือนข้าวละมาน) ที่นี่ไม่มีความเมตตาหรือความสงสาร ลูซีเฟอร์ปกครองเหนือทุกส่วนของอุโมงค์ชั้นล่าง

ลูซีเฟอร์ผู้เป็นหัวหน้าของเหล่าวิญญาณชั่ว

ลูซีเฟอร์คือใคร ลูซีเฟอร์เคยเป็นเทพบดีองค์หนึ่งที่พระเจ้าทรงรักและทรงเรียกว่าเป็น “โอรสแห่งพระอรุณ” (อิสยาห์ 14:12) แต่เขากบฏต่อพระเจ้าและกลายเป็นหัวหน้าของเหล่าวิญญาณชั่ว

ทูตในสวรรค์ไม่มีลักษณะของความเป็นมนุษย์และไม่มีเสรีภาพในการตัดสินใจ ด้วยเหตุนี้ ทูตเหล่านั้นจึงไม่อาจเลือกสิ่งใดตามใจของตนได้และต้องทำตามคำสั่งเหมือนหุ่นยนต์ แต่พระเจ้าทรงมอบความเป็นมนุษย์ให้กับทูตสวรรค์บางองค์และทรงร่วมแบ่งปันความรักกับทูตเหล่านั้น ลูซีเฟอร์ (ซึ่ง เป็นหนึ่ง ในทูตสวรรค์เหล่านั้น)เป็นผู้รับผิดชอบดนตรีในสวรรค์ลูซีเฟอร์ยกย่องพระเจ้าด้วยนาเสียงอันไพเราะ และเครื่อง งดนตรีของตน เขาทำให้พระเจ้าพอพระทัยด้วยการร้องถึงพระสิริของพระองค์

แต่ต่อมาลูซีเฟอร์เกิดความหยิ่งผยองเพราะความรักพิเศษที่พระเจ้าทรงมอบให้กับเขา ความต้องการของลูซีเฟอร์ที่อยากเป็นใหญ่และมีอำนาจสูงกว่าพระเจ้าทำให้เทพบดีองค์นี้ก่อการกบฏต่อพระเจ้าในที่สุด

ลูซีเฟอร์ท้าทายและก่อการกบฏต่อพระเจ้า

พระคัมภีร์บอกเราว่าทูตสวรรค์จำนวนมากทำตามลูซีเฟอร์ (2 เปโตร 2:4; ยูดา 1:6) ในสวรรค์มีทูตสวรรค์อยู่จำนวนนับไม่ถ้วนและหนึ่งในสามของทูตเหล่านั้นทำตามลูซีเฟอร์ ท่านคงจินตนาการได้ว่าทูตสวรรค์จำนวนมากเพียงใดเข้าร่วมกับลูซีเฟอร์ ลูซีเฟอร์ก่อการกบฏต่อพระเจ้าด้วยความหยิ่งผยองของตน

เป็นไปได้อย่างไรที่ทูตสวรรค์จำนวนมากจะทำตามลูซีเฟอร์ ท่านจะเข้าใจเรื่องนี้ได้ไม่ยากถ้าท่านคิดถึงข้อเท็จจริงที่ว่าทูตสวรรค์ทำตามคำสั่งเพียงอย่างเดียวเหมือนเครื่องจักรหรือหุ่นยนต์

ประการแรก ลูซีเฟอร์ได้รับการสนับสนุนจากหัวหน้าทูตสวรรค์บางส่วนซึ่งอยู่ภายใต้อิทธิพลของตนและทำให้ลูซีเฟอร์ได้รับการสนับสนุนจากบรรดาทูตสวรรค์ที่อยู่ภายใต้บังคับบัญชาของหัวหน้าเหล่านั้น

นอกเหนือจากทูตสวรรค์แล้ว ยังมีพญานาคและเครูบบางส่วนเข้าร่วมในการก่อกบฏของ ลูซีเฟอร์ด้วยเช่นกัน แต่ในที่สุด ลูซีเฟอร์ (ซึ่งท้าทายพระเจ้าด้วยการกบฏ) ก็พ่ายแพ้และถูกขับไล่ออกจากที่อยู่เดิมของตนในสวรรค์พร้อมกับสมุนของมัน ต่อมาทูตเหล่านี้ถูกจองจำไว้ในบาดาล (นรกขุมลึก) จนกว่าพวกมันจะถูกใช้เพื่อการฝึกร้อนมนุษย์

"โอ ดาวประจำกลางวันเอ๋ย พ่อโอรสแห่งพระอรุณ เจ้าร่วงลงมาจากฟ้าสวรรค์แล้วซิ เจ้าถูกตัดลงมายังพื้นดินอย่างไรหนอ เจ้าผู้กระทำให้บรรดาประชาชาติตกต่ำน่ะ เจ้ารำพึงในใจของเจ้าว่า 'ข้าจะขึ้นไปยังฟ้าสวรรค์เหนือดวงดาวทั้งหลายของพระเจ้า ข้า จะตั้งพระที่นั่งของข้า ณ ที่สูง นนั ข้า จะนั่งบนขนุ เขาชุมนุมสถาน ณ ที่อุดรไกล ข้าจะขึ้นไปเหนือความสงู ของเมฆข้าจะกระทำตวั ของข้าเหมือนองค์ผู้สงู สดุ ' แต่เจ้าถูกนำลงมาสู่ แดนคนตายยงั ที่ลึ กของปากแดน" (อิสยาห์ 14:12-15)

เมื่อครั้งที่อยู่ในสวรรค์ ลูซีเฟอร์เป็นทูตผู้ที่มีความงดงามมากด้วยความ
รักอันเปี่ยมล้นของพระเจ้า แต่หลังจากการกบฏ เขากลายเป็นทูตที่น่าเกลียด
น่ากลัว

ผู้คนที่มองเห็นลูซีเฟอร์ด้วยสายตาฝ่ายวิญญาณจะบอกว่าลูซีเฟอร์น่า
เกลียดน่ากลัวมากจนท่านรู้สึกขยะแขยงเพียงแค่มองเห็น ลูซีเฟอร์มีรูปร่าง
หน้าตาทึมทึบและมีเส้นผมที่ยุ่งเหยิงหลากสีสัน (เช่น สีดำ สีขาว และสี
เหลือง) ซึ่งล่องลอยอยู่ในท้องฟ้า

ปัจจุบัน   ลูซีเฟอร์ทำให้ผู้คนเลียนแบบการแต่งตัวและทรงผมของ
ตน   เมื่อคนเหล่านี้เต้นรำเขาจะแสดงอาการอันบ้าคลั่งและส่งเสียงอึกทึก
ครึกโครมอย่างน่าเกลียดพร้อมกับชี้ไม้ชี้มือของตน

สิ่งเหล่านี้คือทิศทางแห่งยุคสมัยของเราที่ลูซีเฟอร์สร้างขึ้นและเพาะบ่ม
ผ่านสื่อสารมวลชนและวัฒนธรรม   ทิศทางเหล่านี้สามารถทำลายอารมณ์
ความรู้สึกของผู้คนและนำไปสู่ความโกลาหลวุ่นวาย ยิ่งกว่านั้น ทิศทาง
เหล่านี้ยังล่อลวงผู้คนให้เหินห่างไปจากพระเจ้าและปฏิเสธพระองค์

บุตรของพระเจ้าต้องแตกต่างและไม่หลงระเริงไปตามทิศทางของโลก ถ้า
ท่านหลงไปตามทิศทางของโลก ท่านจะอยู่ห่างจากความรักของพระเจ้าเพราะ
ทิศทางของโลกจะช่วงชิงเอาความคิดและจิตใจของท่านไป (1 ยอห์น 2:15)

วิญญาณชั่วทำให้อุโมงค์ชั้นล่างเป็นสถานที่น่ากลัว

ในด้านหนึ่ง พระเจ้าแห่งความรักคือความดีงาม พระองค์ทรงจัดเตรียม
สิ่งสารพัดไว้เพื่อเราด้วยความคิดและการวินิจฉัยที่ชาญฉลาดและดีงามของ
พระองค์   พระองค์ทรงปรารถนาให้เราดำเนินชีวิตอยู่ในความสุขตลอดไป
ในสวรรค์นิรันดร์ แต่ในอีกด้านหนึ่ง ลูซีเฟอร์คือความชั่วร้าย วิญญาณชั่ว
ซึ่งเป็นสมุนของลูซีเฟอร์กำลังคิดค้นหาแนวทางที่จะทรมานผู้คนให้โหด
เหี้ยมมากยิ่งขึ้นอยู่ตลอดเวลา ด้วยสติปัญญาอันชั่วร้ายของวิญญาณชั่วเหล่า
นี้ พวกมันจึงทำให้อุโมงค์ชั้นล่างกลายเป็นสถานที่อันน่าสยดสยองมากขึ้น

นรก

โดยใช้การทรมานรูปแบบต่าง ๆ

ผู้คนในประวัติศาสตร์ของโลกนี้ก็เลือกใช้วิธีการทรมานอันโหดเหี้ยม
หลากหลายวิธีเช่นกัน ในช่วงประเทศเกาหลีตกอยู่ภายใต้การปกครองของ
ญี่ปุ่น ทหารญี่ปุ่นทรมานกลุ่มผู้นำขบวนการกู้ชาติชาวเกาหลีด้วยการตอก
หนามไม้ไผ่ลงไปในเล็บมือหรือเล็บเท้าของคนเหล่านั้นทีละนิ้ว ทหารเหล่า
นั้นยังเทน้ำที่ผสมกับพริกป่นเข้าไปในดวงตาและรูจมูกของผู้นำขบวนการ
ในขณะที่ถูกห้อยกลับหัว กลิ่นไหม้ของเนื้อมนุษย์อันน่าแขยงขยะอบอวล
อยู่ในห้องทรมานเพราะผู้ทรมานชาวญี่ปุ่นเผาส่วนต่าง ๆ ของร่างกายด้วย
เหล็กร้อน อวัยวะภายในของคนที่ถูกทรมานไหลทะลักออกมาภายนอกเมื่อ
ถูกทุบตีอย่างรุนแรง

ในประวัติศาสตร์ของเกาหลีผู้คนทรมานนักโทษอย่างไร คนในยุคนั้น
จะทรมานนักโทษด้วยวิธีการหักขา ข้อเท้าของนักโทษจะถูกมัดติดกับส่วน
บนของหัวเข่า จากนั้นผู้ทรมานจะสอดไม้สองท่อนเข้าไประหว่างน่อง
ทั้งสองข้างของนักโทษ เมื่อผู้ทรมานขยับไม้สองท่อนนั้นกระดูกขาของ
นักโทษจะแตกเป็นเสี่ยง ๆ ท่านลองคิดดูซิว่าการทรมานด้วยวิธีนี้จะเจ็บ
ปวดมากเพียงใด
ถ้าการทรมานของมนุษย์ยังโหดเหี้ยมทารุณถึงเพียงนี้ ลองคิดดูซิว่าการ
ทรมานของเหล่าวิญญาณชั่วซึ่งมีสติปัญญาและความสามารถเหนือมนุษย์
ในการทรมานดวงวิญญาณที่ไม่รอดนั้นจะโหดเหี้ยมทารุณมากกว่านี้สัก
เพียงใด วิญญาณชั่วเหล่านั้นมีความสุขกับการสร้างสรรวิธีการทรมานอัน
หลากหลายและการบังคับควบคุมดวงวิญญาณที่ไม่รอดให้อยู่ใต้อำนาจ
ของตน
นี่คือเหตุผลที่ท่านต้องรู้เกี่ยวกับโลกของวิญญาณชั่ว เมื่อท่านรู้แล้ว
ท่านก็สามารถปกครอง ควบคุม และเอาชนะวิญญาณชั่วเหล่านั้นได้ ท่าน
สามารถเอาชนะวิญญาณชั่วได้ไม่ยากถ้าท่านรักษาตนเองให้สะอาดบริสุทธิ์

โดยไม่ทำตามแบบอย่างของโลกนี้

5. รูปพรรณสัณฐานของยมทูต

ยมทูตแห่งนรกซึ่งทรมานผู้คนที่ไม่รอดในอุโมงค์ชั้นล่างเหล่านี้คือใคร ทูตเหล่านี้คือบริวารแห่งสวรรค์ที่ถูกขับไล่ออกจากสวรรค์ซึ่งเป็นผู้ที่หลงติดตามลูซีเฟอร์ในการกบฏก่อนการเริ่มต้นของโลก

และเหล่าทูตสวรรค์ที่ไม่พอใจอธิปไตยที่ทรงประทานให้ แต่ได้ละทิ้งถิ่นฐานอันเหมาะสมของตนนั้น พระองค์ก็ได้ทรงจองจำไว้ด้วยเครื่องพันธนาการอันไม่รู้จักสลาย ขังไว้ในที่มืดจนกว่าจะถึงเวลาพิพากษาในวันสำคัญยิ่งนั้น (ยูดา 1:6)

ทูตที่ถูกขับออกจากสวรรค์ไม่สามารถเข้ามาในโลกอย่างอิสระเพราะพระเจ้าทรงจองจำทูตเหล่านี้ไว้ในความมืดจนกว่าจะถึงการพิพากษาแห่งพระที่นั่งใหญ่สีขาว บางคนกล่าวว่าผีหรือปีศาจคือทูตที่ถูกขับไล่ออกจากสวรรค์สวรรค์ แต่นั่นไม่เป็นความจริง ผีหรือปีศาจคือดวงวิญญาณที่ไม่รอดซึ่งถูกปล่อยออกมาจากอุโมงค์ชั้นล่างเพื่อให้ทำงานในสถานการณ์พิเศษ ข้าพเจ้าจะอธิบายถึงเรื่องนี้โดยละเอียดในบทที่ 8

ทูตที่ถูกขับออกจากสวรรค์พร้อมกับลูซีเฟอร์

พระเจ้าทรงจองจำทูตที่ถูกขับออกจากสวรรค์ไว้ในความมืด (นรก) เพื่อการพิพากษา ดังนั้น ทูตเหล่านี้จึงไม่สามารถเข้ามาในโลกได้เว้นแต่ในโอกาสพิเศษเท่านั้น

ทูตเหล่านี้เคยมีความงดงามจนกระทั่งพวกมันกบฏต่อพระเจ้า นับตั้งแต่

ถูกขับออกจากสวรรค์และถูกแช่งสาป ทูตเหล่านี้ได้กลายเป็นยมทูตแห่งนรกที่ไม่มีทั้งความงดงามและความฉลาดหลักแหลม

ยมทูตมีรูปพรรณที่น่ากลัวจนทำให้ท่านรู้สึกขยะแขยง รูปลักษณ์ของมันคล้ายคลึงกับหน้าตาของมนุษย์ หรือบางครั้งยมทูตจะสวมใส่หน้ากากรูปสัตว์ที่น่ารังเกียจชนิดต่าง ๆ

ยมทูตมีรูปพรรณคล้ายกับรูปพรรณของสัตว์มลทินบางชนิดที่พระคัมภีร์บันทึกไว้ เช่น สุกร (เลวีนิติ 11) แต่ยมทูตเหล่านี้มีรูปพรรณที่ถูกแช่งสาปและน่ารังเกียจ ยมทูตยังประดับกายของตนด้วยสีสันและลวดลายที่วิปลาสด้วยเช่นกัน

ยมทูตเหล่านี้สวมเครื่องยุทธภัณฑ์ที่ทำด้วยเหล็กและรองเท้าทหาร เครื่องมือของการทรมานติดแน่นอยู่ที่ร่างกายของทูตเหล่านี้ ยมทูตมักถือมีด หอก หรือแส้ไว้ในมือของตน

ยมทูตวางตัวเป็นผู้ใช้อำนาจควบคุม ท่านสามารถสัมผัสถึงพลังอำนาจอันแข็งแกร่งของมันได้เมื่อยมทูตเหล่านี้เคลื่อนที่ไปเพราะมันใช้สิทธิอำนาจอย่างเบ็ดเสร็จในความมืด ผู้คนจะกลัวผี แต่ยมทูตแห่งนรกน่ากลัวยิ่งกว่าผีหลายเท่า

ยมทูตแห่งนรกทรมานดวงวิญญาณ

อะไรคือบทบาทหน้าที่ของยมทูตแห่งนรก เนื่องจากยมทูตเหล่านี้ควบคุมดูแลนรกพวกมันจึงมีหน้าที่ทรมานดวงวิญญาณที่ไม่รอดเป็นอันดับแรก

การทรมานอย่างน่าสยดสยองในอุโมงค์ชั้นล่างของยมทูตจะถูกเตรียมไว้สำหรับผู้คนที่มีโทษหนัก ยกตัวอย่าง ยมทูตที่สวมหน้ากากสุกรอันอัปลักษณ์จะหั่นร่างกายของดวงวิญญาณที่ไม่รอดหรือทำให้ร่างกายพองเป็นถุงลมเหมือนลูกโป่งก่อนที่จะทุบตีร่างกายที่พองลมนั้นจนแตก

นอกจากนั้น ยมทูตเหล่านี้ยังทรมานผู้คนด้วยวิธีการที่หลากหลาย

แม้แต่เด็กก็ไม่ได้รับการยกเว้นจากการทรมาน สิ่งที่ทำร้ายจิตใจของเรามากก็คือยมทูตแห่งนรกเหล่านี้ทิ่มแทงหรือทุบตีเด็กเพื่อความสนุกเพลิดเพลิน ด้วยเหตุนี้ ท่านต้องพยายามให้ดีที่สุดที่จะป้องกันไม่ให้ดวงวิญญาณแม้แต่ดวงเดียวลงไปสู่นรกซึ่งเป็นสถานที่อันโหดเหี้ยมทารุณ ทุกข์เวทนา น่าสยดสยองและเต็มไปด้วยความทุกข์ทรมานและความเจ็บปวดอย่างไม่สิ้นสุด

ในปี 1992 ข้าพเจ้าคิดว่าตนเองเสียชีวิตเนื่องจากความเครียดและการทำงานหนักจนเกินไป ในช่วงเวลานั้น พระเจ้าทรงสำแดงให้ข้าพเจ้าเห็นสมาชิกคริสตจักรหลายคนที่กำลังทำตามแบบอย่างของโลกนี้ ข้าพเจ้าต้องการที่จะอยู่กับองค์พระผู้เป็นเจ้าจนกระทั่งข้าพเจ้ามองเห็นภาพดังกล่าว ข้าพเจ้าไม่อาจอยู่กับพระองค์ได้อีกต่อไปเพราะข้าพเจ้ารู้ว่าลูกแกะของข้าพเจ้าหลายคนกำลังจะตกนรก

ดังนั้น ข้าพเจ้าจึงเปลี่ยนความคิดและทูลขอให้พระเจ้าทรงรื้อฟื้นข้าพเจ้าขึ้นมาใหม่ พระเจ้าทรงประทานกำลังให้กับข้าพเจ้าทันที สิ่งที่น่าประหลาดใจก็คือข้าพเจ้าสามารถลุกขึ้นจากเตียงที่ข้าพเจ้านอนรอความตายและมีสุขภาพแข็งแรงสมบูรณ์ ฤทธิ์อำนาจของพระเจ้าได้รื้อฟื้นข้าพเจ้าขึ้นใหม่ เพราะข้าพเจ้ารู้เรื่องนรกเป็นอย่างดี ข้าพเจ้าจึงประกาศถึงความลับเรื่องนี้ที่พระเจ้าทรงเปิดเผยให้กับข้าพเจ้าเห็นด้วยความหวังที่จะช่วยวิญญาณอีกดวงหนึ่งให้รอด

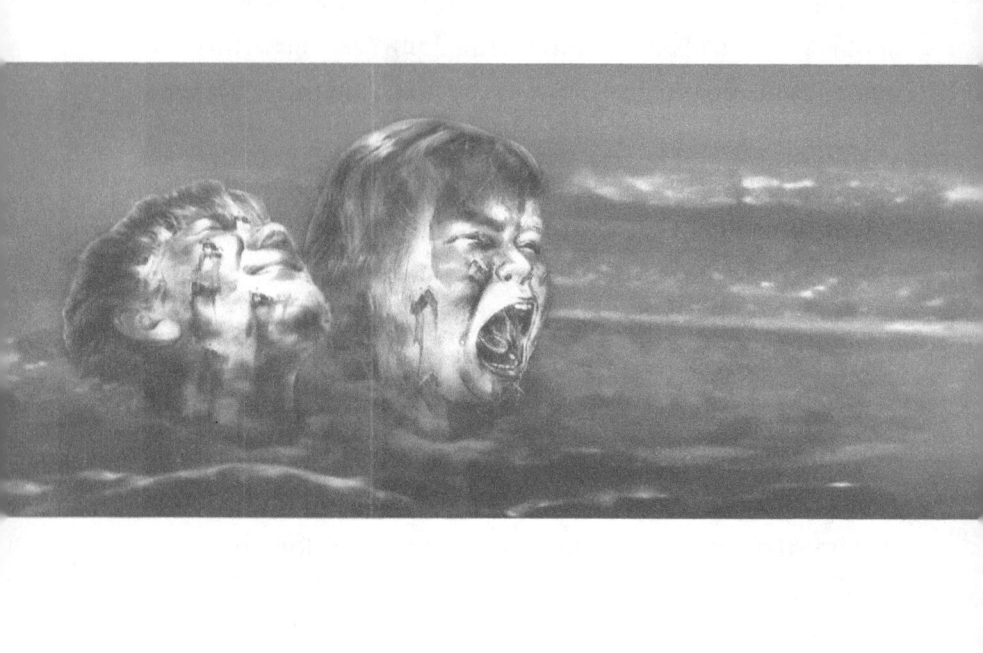

บทที่ 4

การลงโทษเด็กที่ไม่รอดซึ่งอยู่ใน อุโมงค์ชั้นล่าง

ทารกในครรภ์และเด็กที่ยังกินนม

เด็กที่เริ่มหัดเดิน

เด็กที่โตพอจะเดินและพูดได้

เด็กที่มีอายุตั้งแต่หกปีถึงสิบสองปี

เด็กหนุ่มที่เยาะเย้ยเอลีชา

"ขอมัจจุราชมาหาเขาเหล่านั้น ให้เขาลงไปยังนรกทั้งเป็น เพราะ
ความเลวทรามอยู่ในที่อยู่อาศัยของเขาและอยู่ท่าม กลางพวกเขา"
(สดุดี 55:15)

"ท่านได้ขึ้นไปจากที่นั่นถึงเมืองเบธเอล และขณะเมื่อท่านขึ้นไป
ตามทางมีเด็กชายเล็ก ๆ บางคนออกมาจากเมือง ล้อเลียนท่านว่า
'อ้ายหัวล้าน จงขึ้นไปเถิด อ้ายหัวล้าน จงขึ้นไปเถิด' ท่านก็เหลียวดู
แล้วจึงแช่งเขาในพระนาม พระเยโฮวาห์ และหมีตัวเมียสองตัวออก
มาจากป่า ฉีกเด็กชายพวกนั้นเสียสี่สิบสองคน"

(2 พงศ์กษัตริย์ 2:23-24)

ในบทที่แล้วข้าพเจ้าได้อธิบายถึงวิธีการที่ลูซีเฟอร์ (ทูตที่ถูกขับไล่ออก
จากสวรรค์) ครอบครองนรกและชี้ให้เห็นว่าทูตอื่น ๆ ปกครองภายใต้การ
นำของลูซีเฟอร์อย่างไร ยมทูตแห่งนรกทรมานดวงวิญญาณที่ไม่รอดตาม
ความบาปของคนเหล่านั้น โดยทั่วไป การลงโทษในอุโมงค์ชั้นล่างถูกแบ่ง
ออกเป็นสี่ขั้น การลงโทษที่เบาที่สุดเป็นการลงโทษผู้คนที่ตกนรกเพราะ
การพิพากษาจิตสำนึก การลงโทษที่หนักหนาที่สุดเป็นการลงโทษผู้คนที่
จิตสำนึกตายด้านและต่อสู้กับพระเจ้าเหมือนยูดาสอิสคาริโอทที่ขายพระ
เยซูเพื่อผลประโยชน์ของตน

ในบทต่าง ๆ ต่อไปนี้ข้าพเจ้าจะอธิบายถึงการลงโทษรูปแบบต่าง ๆ ซึ่ง
ดวงวิญญาณที่ไม่รอดได้รับในอุโมงค์ชั้นล่างซึ่งเป็นของนรกโดยละเอียด
ก่อนจะเจาะลึกลงไปในการลงโทษผู้ใหญ่ ข้าพเจ้าจะอภิปรายถึงรูปแบบ
ของการลงโทษซึ่งเด็กที่ไม่รอดในกลุ่มอายุต่าง ๆ จะได้รับ

1. ทารกในครรภ์และเด็กที่ยังกินนม

แม้เด็กที่ไร้ความคิดก็อาจลงไปสู่อุโมงค์ชั้นล่างได้ถ้าเขาไม่ผ่านการ
พิพากษาจิตสำนึกเนื่องจากธรรมชาติบาปภายในซึ่งเขาสืบทอดมาจากพ่อ
แม่ที่ไม่เชื่อของตน เด็กกลุ่มนี้จะได้รับโทษค่อนข้างเบาเพราะความบาป
ของเขาไม่หนักหนาเมื่อเทียบกับบาปของผู้ใหญ่ แต่เด็กยังต้องทนทุกข์กับ
ความเจ็บปวดอย่างแสนสาหัสเช่นกัน

เด็กที่ยังกินนมร้องไห้และทนทุกข์จากความหิวโหย

เด็กที่กำลังหย่านมซึ่งไม่สามารถเดินหรือพูดได้จะถูกแยกขังไว้ใน
สถานที่อันกว้างใหญ่อีกแห่งหนึ่งต่างหาก เด็กเหล่านี้ไม่สามารถคิด
เคลื่อนไหว หรือเดินด้วยตนเองเพราะเด็กทารกที่ไม่รอดยังคงรักษาลักษณะ

และจิตสำนึกแบบเดิมที่เขาเคยมีในช่วงที่เสียชีวิต

ยิ่งกว่านั้น   ทารกเหล่านี้ไม่รู้ว่าทำไมตนเองจึงตกนรกเพราะเขาไม่ได้
สะสมความรู้ไว้ในสมองของตน   เด็กเหล่านี้เพียงแต่ร้องไห้เพราะความ
หิวตามธรรมชาติโดยไม่รู้จักพ่อแม่ของตน ยมทูตจะเจาะที่ท้อง แขน ขา
ดวงตา นิ้วมือ หรือนิ้วเท้าของทารกเหล่านี้ด้วยเหล็กแหลมคล้ายสว่านมือ
เด็กทารกจะกรีดร้องในขณะที่เหล่ายมทูตหัวเราะอย่างชอบใจ แม้เด็กจะส่ง
เสียงร้องอยู่ตลอดเวลา แต่ก็ไม่มีใครดูแลเขา เด็กเหล่านี้จะร้องไห้ต่อไปจน
หมดเรี่ยวแรงและด้วยความเจ็บปวดอย่างแสนสาหัส ยิ่งกว่านั้น บางครั้ง
พวกยมทูตจะร่วมกันจับเด็กคนหนึ่งขึ้นมาและเป่าลมเข้าไปในเด็กเหมือน
เป่าลูกโป่ง จากนั้น พวกยมทูตก็จะโยน เตะ หรือขว้างเด็กคนนั้นไปมาด้วย
ความสนุกสนาน ช่างเป็นภาพนี้โหดเหี้ยมและน่าสยดสยองมากทีเดียว

ทารกในครรภ์ถูกทอดทิ้งโดยไม่ได้รับความอบอุ่นและการเล้าโลม

อะไรคือชะตากรรมของทารกในครรภ์ซึ่งเสียชีวิตก่อนเกิด   ตามที่
ข้าพเจ้าอธิบายไปแล้วว่า ทารกเหล่านี้ส่วนใหญ่จะรอด แต่มีข้อยกเว้นใน
บางกรณี ทารกในครรภ์บางคนไม่รอดเพราะเขาถือกำเนิดขึ้นในธรรมชาติ
ที่ชั่วร้ายซึ่งเขาสืบทอดมาจากพ่อแม่ที่ต่อสู้กับพระเจ้าและทำชั่วอย่าง
รุนแรง ดวงวิญญาณของทารกในครรภ์จะถูกขังไว้ในสถานที่ต่างหากเช่น
กันเหมือนดวงวิญญาณของเด็กที่กำลังหย่านม

ดวงวิญญาณเหล่านี้จะไม่ถูกลงโทษรุนแรงเท่ากับดวงวิญญาณของคน
ที่มีอายุมากกว่าเพราะทารกเหล่านี้ไม่มีจิตสำนึกและไม่ได้ทำบาปในช่วง
เวลาที่เขาเสียชีวิต การลงโทษทารกกลุ่มนี้คือการถูกทอดทิ้งโดยไม่ได้รับ
ความอบอุ่นหรือการเล้าโลมที่เขาเคยสัมผัสในครรภ์มารดา

โครงสร้างของร่างกายในอุโมงค์ชั้นล่าง

ดวงวิญญาณในอุโมงค์ชั้นล่างมีรูปร่างอย่างไร ในด้านหนึ่ง ถ้าเด็กที่
กำลังหย่านมเสียชีวิต เขาจะมีรูปร่างของเด็กที่กำลังหย่านม ถ้าทารกใน
ครรภ์เสียชีวิตในครรภ์ของมารดา เขาจะมีรูปร่างของของตัวอ่อนในอุโมงค์
ชั้นล่าง แต่ในอีกด้านหนึ่ง ดวงวิญญาณที่รอดในสวรรค์จะได้รับร่างกายที่
เป็นขึ้นมาในการเสด็จมาครั้งที่สองของพระเยซูคริสต์แม้ว่าคนเหล่านี้จะมี
รูปร่างเดิมเหมือนที่เขาเคยมีในโลกนี้ก็ตาม แต่ในเวลานั้น ร่างกายทุกคนจะ
ได้รับการเปลี่ยนแปลงไปสู่การมีร่างกายของคนอายุ 33 ปีเหมือนพระเยซู
และจะสวมร่างกายฝ่ายวิญญาณ คนตัวเตี้ยจะมีความสูงที่น่าพอใจที่สุดและ
คนขาขาดหรือแขนขาดก็จะได้รับอวัยวะส่วนที่ขาดหายไปนั้นกลับคืนมา

แต่ดวงวิญญาณที่ไม่รอดในนรกจะไม่ได้รับร่างกายใหม่ซึ่งได้แก่กาย
ที่เป็นขึ้นมาหลังจากการเสด็จมาครั้งสองขององค์พระผู้เป็นเจ้า คนเหล่า
นี้ไม่สามารถเป็นขึ้นมาได้อีกเนื่องจากเขาไม่มีชีวิตจากพระเยซูคริสต์ ดัง
นั้นคนเหล่านี้จึงอยู่ในร่างกายเดิมที่เขาเคยมีในช่วงที่เขาเสียชีวิต ใบหน้า
และร่างกายของคนเหล่านี้จะซีดเซียวและเขียวช้ำ (เหมือนศพ) และเส้นผม
ยุ่งเหยิงเพราะความกลัวที่อยู่ในนรก บางคนสวมใส่ผ้าขี้ริ้ว บางคนสวมใส่
เสื้อผ้าเพียงไม่กี่ชิ้น ในขณะที่หลายคนไม่มีเสื้อผ้าห่อหุ้มร่างกายของตน

ในสวรรค์ ดวงวิญญาณที่รอดจะสวมใส่เสื้อคลุมสีขาวอันงดงามและ
สวมมงกุฎที่สว่างเจิดจ้า นอกจากนั้น ความสว่างเจิดจ้าของเสื้อคลุมและ
เครื่องประดับเหล่านั้นยังแตกต่างกันตามสง่าราศีและรางวัลของแต่ละคน
เช่นกัน ในทางกลับกัน รูปร่างหน้าตาของดวงวิญญาณที่ไม่รอดในนรกก็จะ
แตกต่างกันตามขนาดและชนิดของความบาปของคนเหล่านั้น

2. เด็กที่เริ่มหัดเดิน

เด็กแรกเกิดเติบโตและเรียนรู้ที่จะยืน หัดเดิน และเปล่งคำพูดบางคำ
ออกมา เมื่อเด็กที่เริ่มหัดเดินเสียชีวิต เด็กเหล่านี้จะได้รับโทษแบบใด

เด็กที่เริ่มหัดเดินจะถูกรวบรวมไว้ในสถานที่แห่งหนึ่งต่างหากเช่นกัน เด็กเหล่านี้ทนทุกข์ทรมานตามสัญชาติญาณเพราะเขาไม่สามารถคิดอย่างมีเหตุผลหรือวินิจฉัยสิ่งต่าง ๆ ได้ในช่วงที่เขาเสียชีวิต

เด็กที่เริ่มหัดเดินร้องหาพ่อแม่ในท่ามกลางความสยดสยอง

เด็กที่เริ่มหัดเดินมีอายุเพียงสองถึงสามปีเท่านั้น ดังนั้นเด็กกลุ่มนี้จึงไม่รู้เรื่องความตายของตนด้วยซ้ำและไม่รู้ว่าเพราะเหตุใดเขาจึงอยู่ในนรก   แต่เด็กเหล่านี้ยังจดจำพ่อแม่ของตนได้   นั่นคือสาเหตุที่เด็กเหล่านี้ร้องไห้อยู่เนื่อง ๆ ว่า "พ่อจ๋า แม่จ๋า พ่อกับแม่อยู่ที่ไหน หนูอยากกลับบ้าน ทำไมหนูจึงอยู่ที่นี่"

ในขณะที่อยู่ในโลกนี้ เมื่อเด็กเหล่านี้หกล้มและได้รับบาดเจ็บ แม่ของเขาจะวิ่งมาอย่างรวดเร็วและอุ้มเขาไว้ในอก แต่บัดนี้แม่ไม่สามารถเล้าโลมเขาได้อีกต่อไปแม้เขาจะร้องตะโกนและร้องไห้เมื่อร่างกายของเขาเจิ่งนองไปด้วยเลือด ลองวาดภาพดูว่าเมื่อเด็กพลัดหลงกับแม่ของตนในตลาดหรือในศูนย์การค้าเขาจะร้องไห้ฟูมฟายมากเพียงใด

เด็กเหล่านี้ไม่ได้รับการปกป้องจากพ่อแม่ของตนในนรกแห่งนี้   แค่ความจริงข้อนี้ก็น่ากลัวมากพอที่จะนำเด็กเหล่านี้ตกอยู่ในความสยดสยองยิ่งกว่านั้น เสียงข่มขู่และเสียงหัวเราะอันน่าขยะแขยงของยมทูตแห่งนรกจะกดดันให้เด็กทารกเหล่านี้ร้องไห้น้ำตานองหน้า แต่เป็นเสียงร้องไห้ที่เปล่าประโยชน์

ยมทูตแห่งนรกจะทุบหลังของเด็กรวมทั้งกระทืบหรือเฆี่ยนตีเด็กเหล่านั้นเพื่อเป็นการฆ่าเวลา   ด้วยความกลัวและความเจ็บปวดเด็กจะพยายามหลบหรือวิ่งหนีจากยมทูตเหล่านั้น แต่ในสถานที่แออัดเช่นนั้น เด็กเหล่านี้ไม่อาจวิ่งหนีไปไหนได้ สถานที่แห่งนี้เจิ่งนองไปด้วยเลือดซึ่งเกิดจากบาดแผลที่เกิดจากการวิ่งชนกันและการเหยียบย่ำกันของเด็ก   ภายใต้สถานการณ์ที่น่าเวทนาเช่นนี้ พวกเด็ก ๆ ร้องไห้อย่างต่อเนื่องเพราะคิดถึงแม่ ความ

หิวโหย และความหวาดกลัว สภาพเช่นนี้เพียงอย่างเดียวก็ถือเป็น "นรก" สำหรับเด็กเหล่านี้

เป็นการยากที่เด็กอายุสองสามขวบจะทำบาปและก่ออาชญากรรมอัน ร้ายแรง ถึงกระนั้นเด็กเหล่านี้ก็ยังถูกลงโทษอย่างน่าเวทนาเนื่องจากความ บาปดั้งเดิมของตนและบาปที่เขาได้ทำ ลองคิดดูซิว่าผู้ใหญ่ที่ทำบาปร้ายแรง กว่าเด็กเหล่านี้จะถูกลงโทษในนรกอย่างน่าเวทนามากกว่านั้นสักเท่าใด

บุคคลจะรอดพ้นจากการถูกลงโทษของนรกนี้ได้ก็ต่อเมื่อเขาต้อนรับ เอาพระเยซูคริสต์ (ผู้ทรงสิ้นพระชนม์บนกางเขนเพื่อไถ่เราเรา) เป็นพระ ผู้ช่วยให้รอดและดำเนินชีวิตอยู่ในความสว่างเท่านั้น คนเช่นนี้จะเข้าไป สู่สวรรค์เพราะเขาได้รับการยกโทษความบาปของตนทั้งในอดีต ปัจจุบัน และอนาคต

3. เด็กที่โตพอจะเดินและพูดได้

เด็กที่เริ่มหัดเดินและเริ่มพูดจะวิ่งและพูดได้ดีขึ้นเมื่อเขามีอายุสามขวบ เด็กที่มีอายุสามถึงห้าขวบจะได้รับโทษแบบใดในอุโมงค์ชั้นล่าง
ยมทูตแห่งนรกไล่กวดเด็กเหล่านี้ด้วยหอก

เด็กที่มีอายุตั้งแต่สามถึงห้าปีจะถูกแยกไว้ในสถานที่มืดมิดอันกว้าง ใหญ่และถูกลงโทษในสถานที่แห่งนั้น เด็กเหล่านี้วิ่งวนไปมาตามที่ต่าง ๆ อย่างสุดฤทธิ์เท่าที่ตนจะทำได้เพื่อหนีให้พ้นยมทูตแห่งนรกซึ่งไล่กวดตน ด้วยหอกสามง่าม

หอกสามง่ามเป็นหอกที่มีปลายหอกแบ่งออกเป็นสามส่วน ยมทูตแห่ง นรกกำลังไล่กวดดวงวิญญาณของเด็กเหล่านี้ด้วยการใช้หอกแทงเด็ก ๆ เหมือนนักล่าสัตว์ สุดท้าย เด็กเหล่านี้วิ่งมาถึงหน้าผาสูงชันและด้านล่างของ หน้าผาแห่งนี้เขามองเห็นที่กำลังน้ำเดือดจัดเหมือนเปลวของลาวาที่ประ

ทุออกมาจากปล่องภูเขาไฟ ตอนแรก เด็กเหล่านั้นลังเลที่จะกระโดดจาก
หน้าผา แต่เพื่อหนีการไล่ต้อนของเหล่ายมทูตเด็กเหล่านั้นจึงกระโดด เขา
ไม่มีทางเลือกอื่น

ตะเกียกตะกายออกจากน้ำเดือด

เด็กอาจหลบหลีกการถูกแทงด้วยหอกที่อยู่ในมือของเหล่ายมทูต แต่
บัดนี้เขากำลังจมอยู่ในน้ำที่เดือดจัด ลองวาดภาพดูซิว่าสภาพเช่นนี้จะเจ็บ
ปวดมากเพียงใด พวกเด็ก ๆ พยายามตะเกียกตะกายเพื่อเงยหน้าของตนไว้
เหนือน้ำเนื่องจากน้ำเดือดได้ทะลักเข้าไปในปากและจมูกของเขา เมื่อเหล่า
ยมทูตมองเห็นภาพนี้ พวกมันจึงล้อเลียนเด็กเหล่านั้นว่า "ฮ่าฮ่าฮ่า สนุก
ไหม" หรือ "โอ้โฮ สนุกจังเลย" จากนั้น ยมทูตจึงตะโกนถามว่า "ใครเล่า
ทำให้เด็กเหล่านี้ตกนรก ไปเอาพ่อแม่ของเด็กเหล่านี้มาสู่หนทางแห่งความ
ตายกันเถอะ เมื่อเขาตายจงพาเขามาที่นี่เพื่อให้เขาดูลูกของตนทนทุกข์และ
ถูกทรมาน"

จากนั้น เด็กที่กำลังตะเกียกตะกายหนีน้ำที่กำลังเดือดนั้นจะถูกจับ
ด้วยอวนขนาดใหญ่เหมือนจับปลาและเขาจะถูกเหวี่ยงกลับไปยังที่เดิม
ของตนซึ่งเป็นจุดที่เด็กเหล่านั้นเริ่มวิ่งหนียมทูต นับจากเวลานี้เป็นต้นไป
กระบวนการอันแสนเจ็บปวดของการวิ่งหนียมทูตซึ่งไล่ต้อนเด็กเหล่านั้น
ด้วยหอกและกระบวนการของการที่พวกเด็ก ๆ ต้องกระโดดลงไปในน้ำ
เดือดจึงเกิดขึ้นซ้ำแล้วซ้ำอีกโดยไม่มีวันสิ้นสุด

เด็กเหล่านี้มีอายุเพียงสามถึงห้าปีเท่านั้น ดังนั้นเขาจึงวิ่งไม่เร็วนัก แต่
เด็ก ๆ ก็พยายามวิ่งให้เร็วที่สุดเท่าที่จะทำได้เพื่อหนีจากการไล่ต้อนของ
เหล่ายมทูตซึ่งถือหอกไล่ตามตนและมุ่งไปสู่หน้าผาสูงชัน เด็กเหล่านั้น
กระโดดลงไปในน้ำเดือดและพยายามตะเกียกตะกายหนีน้ำเดือดนั้นอีกครั้ง
หนึ่ง จากนั้นเด็กเหล่านี้ก็ถูกจับด้วยอวนขนาดใหญ่และถูกเหวี่ยงกลับไป
ยังที่เดิม กิจวัตรนี้เกิดขึ้นซ้ำแล้วซ้ำอีกโดยไม่สิ้นสุด ช่างเป็นภาพที่น่าเศร้า

สลดและน่าเวทนามากทีเดียว

ท่านเคยถูกเตารีดหรือหม้อน้ำร้อนลวกมือของท่านหรือไม่   ถ้าท่านเคย
ท่านจะรู้ว่าสิ่งนี้เจ็บปวดมากเพียงใด   ตอนนี้ลองจินตนาการดูซิว่าท่านจะรู้สึก
อย่างไรถ้าร่างกายของท่านแช่อยู่ในน้ำที่กำลังเดือด   หรือถ้าท่านจมอยู่ในหม้อ
น้ำเดือดขนาดใหญ่ แค่คิดถึงภาพนี้ก็ทำให้เรารู้สึกเจ็บปวดและสยดสยอง

ถ้าท่านเคยถูกไฟไหม้ในระดับที่สามท่านคงจำได้ดีว่าสภาพนั้นเจ็บปวด
ทรมานมากเพียงใด   นอกจากนั้น ท่านคงจดจำกลิ่นไหม้ของเนื้อหนังและ
กลิ่นที่น่าขยะแขยงของเซลล์ที่กำลังเน่าเปื่อยเพราะถูกไฟไหม้ด้วยเช่นกัน

แม้ส่วนที่ถูกไฟไหม้ได้รับการรักษาให้หาย   แต่บ่อยครั้งรอยแผลเป็น
ที่น่าเกลียดก็ยังคงอยู่   ผู้คนส่วนใหญ่ไม่กล้าร่วมสามัคคีธรรมกับคนที่มี
แผลเป็นเช่นนั้น บางครั้ง แม้แต่สมาชิกในครอบครัวของเขาก็ไม่กล้ารับ
ประทานอาหารร่วมกับเขาด้วยซ้ำ ในช่วงของการรักษา ผู้ป่วยอาจทนไม่
ไหวกับการขูดผิวหนังส่วนที่ถูกไฟไหม้ออก   ในหลายกรณีผู้ป่วยจะเกิด
อาการประสาทหรือฆ่าตัวตายเนื่องจากความรู้สึกกลัดกลุ้มและความทุกข์
ทรมานที่เกิดจากการรักษา ลองคิดดูซิว่าจิตใจของพ่อแม่จะแตกสลายมาก
เพียงใดถ้าลูกของตนได้รับความเจ็บปวดจากการถูกไฟไหม้

ถึงกระนั้น   การถูกไฟไหม้ที่เลวร้ายที่สุดในโลกนี้ก็ยังเทียบไม่ได้กับ
การลงโทษดวงวิญญาณของเด็กที่ไม่รอดเหล่านี้ในบึงไฟซึ่งเกิดขึ้นซ้ำแล้ว
ซ้ำอีกอย่างไม่สิ้นสุด   ความรุนแรงของความเจ็บปวดและความโหดเหี้ยม
ทารุณที่เด็กเหล่านี้ได้รับในบึงไฟเป็นสิ่งที่ไม่อาจจินตนาการได้

ไม่มีใครหนีหรือซ่อนตัวจากการลงโทษที่เกิดขึ้นซ้ำแล้วซ้ำอีกนี้ได้

เด็ก ๆ ต่างก็วิ่งหนีเหล่ายมทูตที่ถือหอกสามง่ามไล่ต้อนตน เด็กเหล่านั้น
ตกจากหน้าผาสูงชันและจมอยู่น้ำที่กำลังเดือด   น้ำที่เดือดแทรกซึมเข้าไปใน
ร่างกายเหมือนเปลวของลาวาที่ติดแน่นและส่งกลิ่นเหม็นไหม้   ยิ่งกว่านั้น

นรก

น้ำที่เดือดจัดนั้นยังทะลักเข้าไปในจมูกและปากของเด็กในขณะที่เขากำลังตะเกียกตะกายหนีออกจากบ่อน้ำเดือด ไม่มีการถูกน้ำร้อนลวกขั้นใดในโลกนี้จะเทียบกับภาพนี้ได้ไม่ว่าการถูกน้ำร้อนลวกนั้นจะรุนแรงสักเพียงใดก็ตาม

เด็กเหล่านี้ไม่รู้สึกด้านชาแม้เขาจะถูกทรมานอย่างต่อเนื่องโดยไม่มีการหยุดพัก เขาเป็นบ้าไม่ได้ เป็นลมเพื่อลืมความเจ็บปวดไม่ได้ เฉยเมยต่อความเจ็บปวดในชั่วขณะหนึ่งไม่ได้ หรือฆ่าตัวตายเพื่อหนีความเจ็บปวดในนรกก็ไม่ได้ ช่างเป็นเรื่องที่น่าเวทนามากทีเดียว

นี่คือวิธีการที่เด็กอายุประมาณสามถึงห้าขวบจะถูกลงโทษด้วยความเจ็บปวดอย่างแสนสาหัสในอุโมงค์ชั้นล่างสำหรับบาปของตน ท่านลองคิดดูซิว่าถ้าเด็กอายุเพียงแค่นี้ต้องรับโทษหนักหนาถึงเพียงนั้น ผู้คนที่มีอายุมากกว่าเขาจะต้องรับโทษหนักหนาสาหัสยิ่งกว่านี้สักกี่เท่า

4. เด็กที่มีอายุตั้งแต่หกปีถึงสิบสองปี

เด็กที่ไม่รอดซึ่งมีอายุจากหกปีถึงสิบสองปีจะได้รับโทษแบบใดในอุโมงค์ชั้นล่าง

ถูกฝังไว้ใกล้แม่น้ำเลือด

นับตั้งแต่การสร้างโลกเป็นต้นมา ดวงวิญญาณที่ไม่รอดจำนวนนับไม่ถ้วนได้หลั่งเลือดของตนออกมาในขณะที่ถูกทรมานอย่างหนักในอุโมงค์ชั้นล่าง ลองคิดดูซิว่าเลือดที่หลั่งไหลออกมานั้น (โดยเฉพาะอย่างยิ่งเลือดที่ไหลออกจากการที่แขนและขาของคนเหล่านั้นถูกตัดและงอกขึ้นมาใหม่และถูกตัดอีกอย่างต่อเนื่อง) จะมีปริมาณมากมายเพียงใด

เลือดของคนเหล่านั้นมีจำนวนมากพอที่จะรวมกันเป็นแม่น้ำสายหนึ่งเพราะการลงโทษของเขาเกิดขึ้นซ้ำแล้วซ้ำอีกอย่างไม่สิ้นสุดโดยไม่คำนึง

ว่าเลือดนั้นได้ไหลออกมาแล้ว ในโลกนี้ หลังจากสงครามหรือการสังหาร
หมู่จบสิ้นลง เลือดของผู้คนจะไหลนองเหมือนลำธารหรือสระน้ำขนาด
เล็ก อากาศในบริเวณดังกล่าวจะอบอวลไปด้วยกลิ่นคาวเลือดที่เน่าเหม็น
ในหน้าร้อนกลิ่นจะรุนแรงยิ่งขึ้น แมลงมีพิษนานาชนิดจะเกาะกลุ่มกันอยู่
ทั่วไป และโรคติดเชื้อหลายชนิดเริ่มระบาด

เลือดในอุโมงค์ชั้นล่างไม่ได้เป็นเหมือนลำธารหรือสระน้ำขนาดเล็ก แต่มี
ลักษณะเหมือนแม่น้ำเลือดอันกว้างใหญ่ เด็กอายุตั้งแต่หกถึงประมาณสิบสอง
ปีจะถูกลงโทษที่ฝั่งแม่น้ำสายนี้และจะถูกฝังไว้ที่นั่น ยิ่งบาปของเด็กเหล่านี้
รุนแรงมากเท่าใด เขาก็จะถูกฝังใกล้กับแม่น้ำและลึกลงไปมากขึ้นเท่านั้น

ขุดดินที่แห้งผากด้วยมือเปล่า

เด็กที่อยู่ห่างไกลจากแม่น้ำเลือดจะไม่ถูกฝังไว้ใต้ดิน เด็กเหล่านั้น
หิวโหยมากจนเขาต้องใช้มือเปล่าของตนขุดดินที่แห้งผากเพื่อค้นหาสิ่งที่
ตนจะกินได้ เขาขุดต่อไปอย่างสิ้นหวังโดยไม่ได้พบสิ่งใดจนกระทั่งเล็บ
ของเด็กเหล่านั้นหลุดหายไปและปลายนิ้วของเขาเริ่มแข็งทื่อ นิ้วของเด็ก
เหล่านั้นผุพังไปครึ่งหนึ่งและเป็นแผลลึกจนเห็นกระดูกนิ้วโผล่ออกมา ต่อ
มาฝ่ามือและนิ้วมือของเขาเริ่มสึกกร่อนและผุพัง แม้ในท่ามกลางความเจ็บ
ปวดเหล่านี้พวกเด็ก ๆ ยังคงถูกบังคับให้ขุดดินอย่างสิ้นหวังเพื่อหาอาหาร

เมื่อท่านก้าวเข้าไปใกล้แม่น้ำเลือดมากขึ้นท่านจะพบว่าเด็กพวกนี้ชั่ว
ร้ายมากขึ้น ยิ่งเด็กชั่วร้ายมากเท่าใดเขาจะถูกนำไปไว้ใกล้แม่น้ำเลือดสาย
นั้นมากยิ่งขึ้นเท่านั้น เด็กต่อสู้กันและกันเพื่อจะกินเนื้อของคนอื่นด้วยความ
หิวโหยในขณะที่เขาถูกฝังไว้ในดินตั้งแต่บั้นเอวลงไป

เด็กที่ชั่วร้ายที่สุดจะถูกลงโทษใกล้กับแม่น้ำเลือดและถูกฝังไว้ใต้ดินตั้งแต่คอ
ลงไป ผู้คนในโลกนี้จะเสียชีวิตถ้าเขาถูกฝังไว้ใต้ดินตั้งแต่คอลงไปเพราะเลือด
จะไม่สามารถไหลเวียนไปยังส่วนอื่นของร่างกายได้ เนื่องจากในนรกไม่มีความ
ตาย ความทุกข์เวทนาของดวงวิญญาณที่ไม่รอดในนรกจึงไม่มีวันสิ้นสุด

นรก

เด็กเหล่านี้ทนทุกข์อยู่กับกลิ่นคาวเลือดที่โชยมาจากแม่น้ำ แมลงมีพิษชนิดต่าง ๆ เช่น ยุงหรือแมลงวันจากแม่น้ำรุมกัดตามใบหน้าของเด็ก แต่เขาไม่สามารถตบยุงหรือไล่แมลงเหล่านั้นไปได้เพราะเขาถูกฝังไว้ใต้ดินตั้งแต่คอลงไป สุดท้าย หน้าตาของเด็กเหล่านั้นเริ่มบวมเป่งอย่างมากจนท่านไม่สามารถจดจำใบหน้าของเขาได้

เด็กผู้น่าสังเวช: ของเล่นสำหรับยมทูต

นี่มิใช่การสิ้นสุดของความทุกข์ทรมานของเด็กแต่ประการใด แก้วหูของเด็กเหล่านั้นจะแตกเพราะเสียงหัวเราะและเสียงพูดคุยที่ดังกังวานของเหล่ายมทูตแห่งนรกในขณะที่ทูตเหล่านั้นกำลังพักผ่อนอยู่ริมฝั่งแม่น้ำเลือด ยมทูตเหล่านั้นนั่งหรือยืนพักผ่อนอยู่บนศีรษะของเด็ก ๆ ที่ถูกฝังไว้ใต้ดิน

เสื้อผ้าและรองเท้าของพวกยมทูตตกแต่งด้วยวัสดุที่แหลมคม ดังนั้นศีรษะของเด็กจะมีแผลแตก ใบหน้าของเขาฉีกขาด หรือเส้นผมของเขาจะถูกถอนออกมาเป็นกระจุกใหญ่เมื่อยมทูตเหยียบหรือนั่งบนศีรษะของเด็ก ยิ่งกว่านั้น ยมทูตยังใช้ดาบเฉือนใบหน้าหรือใช้เท้าบดขยี้ศีรษะของพวกเด็ก ๆ ด้วยเช่นกัน นี่เป็นการลงโทษที่โหดเหี้ยมทารุณมากทีเดียว

ท่านอาจสงสัยว่า "เป็นไปได้ยังไงที่เด็กซึ่งมีอายุในระดับประถมจะทำบาปมากพอจนต้องถูกลงโทษรุนแรงถึงเพียงนั้น" ไม่ว่าเด็กจะเยาว์วัยเพียงใดก็ตาม เด็กเหล่านี้ล้วนมีบาปดั้งเดิมและทำบาปอย่างจงใจด้วยกันทั้งสิ้น กฎฝ่ายวิญญาณซึ่งกำหนดไว้ว่า "ค่าจ้างของความบาปคือความตาย" เป็นสิ่งที่ประยุกต์ใช้กับมนุษย์ทุกคนทั่วโลกไม่ว่าเขาจะอยู่ในวัยใดก็ตาม

5. เด็กหนุ่มที่เยาะเย้ยเอลีชา

2 พงศ์กษัตริย์ 2:33-34 บรรยายภาพของผู้เผยพระวจนะเอลีชาซึ่งเดิน

ทางจากเมืองเยรีโคเพื่อขึ้นไปยังเมืองเบธเอล ในขณะที่ท่านกำลังเดินทาง
อยู่นั้น มีเด็กหนุ่มบางคนออกมาจากเมืองล้อเลียนท่านว่า "อ้ายหัวล้าน จง
ขึ้นไปเถิด อ้ายหัวล้าน จงขึ้นไปเถิด" เมื่อทนกับเด็กพวกนั้นไม่ได้อีกต่อ
ไป เอลีชาจึงแช่งสาปเด็กเหล่านั้น จากนั้นมีหมีตัวเมียสองตัวออกมาจากป่า
"ฉีกเด็กชายพวกนั้นเสียสี่สิบสองคน" ท่านคิดว่าเกิดอะไรขึ้นกับเด็กชายสี่
สิบสองคนในอุโมงค์ชั้นล่าง

ถูกฝังดินไว้ตั้งแต่คอลงไป

หมีตัวเมียสองตัวฉีกเนื้อเด็กชายสี่สองคน ท่านคงวาดภาพได้ว่ามีเด็ก
กี่คนที่ตามล้อเลียนผู้เผยพระวจนะ เอลีชาเป็นผู้เผยพระวจนะที่กระทำการ
ของพระเจ้าอย่างอัศจรรย์มากมาย เอลีชาคงไม่แช่งสาปเด็กพวกนั้นถ้าเขา
ล้อเลียนท่านด้วยคำพูดเพียงไม่กี่คำ

เด็กพวกนั้นตามล้อเลียนท่านอย่างต่อเนื่องว่า "อ้ายหัวล้าน จงขึ้นไปเถิด
อ้ายหัวล้านจงขึ้นไปเถิด" นอกจากนั้น พวกเขานั้นยังขว้างท่านด้วยหินและ
แทงท่านด้วยท่อนไม้ด้วยเช่นกัน ผู้เผยพระวจนะเอลีชาคงได้ตักเตือนและ
ต่อว่าเด็กเหล่านั้นก่อนแล้ว แต่ท่านต้องแช่งสาปเขาเพราะท่านคงเห็นว่า
เด็กพวกนั้นชั่วร้ายเกินกว่าที่จะยกโทษให้ได้

เรื่องนี้เกิดขึ้นเมื่อหลายพันปีก่อนในสมัยที่ผู้คนยังมีจิตสำนึกที่ดีและ
ความชั่วร้ายยังไม่แพร่หลายเหมือนในยุคของเรา เด็กพวกนั้นต้องชั่วร้าย
มากทีเดียวเขาจึงกล้าตามล้อเลียนผู้เผยพระวจนะแก่ ๆ อย่างเอลีชาผู้ซึ่ง
กระทำการของพระเจ้าอย่างอัศจรรย์

ในอุโมงค์ชั้นล่าง เด็กเหล่านี้ถูกลงโทษใกล้กับแม่น้ำเลือดด้วยการถูกฝัง
ไว้ใต้ดินตั้งแต่คอลงไป พวกเขาสำลักกลิ่นคาวอันเน่าเหม็นจากแม่น้ำเลือด
และถูกแมลงมีพิษนานาชนิดกัดต่อย นอกจากนั้น เด็กพวกนี้ยังถูกยมทูต
แห่งนรกทรมานอย่างโหดเหี้ยมทารุณอีกด้วย

นรก

พ่อแม่ต้องชี้นำลูกของตน

เด็กในยุคของเราประพฤติตัวอย่างไร บางคนทิ้งเพื่อนของตนไว้ในความหนาวเย็น ช่วงชิงเงินหรือค่าอาหารเที่ยงไปจากเขา ตบตีเขา หรือแม้กระทั่งใช้ไฟบุหรี่จี้ตัวเขา—ที่เขาทำเหล่านี้ก็เพราะไม่ชอบหน้าเด็กอีกคนหนึ่ง เด็กบางคนถึงกับฆ่าตัวตายเพราะไม่อาจทนต่อการขู่กรรโชกที่เกิดขึ้นซ้ำแล้วซ้ำอีกได้ เด็กบางคนตั้งแก๊งตั้งแต่เรียนอยู่ในระดับประถมและฆ่าคนเพื่อเลียนแบบอาชญากรที่โด่งดัง

ด้วยเหตุนี้ พ่อแม่จึงต้องอบรมเลี้ยงดูลูกของตนเพื่อป้องกันไม่ให้ลูกของตนทำตามแบบอย่างของโลกนี้และนำเขาไปสู่การพัฒนาและการดำเนินชีวิตอย่างสัตย์ซื่อด้วยความยำเกรงพระเจ้า ท่านจะรู้สึกเสียใจมากเพียงใดถ้าท่านเข้าสู่สวรรค์และเห็นลูกของท่านถูกทรมานในนรก แค่คิดถึงภาพนี้ก็ทำให้รู้สึกหวาดกลัวมากทีเดียว

ดังนั้น ท่านต้องเลี้ยงดูลูกของท่านให้ดำเนินชีวิตในความเชื่อตามความจริง ยกตัวอย่าง ท่านควรสอนลูกของท่านไม่ให้พูดหรือวิ่งเล่นไปมาในช่วงการนมัสการ แต่ให้เขาอธิษฐานและสรรเสริญพระเจ้าด้วยความคิด จิตใจและจิตวิญญาณของตน แม้แต่เด็กทารกที่ไม่สามารถเข้าใจสิ่งที่แม่ของตนพูดก็นอนหลับสบายโดยไม่ร้องไห้ในช่วงการนมัสการเมื่อแม่ของเขาอธิษฐานเผื่อทารกเหล่านั้นและเลี้ยงดูเขาในความเชื่อ เด็กเหล่านี้จะได้รับรางวัลสำหรับความประพฤติของตนในสวรรค์ด้วยเช่นกัน

เด็กที่มีอายุตั้งแต่สามหรือสี่ขวบสามารถนมัสการพระเจ้าและอธิษฐานเมื่อพ่อแม่สั่งสอนเด็กเหล่านี้โดยตั้งเป็นกฎระเบียบให้เขาปฏิบัติตาม ความลึกซึ้งของการอธิษฐานอาจแตกต่างกันโดยขึ้นอยู่กับระดับอายุ พ่อแม่สามารถสอนลูกของตนให้เพิ่มช่วงเวลาของการอธิษฐานขึ้นทีละเล็กละน้อย เช่น จากห้านาทีเป็นสิบนาที เป็นสามสิบนาที หรือเป็นหนึ่งชั่วโมงเป็นต้น

ไม่ว่าเด็กเหล่านี้จะเยาว์วัยสักเพียงใดก็ตาม เมื่อพ่อแม่ของเขาสอนพระ

คำตามระดับอายุและความเข้าใจของเขาให้กับเขาและช่วยเขาให้ดำเนิน
ชีวิตตามพระคำนั้น   เด็กจะพยายามทำตามพระคำของพระเจ้าและดำเนิน
ชีวิตที่พระองค์พอพระทัยมากขึ้น   เด็กเหล่านี้จะกลับใจและสารภาพบาป
ของตนด้วยน้ำตานองหน้าด้วยเช่นกันเมื่อพระวิญญาณบริสุทธิ์กระทำการ
ในชีวิตของเขา ข้าพเจ้าขอวิงวอนท่านให้สั่งสอนลูกของท่านให้เข้าใจอย่าง
ชัดเจนว่าพระเยซูคริสต์คือผู้ใดและช่วยเขาให้เติบโตขึ้นในความเชื่อ

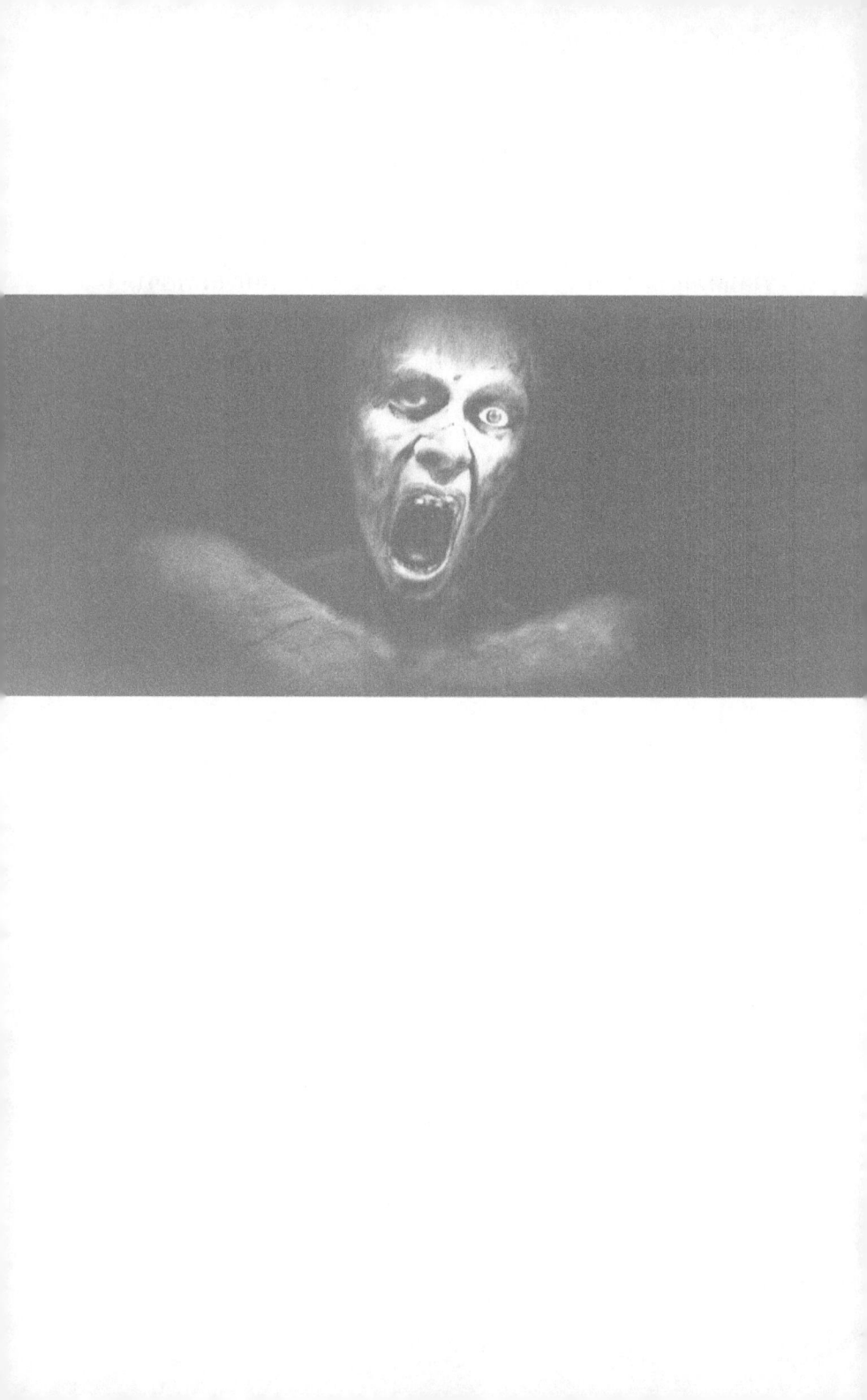

บทที่ 5

การลงโทษสำหรับผู้คนที่เสียชีวิตหลังจากวัยหนุ่มสาว

การลงโทษขั้นแรก

การลงโทษขั้นที่สอง

การลงโทษฟาโรห์

การลงโทษขั้นที่สาม

"ความโอ่อ่าของเจ้าถูกนำลงมาถึงแดนคนตาย และ
เสียงพิณใหญ่ของเจ้า ตัวหนอนจะเป็นที่นอนอยู่ใต้ตัว
เจ้าและ ตัวหนอนจะเป็นผ้าห่มของเจ้า"

(อิสยาห์ 14:11)

"เมฆจางและหายไปฉันใด บุคคลที่ลงไปยังแดนคน
ตายก็มิได้ขึ้นมาฉันนั้น"

(โยบ 7:9)

ทุกคนที่เข้าสู่สวรรค์จะได้รับรางวัลและสง่าราศีแตกต่างกันตามการกระทำของตนในชีวิตนี้ในทางกลับกันการลงโทษที่ผู้คนในอุโมงค์ชั้นล่างจะได้รับก็แตกต่างกันตามความชั่วที่เขากระทำไว้ในชีวิตนี้เช่นกันผู้คนในนรกจะทนทุกข์กับความเจ็บปวดอย่างแสนสาหัสตลอดกาลความรุนแรงของความเจ็บปวดและความทุกข์เวทนาของแต่ละคนจะแตกต่างกันโดยขึ้นอยู่กับการกระทำของแต่ละคนในชีวิตนี้มนุษย์ (ไม่ว่าเขาจะไปนรกหรือสวรรค์) จะเก็บเกี่ยวสิ่งที่ตนหว่าน

ยิ่งท่านทำบาปมากเท่าใด ท่านก็จะลงไปสู่นรกขุมลึกมากขึ้นเท่านั้น ความบาปของท่านหนักหนามากขึ้นเท่าใด ความเจ็บปวดที่ท่านจะได้รับในนรกก็จะรุนแรงมากขึ้นเท่านั้น ความรุนแรงของการลงโทษจะถูกกำหนดโดยข้อเท็จจริงที่ว่าบุคคลนั้นขัดขวางน้ำพระทัยของพระเจ้ามากแค่ไหน—กล่าวคือ บุคคลนั้นมีธรรมชาติบาปของลูซีเฟอร์อยู่ในเขามากเพียงใด

กาลาเทีย 6:7-8 บอกเราว่า *"อย่าหลงเลย ท่านจะหลอกลวงพระเจ้าไม่ได้ เพราะว่าผู้ใดหว่านอะไรลงก็จะเกี่ยวเก็บสิ่งนั้น ผู้ที่หว่านในย่านเนื้อหนังของตนก็จะเกี่ยวเก็บความเปื่อยเน่าจากเนื้อหนังนั้น แต่ผู้ที่หว่านในย่านพระวิญญาณก็จะเกี่ยวเก็บชีวิตนิรันดร์จากพระวิญญาณนั้น" ท่านจะเก็บเกี่ยวสิ่งที่ท่านหว่านด้วยวิธีนี้อย่างแน่นอน*

ผู้คนที่มีชีวิตหลังวัยหนุ่มสาวจะได้รับโทษแบบใดในอุโมงค์ชั้นล่างหลังจากเขาเสียชีวิต ในบทนี้ข้าพเจ้าจะอธิบายถึงการลงโทษสี่ขั้นในอุโมงค์ชั้นล่างที่ดวงวิญญาณจะได้รับตามการกระทำของตนในชีวิตนี้ โปรดเข้าใจว่าข้าพเจ้าไม่อาจให้ข้อมูลที่ชัดเจนอย่างละเอียดกว่านี้ได้เพราะข้อมูลดังกล่าวจะทำให้ความกลัวของท่านเพิ่มมากขึ้น

1. การลงโทษขั้นแรก

วิญญาณบางดวงถูกบังคับให้ยืนอยู่บนทรายที่ร้อนมากกว่าทรายใน

ทะเลทรายหรือตามชายหาดในโลกนี้ถึงเจ็ดเท่า คนเหล่านี้ไม่สามารถหลีก
หนีจากความทุกข์นี้ได้เพราะสิ่งนี้จะเป็นเหมือนกับการถูกปล่อยทิ้งไว้กลาง
ทะเลทรายขนาดใหญ่

ท่านเคยเดินเท้าเปล่าบนทรายที่ร้อนระอุในหน้าร้อนบ้างหรือไม่ ท่าน
ไม่อาจทนต่อความปวดแสบปวดร้อนได้เกินสิบหรือสิบห้านาทีถ้าท่าน
พยายามเดินบนทรายด้วยเท้าเปล่าในฤดูร้อน ดินทรายในเขตร้อนชื้นของ
โลกมีความร้อนยิ่งกว่านั้นอีก โปรดจำไว้ว่าทรายในอุโมงค์ชั้นล่างร้อนกว่า
ทรายที่ร้อนที่สุดของโลกนี้ถึงเจ็ดเท่า

ในช่วงที่ข้าพเจ้าเดินทางไปเยี่ยมดินแดนศักดิ์สิทธิ์แห่งอิสราเอล
ข้าพเจ้าพยายามวิ่งไปบนถนนลาดยางที่มุ่งหน้าไปสู่ทะเลตายแทนการนั่ง
บนรถราง ข้าพเจ้าเริ่มออกวิ่งอย่างรวดเร็วพร้อมกับผู้ร่วมเดินทางอีกสอง
สามคน ครั้งแรกข้าพเจ้าไม่รู้สึกถึงความเจ็บปวด แต่เมื่อวิ่งมาเกือบครึ่งทาง
ข้าพเจ้าเริ่มรู้สึกปวดแสบปวดร้อนที่ฝ่าเท้าทั้งสองข้างของข้าพเจ้า แม้เรา
อยากหลีกหนีจากความเจ็บปวดดังกล่าว แต่เราก็ไม่มีที่ไป เพราะทั้งสอง
ข้างทางเป็นทุ่งที่เต็มไปด้วยกรวดหินขนาดเล็กซึ่งร้อนมากพอ ๆ กัน

ในที่สุดกลุ่มของเราจึงวิ่งไปจนสุดปลายถนนอีกฟากหนึ่งซึ่งที่นั่นเรา
ได้จุ่มและแช่เท้าของเราลงไปในน้ำเย็นภายในสระว่ายน้ำที่อยู่ใกล้เคียง
พวกเราดีใจที่ไม่มีใครได้รับแผลพุพองจากความร้อนดังกล่าว การวิ่งบน
ถนนครั้งนั้นใช้เวลาประมาณสิบนาทีเท่านั้น แต่ก็มากพอที่จะสร้างความ
เจ็บปวดอย่างแสนสาหัสให้กับเรา ลองจินตนาการดูซิว่าจะเกิดอะไรขึ้น
ถ้าท่านถูกบังคับให้ยืนอยู่บนผืนทรายที่ร้อนระอุยิ่งกว่าทรายในโลกนี้ถึง
เจ็ดเท่าตลอดนิรันดรกาล ไม่ว่าทรายนั้นจะร้อนสักเพียงใดก็ตาม แต่การ
ลงโทษในสถานที่แห่งนั้นจะไม่มีวันสิ้นสุดหรือลดระดับลง แต่นี่เป็นเพียง
การลงโทษที่เบาที่สุดในอุโมงค์ชั้นล่าง

มีวิญญาณอีกดวงหนึ่งที่กำลังถูกทรมานด้วยวิธีการอีกอย่างหนึ่ง เขา
ถูกบังคับให้นอนลงบนหินร้อนขนาดใหญ่และถูกย่างด้วยไฟอย่างต่อเนื่อง
โดยไม่มีที่สิ้นสุด ภาพนี้คล้ายกับการย่างเนื้อสดบนตะแกรงเหล็กย่างที่ร้อน

ระอุ จากนั้นมีหินร้อนขนาดใหญ่อีกก้อนหนึ่งหล่นลงมาทับบนร่างกายของ
เขาจนทำให้ร่างกายและอวัยวะทุกส่วนในร่างกายนั้นแตกกระจาย ลองวาด
ภาพว่าท่านกำลังรีดผ้า ท่านวางผ้า—ซึ่งได้แก่ดวงวิญญาณที่ถูกลงโทษ—ลง
บนโต๊ะรีดผ้าซึ่งเป็นก้อนหินขนาดใหญ่ จากนั้นท่านกดเตารีด—ซึ่งเป็นหิน
ใหญ่อีกก้อนหนึ่ง—ลงบนผ้าที่ท่านรีดอยู่นั้น

ความร้อนเป็นส่วนหนึ่งของการทรมาน แต่การที่อวัยวะส่วนต่าง ๆ ของ
ร่างกายแตกกระจายก็ถือเป็นอีกส่วนหนึ่ง แขนขาของเขาแตกออกเป็นชิ้น
ๆ จากแรงกดทับของหินขนาดใหญ่ทั้งสองก้อน การถูกกดทับนั้นรุนแรง
มากพอที่จะทำให้กระดูกซี่โครงและอวัยวะภายในแตกกระจาย เมื่อกระ
โหลกศีรษะของเขาแตก ดวงตาสองข้างก็ทะลักออกมาและของเหลวทุก
ชนิดไหลทะลักออกมาจากกระโหลกศีรษะของเขา

เราจะบรรยายถึงความทุกข์ของเขาได้อย่างไร แม้เขาเป็นวิญญาณที่ไม่มี
รูปกาย แต่เขาก็สามารถสัมผัสถึงความเจ็บปวดอย่างแสนสาหัสเหมือนที่
เขาเคยสัมผัสในชีวิตนี้ได้ วิญญาณดวงนี้จมปลักอยู่ในความทุกข์ทรมาน
ตลอดกาล เขากรีดร้องพร้อมกับวิญญาณดวงอื่นที่ถูกทรมานเพราะความ
กลัวและความสยดสยองด้วยรำพึงรำพันว่า "เราจะหนีพ้นจากความทุกข์
ทรมานนี้ได้อย่างไร"

2. การลงโทษขั้นที่สอง

จากเรื่องราวของเศรษฐีกับลาซารัสในลูกา 16:19-31 เราพอจะมอง
เห็นภาพคร่าว ๆ ของความทุกข์เวทนาในอุโมงค์ชั้นล่าง ด้วยฤทธิ์อำนาจ
ของพระวิญญาณบริสุทธิ์ ข้าพเจ้าได้ยินถึงเสียงคร่ำครวญของชายคนหนึ่ง
ที่กำลังถูกทรมานอยู่ในอุโมงค์ชั้นล่าง จากการฟังเสียงคร่ำครวญต่อไปนี้
ข้าพเจ้าอธิษฐานเพื่อท่านจะตื่นจากการหลับใหลในฝ่ายวิญญาณ

นรก

ข้าพระองค์ถูกลากดึงไปตามที่ต่าง ๆ
แต่ไม่มีจุดสิ้นสุด
ข้าพระองค์วิ่งและวิ่งแต่ไม่มีที่สิ้นสุด
ไม่มีที่ใดจะเป็นที่ซ่อนให้กับข้าพระองค์ได้
หนังของข้าพระองค์หลุดลอกออกในที่แห่งนี้
ซึ่งเต็มไปด้วยกลิ่นอันเหม็นคาวที่สุด
แมลงชนิดต่าง ๆ กัดแทะเนื้อหนังของข้าพระองค์
ข้าพระองค์พยายามวิ่งหนีแมลงเหล่านี้อย่างสุดชีวิต
แต่ข้าพระองค์กลับอยู่ในที่แห่งเดิมเสมอ
แมลงเหล่านั้นยังคงกัดกินร่างกายของข้าพระองค์อย่างต่อเนื่อง
แมลงเหล่านั้นกำลังดูดเลือดข้าพระองค์
ข้าพระองค์ตัวสั่นด้วยความสยดสยองและความกลัว
ข้าพระองค์จะทำอย่างไร

ได้โปรดเถิด ข้าพระองค์ขอร้อง
โปรดบอกกับผู้คนให้ทราบถึงสิ่งที่กำลังเกิดขึ้นกับข้าพระองค์
บอกคนเหล่านั้นถึงการทรมานของข้าพระองค์
เพื่อคนเหล่านั้นจะไม่จบลงที่นี่
ข้าพระองค์ไม่รู้จริง ๆ ว่าข้าพระองค์ควรทำอย่างไร
ภายใต้ความกลัวและความสยดสยองอันยิ่งใหญ่
ข้าพระองค์ได้แค่คร่ำครวญเพียงอย่างเดียว
การมองหาที่ลี้ภัยเป็นเรื่องสูญเปล่า
แมลงเหล่านี้กำลังคุ้ยเขี่ยหลังของข้าพระองค์
แมลงเหล่านี้กำลังกัดกินแขนของข้าพระองค์
แมลงเหล่านี้กำลังลอกหนังของข้าพระองค์
แมลงเหล่านี้กำลังกัดกินกล้ามเนื้อของข้าพระองค์
แมลงเหล่านี้กำลังดูดเลือดข้าพระองค์

เมื่อสิ่งนี้จบสิ้นลง
ข้าพระองค์จะถูกเหวี่ยงลงไปสู่บึงไฟ
ข้าพระองค์จะทำสิ่งใดได้
ข้าพระองค์จะทำอย่างไร

แม้ข้าพระองค์ไม่เชื่อในพระเยซูในฐานะพระผู้ช่วยให้รอด
แต่ข้าพระองค์คิดว่าข้าพระองค์เป็นคนมีจิตสำนึกดี
ข้าพระองค์ไม่เคยรู้ว่าข้าพระองค์ทำบาปมากมายถึงเพียงนี้
จนกระทั่งข้าพระองค์ถูกโยนลงไปในอุโมงค์ชั้นล่าง
ตอนนี้ ข้าพระองค์ได้แต่เสียใจและเสียใจเพียงอย่างเดียว
ต่อสิ่งต่าง ๆ ที่ข้าพระองค์ได้กระทำ
ได้โปรดเถอะพระเจ้าข้า
ขออย่าให้มีใครเป็นเหมือนข้าพระองค์อีกเลย
ผู้คนในที่แห่งนี้หลายคน
คิดว่าตนดำเนินชีวิตในความดีเมื่อยังมีชีวิตอยู่
แต่คนเหล่านั้นทุกคนล้วนอยู่ที่นี่
หลายคนที่อ้างว่าตนเชื่อ
และคิดว่าตนดำเนินชีวิต
ตามน้ำพระทัยของพระเจ้าก็อยู่ที่นี่ด้วยเช่นกัน
และคนเหล่านี้ถูกทรมานอย่างโหดเหี้ยมทารุณมากกว่าข้าพระองค์

ข้าพระองค์อยากสลบไปและลืมความทุกข์เหล่านี้
แม้แต่ในช่วงสั้น ๆ แต่ข้าพระองค์ก็ทำไม่ได้
ข้าพระองค์ไม่อาจพักผ่อนได้แม้ข้าพระองค์หลับตาลง
เมื่อข้าพระองค์เปิดตาขึ้นมาอีก
ข้าพระองค์มองไม่เห็นสิ่งใดและไม่มีสิ่งใดจับต้องได้
ในขณะที่ข้าพระองค์กำลังวิ่งหนีไปที่นี่และที่โน่น

ข้าพระองค์ยังอยู่ในสถานที่แห่งเดิม
ข้าพระองค์จะทำอะไรได้
ข้าพระองค์จะทำอย่างไร
ข้าพระองค์ขอร้องพระองค์
ขออย่าให้มีผู้ใด
เดินตามรอยเท้าของข้าพระองค์อีกเลย

วิญญาณดวงนี้ค่อนข้างเป็นคนดีถ้าเทียบกับวิญญาณดวงอื่น ๆ ที่อยู่ใน
อุโมงค์ชั้นล่าง เขากำลังขอให้พระเจ้าไปบอกกับผู้คนให้รู้ว่าอะไรกำลังเกิด
ขึ้นกับเขา แม้จะอยู่ในการถูกทรมานอย่างรุนแรง เขายังมีจิตใจเป็นห่วงว่า
วิญญาณดวงอื่นจะจบลงในสถานที่แห่งนี้ วิญญาณดวงนี้กำลังวอนขอต่อ
พระเจ้าเหมือนที่เศรษฐีคนนั้นวิงวอนให้มีคนไปเตือนพี่น้องของเขาเพื่อมิ
ให้คนเหล่านั้น "มาถึงที่ทรมานนี้" (ลูกา 16)
แต่ผู้คนที่ลงไปสู่การถูกลงโทษขั้นที่สามและขั้นที่สี่ในอุโมงค์ชั้นล่าง
จะไม่มีความดีงามแบบนี้เลย คนเหล่านั้นท้าทายพระเจ้าและโยนความผิด
ให้กับคนอื่นอย่างไร้ความปรานี

3. การลงโทษฟาโรห์

ฟาโรห์ (กษัตริย์แห่งอียิปต์ที่ต่อต้านโมเสส) กำลังได้รับโทษขั้นที่สอง
แต่ความหนักหน่วงของโทษที่ฟาโรห์ได้รับใกล้เคียงกับความหนักหน่วง
ของการลงโทษขั้นที่สาม
ฟาโรห์ทำความชั่วชนิดใดในชีวิตท่านจึงได้รับโทษที่รุนแรงขั้นนี้
ทำไมท่านจึงถูกส่งไปยังอุโมงค์ชั้นล่าง

เมื่อชนชาติอิสราเอลถูกกดขี่เป็นทาสในอียิปต์   โมเสสได้รับการทรง

เรียกจากพระเจ้าให้นำชนชาติของพระองค์ออกจากอียิปต์และนำคนเหล่า
นั้นไปสู่คานาอันแผ่นดินแห่งพระสัญญา   โมเสสเข้าเฝ้าฟาโรห์และบอก
ท่านให้ปลดปล่อยคนอิสราเอลออกไปจากอียิปต์   แต่เพราะฟาโรห์เห็นถึง
คุณค่าของการบังคับใช้แรงงานของคนอิสราเอล   ท่านจึงไม่ยอมปล่อยคน
อิสราเอลไป

พระเจ้าทรงส่งภัยพิบัติสิบอย่างมาเหนือฟาโรห์รวมทั้งข้าราชการและ
ประชาชนของท่านผ่านทางโมเสส แม่น้ำไนล์กลายเป็นเลือด กบและแมลง
นานาชนิดปกคลุมไปทั่วแผ่นดินอียิปต์ ฟาโรห์และประชากรของท่านรวม
ทั้งฝูงสัตว์เลี้ยงต่างก็ได้รับความทุกข์จากภัยพิบัติฝี ลูกเห็บ ฝูงตั๊กแตน และ
ความมืด ทุกครั้งคนเหล่านั้นได้รับความทุกข์จากภัยพิบัติ ฟาโรห์ก็ให้สัญญา
กับโมเสสว่าท่านจะยินยอมให้คนอิสราเอลออกจากอียิปต์เพียงเพื่อป้องกัน
ไม่ให้ภัยพิบัติอื่น ๆ เกิดขึ้นอีก แต่ฟาโรห์ผิดสัญญาที่ให้ไว้และมีพระทัย
แข็งกระด้างอีกทุกครั้งหลังจากที่โมเสสอธิษฐานต่อพระเจ้าและนำภัยพิบัติ
เหล่านั้นไปจากแผ่นดิน สุดท้าย ฟาโรห์ก็ยินยอมให้คนอิสราเอลออกจาก
อียิปต์หลังจากการเสียชีวิตของบุตรหัวปีทุกคนในอียิปต์นับตั้งแต่โอรส
หัวปีของกษัตริย์ไปจนถึงบุตรหัวปีของเชลยในคุกมืด   รวมทั้งลูกหัวปีของ
สัตว์เลี้ยงทุกตัว

แต่ไม่นานหลังจากเกิดภัยพิบัติอย่างสุดท้าย   ฟาโรห์ทรงเปลี่ยนความคิด
ของพระองค์อีกครั้งหนึ่ง   ฟาโรห์และกองทหารของท่านเริ่มไล่ติดตามคน
อิสราเอลที่ตั้งค่ายอยู่ใกล้ทะเลแดง   ชนชาติอิสราเอลกลัวและร้องเรียกหา
พระเจ้า โมเสสยกไม้เท้าของท่านขึ้นและยื่นมือของท่านออกเหนือทะเลแดง
จากนั้นการอัศจรรย์ก็เกิดขึ้น   ทะเลแดงถูกแยกออกเป็นสองส่วนด้วยฤทธิ์
อำนาจของพระเจ้า ชนชาติอิสราเอลเดินข้ามทะเลแดงที่กลายเป็นเหมือนดิน
แห้งและคนอียิปต์ไล่ติดตามชนชาติเหล่านั้นไปในทะเล เมื่อโมเสสยกมือของ
ท่านขึ้นเหนือทะเลอีกครั้งหนึ่งหลังจากคนอิสราเอลเดินทางไปถึงอีกฝั่งหนึ่ง
ของทะเลแดง "น้ำก็ท่วมพลรถและพลม้า คือพลโยธาทั้งหมดของฟาโรห์ซึ่ง
ไล่ตามเขาเข้าไปในทะเล ไม่เหลือสักคนเดียว" (อพยพ 14:28)

ในพระคัมภีร์ มีกษัตริย์ชาวต่างชาติที่ดีจำนวนมากเชื่อและนมัสการพระเจ้า แต่ฟาโรห์มีพระทัยที่แข็งกระด้างแม้ท่านได้เห็นถึงฤทธิ์อำนาจของพระเจ้าถึงสิบครั้ง ผลลัพธ์ก็คือ ฟาโรห์พบกับหายนะที่ร้ายแรง เช่น การเสียชีวิตของโอรสหัวปีผู้สืบทอดบัลลังก์ ความพินาศของกองทหาร และความอดยากของประเทศชาติของพระองค์

ในปัจจุบัน ผู้คนได้ยินเกี่ยวกับพระเจ้าผู้ยิ่งใหญ่และเห็นถึงฤทธิ์อำนาจของพระองค์โดยตรง แต่จิตใจของคนเหล่านั้นยังแข็งกระด้างเหมือนจิตใจของฟาโรห์ ผู้คนไม่ยอมรับเอาพระเยซูเป็นพระผู้ช่วยให้รอดของตน ยิ่งกว่านั้น ผู้คนไม่ยอมกลับใจจากบาปของตน จะเกิดอะไรขึ้นกับคนเหล่านี้ถ้าเขาดำเนินชีวิตเช่นนี้ต่อไป ในที่สุดคนเหล่านี้จะได้รับโทษขั้นเดียวกันกับโทษที่ฟาโรห์ได้รับในอุโมงค์ชั้นล่าง เกิดอะไรขึ้นกับฟาโรห์ในอุโมงค์ชั้นล่าง

ฟาโรห์ถูกขังไว้ในบ่อน้ำเสีย

ฟาโรห์ถูกขังไว้ในบ่อน้ำเสียที่เต็มไปด้วยกลิ่นเน่าเหม็น ร่างกายของท่านถูกยึดติดไว้กับบ่อเพื่อไม่ให้เคลื่อนไหว ฟาโรห์ไม่ใช่คนเดียวที่ถูกขังอยู่ที่นี่ แต่ยังมีวิญญาณดวงอื่น ๆ ที่มีบาปในระดับเดียวกันถูกขังไว้ด้วย

การที่ฟาโรห์เป็นกษัตริย์ก็ไม่ได้ทำให้ท่านได้รับการปฏิบัติที่ดีกว่าคนอื่นในอุโมงค์ชั้นล่าง ตรงกันข้าม เนื่องจากท่านเคยอยู่ในตำแหน่งที่มีอำนาจหยิ่งผยอง ได้รับการปรนนิบัติจากคนอื่น และมีชีวิตอย่างอุดมสมบูรณ์ ยมทูตแห่งนรกจึงล้อเลียนและทรมานฟาโรห์รุนแรงมากยิ่งขึ้น

สระน้ำที่ฟาโรห์ถูกมัดไว้ไม่ได้เต็มไปด้วยน้ำเสียเพียงอย่างเดียว ท่านเคยเห็นบ่อน้ำเน่าเสียที่เต็มไปด้วยสิ่งโสโครกบ้างหรือไม่ ท่านเคยเห็นท่าที่จอดเรือบ้างหรือเปล่า สถานที่เหล่านี้มักเต็มไปด้วยคราบน้ำมัน ขยะ และกลิ่นเน่าเหม็น ดูประหนึ่งว่าจะไม่มีสิ่งมีชีวิตชนิดใดอาศัยอยู่ในสภาพแวดล้อมเช่นนี้ได้ ถ้าหากท่านจุ่มมือลงไปในน้ำประเภทนี้ท่านคงกลัวว่าผิวหนังของท่านจะติดเชื้อจากน้ำสกปรกที่น่าขยะแขยงดังกล่าว

ฟาโรห์ถูกขังไว้ในสถานที่แห่งนี้ นอกจากนั้น บ่อน้ำเสียแห่งนี้ยัง
พลุกพล่านไปด้วยแมลงที่น่าขยะแขยงจำนวนนับไม่ถ้วนอีกด้วย แมลง
เหล่านี้มีรูปร่างคล้ายตัวด้วงแต่มีขนาดใหญ่กว่า

แมลงกัดแทะส่วนที่อ่อนกว่าของร่างกาย

แมลงเหล่านี้กรูเข้าหาดวงวิญญาณที่ถูกขังอยู่ในสระและเริ่มกัดกินส่วน
ที่อ่อนกว่าของร่างกายก่อน แมลงกัดแทะที่ดวงตา ชอนไชผ่านเบ้าตาเข้าไป
ในกระโหลกศีรษะ และเริ่มกัดกินมันสมอง ท่านลองวาดภาพดูซิว่าคน
เหล่านั้นจะเจ็บปวดมากเพียงใด สุดท้าย แมลงจะกัดกินทุกส่วนตั้งแต่หัว
จรดเท้า เราจะเปรียบเทียบความทุกข์ทรมานนี้กับสิ่งใดได้เล่า
ท่านรู้สึกเจ็บปวดเพียงใดเมื่อมีฝุ่นเข้าตา ท่านจะเจ็บปวดมากกว่านั้นสัก
เท่าใดเมื่อแมลงกัดแทะดวงตาของท่าน ท่านคิดว่าท่านจะทนได้หรือเมื่อ
แมลงเหล่านี้กัดแทะและชอนไชไปทั่วร่างกายของท่าน
ลองวาดความเจ็บปวดที่เกิดขึ้นเมื่อมีเข็มอันหนึ่งทิ่มเข้าไปบริเวณใต้
เล็บมือหรือที่ปลายนิ้วของท่าน แมลงเหล่านี้จะเลาะผิวหนังของท่านออก
อย่างต่อเนื่องและจะค่อย ๆ กัดกินกล้ามเนื้อที่มีอยู่จนไปถึงกระดูก แมลง
พวกนี้จะไม่หยุดอยู่ที่มือของท่านเท่านั้น แต่พวกมันจะเคลื่อนตัวไปตาม
แขน ไหล่ ลงไปที่หน้าอก ช่องท้อง ขา และตะโพกของท่านอย่างรวดเร็ว
ดวงวิญญาณที่ถูกขุมขังอยู่ในบ่อน้ำเสียต้องทนต่อความทุกข์ทรมานและ
ความเจ็บปวดที่มาพร้อมกับเหตุการณ์นี้

แมลงกัดแทะอวัยวะภายในซ้ำแล้วซ้ำอีก

ผู้หญิงส่วนใหญ่จะกลัวเมื่อเห็นตัวด้วง ไม่ต้องถามว่าเขาอยากจับตัว
ด้วงหรือเปล่า ตอนนี้ลองจินตนาการดูซิว่าแมลงเหล่านี้จะน่าขยะแขยง
มากแค่ไหนเพราะแมลงพวกนี้มีขนาดใหญ่กว่าตัวด้วงซึ่งกำลังกัดเจาะดวง

วิญญาณที่ถูกลงโทษเหล่านั้นอยู่ อันดับแรก แมลงเหล่านี้ชอนไชเข้าไปในส่วนบนของร่างกายของคนเหล่านั้นลงไปจนถึงช่องท้อง จากนั้น แมลงพวกนี้จะเริ่มกัดกินเนื้อของเขาโดยเริ่มกินจากลำไส้ส่วนต่าง ๆ ที่อยู่ในช่องท้อง จากนั้นแมลงเหล่านี้จะดูดกินของเหลวที่อยู่ในสมองของเขา ตลอดช่วงเวลานี้ดวงวิญญาณที่ถูกลงโทษไม่สามารถต่อสู้ปัดป้อง เคลื่อนไหวหรือวิ่งหนีให้พ้นจากแมลงที่น่ากลัวเหล่านี้ได้

แมลงกัดแทะร่างกายของคนเหล่านี้ทีละเล็กละน้อยในขณะที่ดวงวิญญาณเหล่านี้เฝ้าดูอวัยวะส่วนต่าง ๆ ของตนถูกกัดเจาะและกัดกิน ถ้าเราถูกทรมารด้วยวิธีนี้เพียงแค่สิบนาที เราคงเสียสติอย่างแน่นอน วิญญาณดวงหนึ่งที่อยู่ในสถานที่อันน่าเวทนาแห่งนี้ได้แก่ฟาโรห์ซึ่งท้าทายพระเจ้าและโมเสสผู้รับใช้ของพระองค์ ฟาโรห์ประสบกับความเจ็บปวดนี้ในขณะที่ท่านยังตื่นตัวอยู่อย่างเต็มที่พร้อมกับเฝ้าดูและรู้สึกถึงการที่อวัยวะส่วนต่าง ๆ ของตนถูกกัดกิน

หลังจากแมลงกัดแทะร่างกายของคนหนึ่งหมดสิ้นแล้ว นั่นคือจุดสิ้นสุดของการทรมานใช่หรือไม่ ไม่ใช่ อีกไม่นาน อวัยวะส่วนที่ถูกเลาะและถูกกัดแทะออกไปจะถูกสร้างขึ้นใหม่อย่างสมบูรณ์ แมลงเหล่านั้นจะกลับมาหาวิญญาณดวงนั้นอีกอย่างรวดเร็วพร้อมกับเริ่มกัดกินอวัยวะส่วนต่าง ๆ ของร่างกายเขาอีกครั้งหนึ่ง การทรมานนี้ไม่มีการหยุดพักหรือจุดสิ้นสุด ความเจ็บปวดจะไม่หมดสิ้นไป วิญญาณดวงนั้นจะไม่มีวันคุ้นเคยหรือชินชากับการทรมานนั้น

นี่คือสิ่งที่เกิดขึ้นในโลกฝ่ายวิญญาณ ในสวรรค์ ถ้าบุตรของพระเจ้ากินผลจากต้นไม้ ผลไม้ลูกนั้นจะงอกขึ้นมาใหม่ ในทำนองเดียวกัน ในอุโมงค์ชั้นล่าง ไม่ว่าแมลงเหล่านี้จะกัดแทะอวัยวะส่วนต่าง ๆ ของร่างกายท่านไปกี่ครั้งหรือมากมายเพียงใดก็ตาม อวัยวะทุกส่วนของร่างกายจะถูกสร้างขึ้นมาใหม่หลังจากอวัยวะเหล่านั้นบุบสลายและเสื่อมสภาพไป

แม้บุคคลจะดำเนินชีวิตอย่างสัตย์ซื่อและมีสติ

มีคนที่สัตย์ซื่อหลายคนที่ไม่ต้องการ (หรือไม่เลือก) จะต้อนรับเอาพระเยซูและพระกิตติคุณ ถ้ามองจากภายนอก คนหล่านี้ดูเป็นคนดีและน่านับถือ แต่ถ้ามองตามความจริงคนเหล่านี้ไม่ใช่คนดีและคนน่านับถือ

กาลาเทีย 2:16 เตือนเราว่า *"ก็ยังรู้ว่าไม่มีผู้ใดเป็นคนชอบธรรมได้โดยการประพฤติตามธรรมบัญญัติ แต่โดยศรัทธาในพระเยซูคริสต์เท่านั้น ถึงเราเองก็มีใจศรัทธาในพระเยซูคริสต์เพื่อจะได้เป็นคนชอบธรรมโดยศรัทธาในพระคริสต์ไม่ใช่โดยการประพฤติตามธรรมบัญญัติเพราะว่าโดยการประพฤติตามธรรมบัญญัตินั้นไม่มีมนุษย์คนใดเป็นคนชอบธรรมได้เลย"* คนชอบธรรมคือคนที่รอดเพราะพระนามของพระเยซูคริสต์ ความผิดบาปของเขาจะได้รับการยกโทษโดยทางความเชื่อในพระเยซูคริสต์เท่านั้น ยิ่งกว่านั้น ถ้าเขาเชื่อในพระเยซูคริสต์เขาจะเชื่อฟังพระคำของพระเจ้าอย่างแน่นอน

แม้จะมีหลักฐานมากมายเกี่ยวกับการทรงสร้างจักรวาลของพระเจ้ารวมทั้งการอัศจรรย์และฤทธานุภาพของพระองค์ที่ทรงสำแดงผ่านทางผู้รับใช้ของพระเจ้า ถ้าบุคคลยังปฏิเสธพระเจ้าผู้ยิ่งใหญ่ เขาก็เป็นเพียงคนชั่วร้ายคนหนึ่งที่มีจิตสำนึกแข็งกระด้าง

จากมุมมองของเขา บุคคลนั้นอาจรู้สึกว่าตนดำเนินชีวิตอย่างสัตย์ซื่อ แต่ถ้าเขาไม่ยอมรับเอาพระเยซูเป็นพระผู้ช่วยให้รอดของตน เขากำลังมุ่งหน้าไปสู่นรก แต่เนื่องจากบุคคลเช่นนี้ดำเนินชีวิตที่ค่อนข้างดีงามและสัตย์ซื่อกว่าคนชั่วร้ายอื่น ๆ ที่ทำบาปมากมายตามความปรารถนาบาปของตน คนเหล่านี้จะรับโทษขั้นที่หนึ่งหรือขั้นที่สองในอุโมงค์ชั้นล่าง

ในท่ามกลางผู้คนที่เสียชีวิตโดยไม่มีโอกาสรับเอาพระกิตติคุณ ถ้าเขาไม่ผ่านการพิพากษาจิตสำนึก คนเหล่านี้ส่วนใหญ่จะรับโทษขั้นที่หนึ่งหรือขั้นที่สอง ท่านคงสันนิษฐานได้ว่าดวงวิญญาณที่ได้รับโทษขั้นที่สามหรือขั้นที่สี่ในอุโมงค์ชั้นล่างเป็นคนที่ชั่วร้ายมากกว่าคนอื่น

4. การลงโทษขั้นที่สาม

การลงโทษขั้นที่สามและขั้นที่สี่มีไว้สำหรับผู้คนที่ต่อสู้กับพระเจ้า มีจิตสำนึกด้านชา ใส่ร้ายและหมิ่นประมาทพระวิญญาณบริสุทธิ์ และก่อกวนการก่อตั้งและการขยายแผ่นดินของพระเจ้า ยิ่งกว่านั้น ผู้ใดที่มองว่าคริสตจักรของพระเจ้าเป็น "ลัทธิเทียมเท็จ" โดยไม่มีหลักฐานพิสูจน์อย่างหนักแน่นคนนั้นจะได้รับโทษขั้นที่สามหรือขั้นที่สี่ด้วยเช่นกัน

ก่อนเจาะลึกลงไปในการลงโทษขั้นที่สามในอุโมงค์ชั้นล่าง ขอให้เราสำรวจการทรมานรูปแบบต่าง ๆ ที่เกิดจากน้ำมือของมนุษย์โดยสังเขป

การทรมานอย่างโหดเหี้ยมที่เกิดจากมนุษย์

ในสมัยที่แนวคิดเรื่องสิทธิมนุษยชนยังเป็นเพียงความฝันมากกว่าที่จะเป็นเรื่องของชีวิตประจำวัน มีการนำเอาวิธีการลงโทษมนุษย์หลากหลายรูปแบบมาใช้ ซึ่งรวมถึงการทรมานและการประหารชีวิตในรูปแบบต่าง ๆ

ยกตัวอย่าง ในยุโรปยุคกลาง เจ้าหน้าที่เรือนจำนำตัวนักโทษไปยังห้องใต้ดินเพื่อรีดเอาคำสารภาพ ตลอดทางเดิน นักโทษมองเห็นคราบเลือดกระจัดกระจายอยู่ตามพื้นและภายในห้องมีเครื่องมือชนิดต่าง ๆ ที่เตรียมไว้สำหรับการทรมาน นักโทษได้ยินเสียงกรีดร้องดังอยู่ทั่วไปในตัวตึกซึ่งทำให้เขารู้สึกหวาดหวั่น

วิธีการทรมานที่ใช้กันอยู่ทั่วไปวิธีหนึ่งคือการเอานิ้วมือและนิ้วเท้าของนักโทษ (หรือผู้ถูกทรมาน) ใส่เข้าไปในกรอบเหล็กขนาดเล็ก เจ้าหน้าที่เรือนจำหนีบเหล็กเข้าด้วยกันอย่างแน่นหนาจนกระทั่งนิ้วมือและนิ้วเท้าของนักโทษแตกกระจาย จากนั้น เจ้าหน้าที่จะดึงเล็บมือหรือเล็บเท้าของนักโทษออกทีละนิ้วในขณะที่กรอบเหล็กจะหนีบแน่นมากขึ้นทีละเล็กทีละน้อย

หลังจากการทรมาน ถ้านักโทษไม่ยอมสารภาพ เขาจะถูกนำไปแขวนไว้โดยมัดมือไขว้หลังและร่างกายของเขาจะบิดเป็นเกรียวโดยรอบ ในการ

ทรมานรูปแบบนี้   ความเจ็บปวดจะเพิ่มขึ้นเมื่อร่างกายของนักโทษถูกดึง
ขึ้นไปในอากาศและถูกปล่อยลงมาบนพื้นในระดับความสูงต่าง ๆ   สิ่งที่
เลวร้ายที่สุดก็คือผู้ทรมานจะผูกเหล็กกล้าแท่งใหญ่ไว้ที่ข้อเท้าของนักโทษ
ในขณะที่เขาถูกแขวน   น้ำหนักของเหล็กกล้าแท่งใหญ่จะทำให้กล้ามเนื้อ
และกระดูกของนักโทษแยกออกจากกัน ถ้านักโทษไม่ยอมรับสารภาพ เจ้า
หน้าที่จะนำวิธีการทรมานที่สยดสยองและเจ็บปวดยิ่งกว่ามาใช้

ผู้ทรมานจะจับนักโทษไปนั่งบนเก้าอี้ซึ่งออกแบบไว้เป็นพิเศษสำหรับ
การทรมาน   เจ้าหน้าที่ตอกเหล็กแหลมขนาดเล็กจำนวนมากไว้บนที่นั่ง
พนักพิง และขาของเก้าอี้ เมื่อนักโทษมองเห็นเก้าอี้เขาจะพยายามวิ่งหนีเอา
ชีวิตรอด   แต่เจ้าหน้าที่เรือนจำซึ่งตัวใหญ่และแข็งแรงกว่าเขาจะบังคับเขา
ให้กลับไปนั่งบนเก้าอี้ตัวนั้น ทันทีที่นั่งลงบนเก้าอี้ นักโทษจะรู้สึกทันทีว่า
เหล็กแหลมกำลังทิ่มแทงเข้าไปในร่างกายของเขา

การทรมานอีกรูปแบบหนึ่งคือการแขวนผู้ต้องหาหรือนักโทษหัวกลับ
หลังจากหนึ่งชั่วโมงผ่านไป   แรงดันของเลือดจะเกินพิกัด   เส้นเลือดใน
สมองของเขาจะแตก และเลือดจะไหลออกจากสมองผ่านทางตา จมูก และ
หูของเขา นักโทษจึงไม่สามารถมองเห็น ได้กลิ่น หรือได้ยินเสียงอีกต่อไป
บางครั้งมีการใช้ไฟบังคับให้นักโทษยอมจำนน   เจ้าหน้าที่จะประชิด
ตัวผู้ต้องหาด้วยเทียนและใช้เทียนลนที่รักแร้หรือฝ่าเท้าของผู้ต้องหา   การ
ใช้ไฟเผาที่รักแร้ของนักโทษก็เพราะรักแร้เป็นส่วนที่อ่อนไหวที่สุดของ
ร่างกายมนุษย์ในขณะที่การเผาฝ่าเท้าจะทำให้ความเจ็บปวดอยู่ได้นานกว่า
หลายครั้งผู้ต้องหาจะถูกบังคับให้สวมรองเท้าเหล็กกล้าที่ร้อนจัดด้วย
เท้าเปล่า หรือผู้ทรมานจะตัดลิ้นของนักโทษหรือเผาเพดานปากของเขาด้วย
คีมเหล็กร้อน ถ้านักโทษถูกตัดสินให้ประหารชีวิต เขาจะถูกโยนลงไปใน
โครงเหล็กที่ลักษณะคล้ายวงล้อซึ่งถูกออกแบบมาเพื่อบดขยี้ร่างกายของ
นักโทษให้แหลกเหลว   โครงเหล็กที่หมุนอย่างรวดเร็วจะชำแหละร่างกาย
ของนักโทษออกเป็นชิ้น ๆ ในขณะที่เขามีชีวิตและมีสติ บางครั้งนักโทษจะ

นรก

ถูกฆ่าให้ตายด้วยการเทตะกั่วที่หลอมละลายเข้าไปในรูจมูกและรูหู

เมื่อรู้ว่าตนเองจะไม่สามารถทนต่อความเจ็บปวดของการทรมานได้ นักโทษหลายคนมักจ่ายเงินสินบนให้กับผู้ทรมานและเจ้าหน้าที่เรือนจำ เพื่อขอให้คนเหล่านั้นฆ่าตนให้ตายอย่างรวดเร็วโดยไม่มีความเจ็บปวด

สิ่งเหล่านี้คือวิธีการทรมานบางรูปแบบที่มนุษย์เลือกใช้ เพียงแค่จินตนาการถึงภาพเหล่านี้ก็ทำให้เราหวาดผวาด้วยความกลัว ท่านคงอนุมานได้ว่าการทรมานที่ดำเนินการโดยเหล่ายมทูตแห่งนรก (ซึ่งอยู่ภายใต้การนำของลูซีเฟอร์) จะเจ็บปวดมากกว่าการทรมานรูปแบบอื่น ๆ ที่มนุษย์เคยใช้สักเพียงใด ยมทูตแห่งนรกเหล่านี้ไร้ความเมตตาและชื่นชมยินดีที่เห็นดวงวิญญาณกรีดร้องด้วยความหวาดกลัวในอุโมงค์ชั้นล่าง พวกยมทูตพยายามคิดค้นหาเทคนิคของการทรมานที่โหดเหี้ยมและเจ็บปวดมากขึ้นเพื่อนำมาใช้กับดวงวิญญาณเหล่านี้

ท่านจะทนต่อการตกนรกได้หรือ ท่านจะทนต่อการเห็นคนที่ท่านรัก ครอบครัวของท่าน และเพื่อนฝูงของท่านตกนรกได้หรือ คริสเตียนทุกคนต้องสำนึกถึงหน้าที่ของตนในการประกาศและเผยแพร่พระกิตติคุณและทำทุกสิ่งที่ตนทำได้เพื่อช่วยวิญญาณอีกดวงหนึ่งให้รอดจากการตกลงไปในบึงไฟนรก

การลงโทษขั้นที่สามมีขั้นตอนอย่างไร

1) ยมทูตแห่งนรกสวมหน้ากากรูปสุกรที่อัปลักษณ์

วิญญาณดวงหนึ่งในอุโมงค์ชั้นล่างถูกมัดติดกับต้นไม้และเนื้อของเขาถูกชำแหละออกเป็นชิ้น ๆ บางทีท่านอาจเปรียบภาพนี้กับการชำแหละเนื้อปลาเพื่อเตรียมทำซาซิมิ ยมทูตแห่งนรกซึ่งสวมหน้ากากอันน่าขยะแขยงและน่ากลัวเตรียมอุปกรณ์ชนิดต่าง ๆ ที่จำเป็นสำหรับการทรมาน อุปกรณ์เหล่านี้มีตั้งแต่กริชไปจนถึงขวาน จากนั้นยมทูตจะลับเครื่องมือเหล่านั้นบนก้อนหิน ที่จริง เครื่องมือเหล่านั้นคมอยู่แล้วโดยไม่จำเป็นต้องลับเพราะอุปกรณ์สำหรับทรมานในอุโมงค์ชั้นล่างจะแหลมคมอยู่ตลอดเวลา เป้า

หมายที่แท้จริงของการลับอุปกรณ์ดังกล่าวบนก้อนหินก็เพื่อสร้างความ
หวาดกลัวมากขึ้นให้กับดวงวิญญาณที่รอคอยการทรมานของยมทูต

เฉือนเนื้อออกโดยเริ่มที่ปลายนิ้ว

เมื่อดวงวิญญาณได้ยินเสียงอุปกรณ์เหล่านั้นกระทบกับหินและเมื่อ
ยมทูตแห่งนรกเข้าประชิดตัวเขาพร้อมกับแยกเขี้ยวยิงฟันอย่างน่ากลัว
วิญญาณดวงนั้นจะตกใจกลัวมากสักเพียงใด

“มีดเล่มนั้นกำลังจะชำแหละเนื้อของเราออกไป...
อีกไม่นานขวานด้ามนั้นจะตัดแขนตัดขาของเราออก...
เราจะทำอย่างไรดี
เราจะทนต่อความเจ็บปวดนี้ได้อย่างไร”

ความสยดสยองเพียงอย่างเดียวก็ทำให้เขาหายใจไม่ออก วิญญาณดวงนั้น
รู้ตลอดเวลาว่าตนถูกมัดติดกับต้นไม้ เคลื่อนไหวไม่ได้ และเขารู้สึกว่าเชือกที่
มัดตัวเขาไว้เริ่มบาดลึกลงไปในร่างกายของตน ยิ่งเขาพยายามหลบหนีออก
จากต้นไม้นั้นมากเท่าใด เชือกที่มัดอยู่ก็ยิ่งรัดตัวเขาแน่นหนามากยิ่งขึ้นเท่านั้น
ยมทูตแห่งนรกประชิดตัวเขาและเริ่มชำแหละเนื้อของเขาออกโดยเริ่มจาก
ปลายนิ้ว ก้อนเนื้อที่โชกไปด้วยเลือดหล่นลงบนพื้น เล็บมือของเขาถูกดึงออก
และอีกไม่นานนิ้วทั้งหมดของเขาก็ถูกตัดเช่นกัน ยมทูตเฉือนเนื้อบริเวณปลาย
นิ้ว ข้อมือ และหัวไหล่ของเขาออก สิ่งที่หลงเหลืออยู่คือกระดูกแขนของเขา
จากนั้นยมทูตจึงเฉือนเนื้อที่บริเวณน่องและโคนขาของเขา

จนกระทั่งเครื่องในทะลักออกมา

ยมทูตแห่งนรกเริ่มเฉือนช่องท้องของเขาออก   เมื่อลำไส้ทั้งหมดทะลัก

ออกมา ยมทูตจะควักเครื่องในเหล่านั้นออกและโยนทิ้งไป ยมทูตตัดเครื่อง
ในส่วนอื่น ๆ ออกด้วยเครื่องมือที่แหลมคมของตนเช่นกัน

ณ จุดนี้ดวงวิญญาณยังคงตื่นตัวและเฝ้าดูเนื้อของตนถูกเฉือนออกและ
เครื่องในทั้งหมดถูกโยนทิ้ง ลองวาดภาพว่ามีคนผูกท่านไว้กับต้นไม้ ตัด
เนื้อบางส่วนของท่านออกโดยเริ่มจากเนื้อบริเวณหลังมือทีละชิ้น แต่ละ
ชิ้นมีขนาดเท่ากับปลายนิ้วของท่าน เมื่อมีดสัมผัสลงไปที่ผิวหนังของท่าน
เลือดก็ไหลออกมาทันทีและความเจ็บปวดอย่างต่อเนื่องก็เริ่มต้นขึ้น ไม่มี
ถ้อยคำใดที่จะอธิบายถึงความกลัวของท่านได้ ในอุโมงค์ชั้นล่าง เมื่อท่าน
รับโทษขั้นที่สาม ไม่เพียงแต่เนื้อจากร่างกายของท่านเท่านั้นที่จะถูกตัดออก
มาทีละชิ้น แต่ผิวหนังของท่านจากหัวจรดเท้าและเครื่องในทั้งหมดของ
ท่านจะถูกดึงออกมาทีละชิ้นด้วยเช่นกัน

อีกครั้งหนึ่ง ลองนึกถึงภาพการทำซาซิมิ (อาหารญี่ปุ่นที่ทำจากปลาดิบ)
พ่อครัวจะแยกกระดูกและเนื้อของปลาออกจากกันก่อนที่เขาจะหั่นเนื้อปลา
ให้บางที่สุดเท่าที่จะทำได้ อาหารประเภทนี้ถูกจัดแต่งไว้ในรูปของปลาที่มี
ชีวิต ดูเหมือนว่าปลายังไม่ตายเพราะเหงือกของปลายังคงขยับไปมาอย่าง
ต่อเนื่อง พ่อครัวในภัตตาคารจะไม่มีเมตตาต่อปลาเพราะถ้าเขามีเมตตาเขาก็
ทำงานของตนไม่ได้

ขอให้อธิษฐานเผื่อพ่อแม่ คู่สมรส ญาติพี่น้อง และเพื่อนฝูงของท่าน ถ้า
คนเหล่านี้ไม่รอดและตกนรก เขาจะทนทุกข์ทรมานจากการถูกเชือดเนื้อ
เถือหนังโดยเหล่ายมทูตแห่งนรกที่ไร้ความเมตตา ในฐานะคริสเตียนเรา
มีหน้าที่เผยแพร่ข่าวประเสริฐเพราะในวันแห่งการพิพากษาพระเจ้าจะทรง
ให้เราแต่ละคนรับผิดชอบต่อทุกคนที่เราไม่ได้นำเข้าสู่สวรรค์

ลูกตาของดวงวิญญาณถูกแทง

เวลานี้ยมทูตแห่งนรกหยิบกริชขึ้นมาแทนการหยิบมีด ดวงวิญญาณรู้
แล้วว่าสิ่งใดจะเกิดขึ้นกับตนเพราะไม่ใช่ครั้งแรกที่เขาพบกับการทรมาน

เขาเคยถูกทรมานด้วยวิธีนี้มาแล้วเป็นร้อยเป็นพันครั้งนับตั้งแต่วันที่เขาถูกนำมายังอุโมงค์ชั้นล่าง ยมทูตแห่งนรกประชิดตัวเขาพร้อมกับแทงลูกตาเขาด้วยกริชและแช่กริชไว้ในเบ้าตาของเขาครู่หนึ่ง วิญญาณดวงนั้นจะหวาดกลัวมากสักเพียงใดเมื่อเขามองเห็นกริชเล่มนั้นใกล้ตัวเข้ามา ความเจ็บปวดรวดร้าวของการถูกกริชแทงที่ลูกตาเป็นสิ่งที่ไม่อาจบรรยายได้ด้วยถ้อยคำ

นี่คือจุดจบของการทรมานใช่หรือไม่ ไม่ใช่ ใบหน้าของดวงวิญญาณยังเหลืออยู่ ตอนนี้ยมทูตแห่งนรกใช้มีดเฉือนแก้ม จมูก หน้าผาก และใบหน้าทั้งหมดของเขาออก ยมทูตไม่ลืมที่ถลกหนังออกจากใบหู ริมฝีปาก และคอของเขา เมื่อเนื้อที่คอของเขาถูกเฉือนออกทีละเล็กละน้อย คอของเขาจึงมีขนาดเล็กลงจนสุดท้ายคอก็หลุดออกจากบ่า นี่คือบทสรุปของการทรมานระยะที่หนึ่ง แต่จุดจบนี้ก็เป็นเพียงสัญญาณของการเริ่มต้นการทรมานรอบใหม่

ดวงวิญญาณไม่อาจร้องไห้หรือกรีดร้อง

ไม่นานต่อมา อวัยวะส่วนต่าง ๆ ของร่างกายที่ถูกตัดออกไปก็ถูกสร้างขึ้นใหม่ประหนึ่งว่าไม่มีอะไรเกิดขึ้นกับอวัยวะเหล่านั้นเลย ในขณะที่ร่างกายสร้างตนเองขึ้นใหม่ มีช่วงระยะเวลาหนึ่งที่ไม่มีความทุกข์ทรมานและความเจ็บปวดอยู่เลย การหยุดพักนี้เพียงแค่เตือนให้วิญญาณดวงนั้นทราบถึงการทรมานมากขึ้นที่รอคอยเขาอยู่ ในไม่ช้าเขาก็เริ่มตัวสั่นด้วยความกลัวที่ไม่อาจควบคุมได้ ในขณะที่เขากำลังรอคอยการทรมานอยู่นั้นเสียงของการลับมีดก็ดังกังวานขึ้นมาอีกครั้งหนึ่ง ยมทูตแห่งนรกที่สวมหน้ากากรูปสุกรอันอัปลักษณ์ชำเลืองดูเขาพร้อมกับแยกเขี้ยวยิงฟัน ยมทูตพร้อมแล้วสำหรับการทรมานรอบใหม่ ความทุกข์ทรมานอันแสนเจ็บปวดเริ่มต้นใหม่อีกครั้งหนึ่ง ท่านคิดว่าท่านจะทนต่อสิ่งนี้ได้หรือไม่ ไม่มีส่วนใดในร่างกายของท่านจะรู้สึกชาชินกับเครื่องมือแห่งการทรมานหรือความเจ็บปวดอันต่อเนื่อง ยิ่งท่านถูกทรมานมากขึ้นเท่าใด ท่านก็จะมีความทุกข์ระทมมากขึ้นเท่านั้น

ผู้ต้องหาที่ถูกคุมขังหรือนักโทษที่กำลังจะถูกทรมานรู้ว่าสิ่งที่รอคอยเขา
อยู่นั้นจะมาถึงอีกไม่นาน แต่เขาก็ยังตัวสั่นระริกเพราะความกลัวอย่างท่วมท้น
สมมุติว่ายมทูตแห่งนรกซึ่งสวมหน้ากากรูปสุกรอันอัปลักษณ์ประชิดตัวท่าน
และกระแทกอุปกรณ์การทรมานที่เขาถือไว้ในมือด้วยเสียงดัง ท่านจะรู้สึก
อย่างไร การทรมานจะเกิดขึ้นซ้ำแล้วซ้ำอีกโดยไม่มีที่สิ้นสุดโดยเริ่มจากการ
หั่นเนื้อออกเป็นชิ้น ๆ การควักอวัยวะภายในทั้งหมดออกมา การแทงลูกตาทั้ง
สองข้าง และการทรมานอย่างอื่นอีกมากมายจะดำเนินต่อไป

ด้วยเหตุนี้ ดวงวิญญาณที่อยู่ในอุโมงค์ชั้นล่างจึงไม่อาจร้องขอชีวิต
ความเมตตา การบรรเทาโทษ หรือสิ่งหนึ่งสิ่งใดจากยมทูตแห่งนรกได้ เสียง
กรีดร้องของวิญญาณดวงอื่น การร้องขอความเมตตา และเสียงกระทบกัน
ของอุปกรณ์สำหรับการทรมานวนเวียนอยู่รอบวิญญาณดวงนั้น ทันทีที่ดวง
วิญญาณมองเห็นยมทูตแห่งนรก หน้าของเขาจะขาวซีดเหมือนไก่ต้มโดย
ไม่มีเสียงบ่นพึงพำ ยิ่งกว่านั้น เขาวิญญาณดวงนั้นรู้แล้วว่าเขาไม่สามารถ
ช่วยตนให้เป็นอิสระจากความทุกข์ทรมานได้จนกว่าเขาจะถูกโยนลงไป
ในบึงไฟหลังจากการพิพากษาแห่งพระที่นั่งสีขาวใหญ่ในช่วงวาระสุดท้าย
(วิวรณ์ 20:11) ความจริงอันโหดร้ายนี้ยิ่งทำให้ความเจ็บปวดที่มีอยู่แล้วเพิ่ม
มากขึ้น

2) การลงโทษด้วยการเป่าลมเข้าไปในร่างกายเหมือนลูกโป่ง

ทุกคนจะมีความรู้สึกผิดถ้าเขาทำร้ายความรู้สึกของคนอื่นแม้เขาจะมี
จิตสำนึกเพียงเล็กน้อยก็ตาม หรือไม่ว่าบุคคลคนหนึ่งจะเกลียดคนอื่นมาก
สักเพียงใดในอดีต ถ้าวันนี้ชีวิตของคนที่เขาเกลียดชังตกอยู่ในความทุกข์
เวทนา บุคคลนั้นจะเกิดความรู้สึกสงสารและความเกลียดชังจะเริ่มลดน้อย
ลง อย่างน้อยในช่วงระยะเวลาหนึ่ง

แต่ถ้าจิตสำนึกของคนแข็งกระด้าง บุคคลนั้นจะเฉยเมยต่อความทุกข์
ทรมานของคนอื่นและเพื่อให้บรรลุตามเป้าหมายของตนเขาอาจทำสิ่งที่ชั่ว

ร้ายมากที่สุดด้วยซ้ำไป

ปฏิบัติต่อผู้คนเหมือนขยะและสิ่งปฏิกูล

ในช่วงสงครามโลกครั้งที่สองภายใต้ระบบเผด็จการนาซี ผู้คนจำนวนนับมากในประเทศเยอรมันนี ญี่ปุ่น อิตาลี และประเทศอื่น ๆ ถูกนำมาใช้เป็นเครื่องมือทดลองแบบลับ ๆ ที่น่ากลัว คนเหล่านี้ถูกนำมาใช้แทนที่หนู กระต่าย และสัตว์ที่ใช้ในการทดลองประเภทอื่น

ยกตัวอย่าง เพื่อค้นพบว่าบุคคลที่มีสุขภาพแข็งแรงจะตอบสนองอย่างไร เขาจะต่อต้านกับสารที่เป็นอันตรายได้นานเพียงใด และอาการแบบใดที่จะมาพร้อมกับโรคต่าง ๆ เมื่อมีการเปลี่ยนถ่ายเซลล์มะเร็งและไวรัสหลายชนิด เพื่อให้ได้ข้อมูลที่ถูกต้องแม่นยำที่สุด ผู้ทำการทดลองจะผ่าท้องหรือกระโหลกศีรษะของคนที่มีชีวิต เพื่อกำหนดว่าคนทั่วไปจะตอบสนองต่อความหนาวจัดหรือความร้อนจัดอย่างไร ผู้ทดลองจะลดอุณหภูมิภายในห้องลงอย่างรวดเร็วหรือเพิ่มอุณหภูมิของถังน้ำซึ่งขังบุคคลที่ใช้ในการทดลองไว้

หลังจาก "หนูทดลอง" เหล่านี้ทำให้บรรลุเป้าหมายที่วางไว้ คนเหล่านี้มักถูกปล่อยให้ตายด้วยความทุกข์เวทนา ผู้ทดลองแทบไม่คิดถึงคุณค่าหรือความทุกข์ทรมานของคนเหล่านี้เลย

นักโทษสงครามหรือคนซึ่งปกป้องตนเองไม่ได้ที่กลายเป็นหนูทดลองเหล่านั้นจะรู้สึกกลัวและสยดสยองมากเพียงใดเมื่อเขาเห็นอวัยวะในร่างกายของตนถูกหั่นออกเป็นชิ้น ๆ ถูกบังคับให้รับเซลล์และสารที่เป็นอันตรายหลายชนิดเข้าไปในร่างกายของตนพร้อมกับเฝ้าดูตนเองเสียชีวิต

แต่ดวงวิญญาณในอุโมงค์ชั้นล่างจะเจอวิธีการลงโทษที่โหดเหี้ยมมากกว่าการทดลองใด ๆ ที่มนุษย์เคยคิดค้นมาก่อน ดวงวิญญาณเหล่านี้จะได้รับการปฏิบัติเหมือนขยะหรือสิ่งปฏิกูลในอุโมงค์ชั้นล่างทั้งในฐานะชายและหญิงที่ถูกสร้างขึ้นตามพระฉายาของพระเจ้าและในฐานะบุคคลที่สูญ

เสียศักดิ์ศรีและคุณค่าของตนไป

ยมทูตแห่งนรกไม่มีความสงสารหรือความเมตตาต่อดวงวิญญาณเหล่านี้ เหมือนดังที่เราไม่มีความสงสารต่อขยะหรือสิ่งปฏิกูล ยมทูตแห่งนรกจะไม่รู้สึกผิดหรือเสียใจแทนคนเหล่านี้และการลงโทษไม่มีคำว่าสิ้นสุด

กระดูกแตกละเอียดและผิวหนังปริพอง

ดังนั้น ยมทูตแห่งนรกจึงเห็นดวงวิญญาณเหล่านี้เป็นเพียงของเล่น พวกยมทูตจะเป่าลมเข้าไปในร่างกายของดวงวิญญาณพร้อมกับรุมเตะร่างกายของคนเหล่านั้นไปมา

เป็นการยากที่จะจินตนาการถึงภาพนี้ ร่างกายของมนุษย์ที่มีรูปทรงแฟบและยาวจะถูกเป่าให้เป็นเหมือนลูกฟุตบอลได้อย่างไร จะเกิดอะไรขึ้นกับอวัยวะภายใน

เมื่ออวัยวะภายในและปอดถูกเป่าลมเข้าไป กระดูกซี่โครงและกระดูกสันหลังที่ปกป้องอวัยวะเหล่านี้จะแตกละเอียดทีละชิ้น นอกจากนั้นยังมีความเจ็บปวดรวดร้าวอย่างต่อเนื่องซึ่งเกิดจากผิวหนังที่ยืดตัวเช่นกัน

ยมทูตแห่งนรกเล่นกับร่างกายที่พองลมของดวงวิญญาณที่ไม่รอดในอุโมงค์ชั้นล่างและเมื่อทูตเหล่านั้นเริ่มเบื่อ ยมทูตจะแทงท้องของวิญญาณให้แตกด้วยหอกอันแหลมคม เลือดและเศษเนื้อของคนเหล่านั้นกระจัดกระจายไปทุกทิศทาง เหมือนกับเศษชิ้นส่วนของลูกโป่งที่แตก

แต่อีกไม่นานร่างกายของดวงวิญญาณเหล่านี้จะถูกสร้างขึ้นใหม่ทั้งหมดและถูกนำไปวางไว้ในสถานที่แห่งการลงโทษ ช่างเป็นภาพที่โหดเหี้ยมมากทีเดียว ในขณะที่ดำเนินชีวิตอยู่ในโลก ดวงวิญญาณเหล่านี้เป็นที่รักของคนอื่น มีสถานะบางอย่างทางสังคม หรืออย่างน้อยก็สามารถอ้างสิทธิขั้นพื้นฐานของความเป็นมนุษย์ได้

แต่เมื่อคนเหล่านี้อยู่ในอุโมงค์ชั้นล่างเขาไม่สามารถอ้างสิทธิ์ใด ๆ ได้ และถูกปฏิบัติเยี่ยงเศษกรวดเศษหินตามพื้นดิน การดำรงอยู่ของเขาไม่มี

คุณค่าเลย

ปัญญาจารย์ 12:13-14 เตือนเราไว้ว่า

*จบเรื่องแล้ว ได้ฟังกันทั้งสิ้นแล้ว จงยำเกรงพระเจ้าและรักษาพระ
บัญญัติของพระองค์ เพราะนี่แหละเป็นหน้าที่ของมนุษย์ทั้งปวง
ด้วยว่าพระเจ้าจะทรงเอาการงานทุกประการเข้าสู่การพิพากษา
พร้อมด้วยสิ่งเร้นลับทุกอย่าง ไม่ว่าดีหรือชั่ว*

ดังนั้น ในการพิพากษาของพระเจ้า ดวงวิญญาณเหล่านี้จึงถูกลดค่าลงมา
เป็นเพียงของเล่นสำหรับยมทูตแห่งนรกเท่านั้น

ด้วยเหตุนี้ เราต้องรู้ว่าถ้าเราไม่ได้ทำหน้าที่ของความเป็นมนุษย์ (ซึ่ง
ได้แก่การยำเกรงพระเจ้าและรักษาพระบัญญัติทั้งสิ้นของพระองค์) พระเจ้า
จะไม่ทรงยอมรับว่าเราเป็นดวงวิญญาณที่มีคุณค่าซึ่งบรรจุพระฉายาของ
พระองค์เอาไว้ แต่เราจะเป็นเพียงผู้ที่ตกอยู่ภายใต้การลงโทษที่โหดเหี้ยม
ที่สุดในอุโมงค์ชั้นล่าง

5. การลงโทษปอนทิอัสปีลาต

ในช่วงเวลาแห่งการสิ้นพระชนม์ของพระเยซู ปอนทิอัสปีลาตเป็นผู้ว่าการ
ชาวโรมันที่ปกครองแคว้นยูเดีย ซึ่งปัจจุบันได้แก่ปาเลสไตน์ นับจากวันที่เขา
ลงไปสู่อุโมงค์ชั้นล่าง ปีลาตได้รับโทษขั้นที่สามมาโดยตลอด (ซึ่งรวมถึงการ
ถูกเฆี่ยนตี) ปอนทิอัสปีลาตถูกทรมานด้วยเหตุผลข้อใดโดยเฉพาะ

แม้จะรู้ถึงความชอบธรรมของพระเยซู

105

นรก

เนื่องจากปีลาตเป็นผู้ว่าราชการแคว้นยูเดีย การตรึงพระเยซูต้องได้รับอนุญาตจากท่าน ในฐานะผู้สำเร็จราชการชาวโรมัน ปีลาตจึงรับผิดชอบกำกับดูแลทั่วทั้งแคว้นยูเดียและปีลาตมีผู้สอดแนมจำนวนมากทำงานให้กับท่านในหลายพื้นที่ทั่วแคว้นยูเดีย ดังนั้น ปีลาตจึงรู้ถึงการอัศจรรย์จำนวนมากที่พระเยซูทรงกระทำ คำสอนเรื่องความรัก การรักษาผู้คนที่เจ็บป่วย คำสอนเรื่องพระเจ้า และเรื่องราวอื่น ๆ เกี่ยวกับพระองค์เป็นอย่างดีในขณะที่พระเยซูทรงประกาศพระกิตติคุณทั่วแคว้นที่พระองค์และปีลาตอาศัยอยู่ จากรายงานที่ผู้สอดแนมส่งเข้ามา ปีลาตจึงสรุปว่าพระเยซูเป็นคนดีและไม่มีความผิด

ยิ่งกว่านั้น เพราะปีลาตรู้ว่าชาวยิวต้องการกำจัดพระเยซูเพราะความอิจฉา ท่านจึงพยายามทุกวิถีทางที่จะปล่อยพระองค์ให้เป็นอิสระ แต่เนื่องจากปีลาตเชื่อเช่นกันว่าการไม่ฟังเสียงชาวยิวจะส่งผลให้เกิดความวุ่นวายทางสังคมในแคว้นของท่าน ปีลาตจึงยอมให้นำพระเยซูไปตรึงตามข้อเรียกร้องของชาวยิว ถ้ามีความวุ่นวายเกิดขึ้นภายในเขตรับผิดชอบของท่าน ความรับผิดชอบทั้งหมดต้องตกอยู่กับปีลาตและชีวิตของท่านจะถูกคุกคามอย่างแน่นอน

สุดท้าย จิตสำนึกที่ขลาดกลัวของปีลาตคือสิ่งที่กำหนดจุดหมายปลายทางของท่านหลังจากเสียชีวิต ทหารชาวโรมันเฆี่ยนตีพระเยซูตามคำบัญชาของปีลาตก่อนตรึงพระองค์ฉันใด ปีลาตก็ได้รับโทษด้วยการถูกเฆี่ยนตีด้วยฉันนั้น โดยท่านถูกพวกยมทูตแห่งนรกเฆี่ยนตีอย่างไม่หยุดหย่อน

ปีลาตถูกเฆี่ยนทุกครั้งที่มีคนขานชื่อท่าน

นี่คือวิธีการที่พระเยซูถูกเฆี่ยน แส้ที่ใช้เฆี่ยนพระองค์ทำด้วยเชือกหนังฝังเหล็กหรือกระดูกชิ้นต่าง ๆ ไว้ที่ปลายแส้ ในการเฆี่ยนแต่ละครั้ง เชือกหนังของแส้จะพันรอบพระกายของพระเยซู ชิ้นเหล็กและกระดูกที่ฝังอยู่ปลายแส้จะทิ่มแทงเข้าไปในเนื้อของพระองค์ เมื่อแส้ถูกกระชากแส้กลับ เนื้อจากแผลจะถูกดึงออกมาและทำให้เกิดแผลฉกรรจ์

ในทำนองเดียวกัน เมื่อใดก็ตามที่ผู้คนเรียกชื่อของท่านในโลกนี้ ยมทูตแห่งนรกจะเฆี่ยนตีปีลาตในอุโมงค์ชั้นล่าง ในช่วงการประชุมนมัสการคริสเตียนจำนวนมากจะท่องหลักข้อเชื่อของอัครทูต เมื่อใดก็ตามที่คนเหล่านั้นท่องมาถึงประโยคที่ว่า "ทรงทนทุกข์ทรมานในสมัยที่ปอนทิอัสปีลาตปกครอง" ปีลาตจะถูกเฆี่ยน เมื่อผู้คนนับร้อยนับพันท่องชื่อของท่านพร้อมกัน จำนวนที่ท่านถูกเฆี่ยนและความรุนแรงของการเฆี่ยนแต่ละครั้งจะเพิ่มขึ้นอย่างกะทันหัน บางครั้ง ยมทูตแห่งนรกจะล้อมปีลาตเอาไว้เพื่อผลัดกันเฆี่ยนตีท่าน

แม้เนื้อของปีลาตจะหลุดออกมาเป็นชิ้น ๆ และชุ่มโชกไปด้วยเลือด แต่ยมทูตเหล่านั้นก็ยังเฆี่ยนท่านต่อไปดูประหนึ่งว่าพวกเขากำลังแข่งขันกัน แส้ที่ฟาดลงไปทำให้เนื้อของปีลาตขาดกระจุยจนกระดูกโผล่ออกมาและเจาะลึกลงไปถึงไขกระดูก

ลิ้นของปีลาติถูกตัดออกอย่างถาวร

ในขณะที่ถูกทรมาน ปีลาตส่งเสียงตะโกนอยู่ตลอดเวลาว่า "ได้โปรดเถอะ อย่าเรียกชื่อของฉันเลย แต่ละครั้งที่มีคนเรียกชื่อฉัน ฉันต้องทนทุกข์และทนทุกข์" แต่ไม่มีเสียงดังออกมาจากปากของปีลาต ลิ้นของท่านถูกตัดออกเพราะปีลาตใช้ลิ้นเดียวกันนี้ตัดสินให้พระเยซูถูกตรึง เมื่อคนเราตกอยู่ในความเจ็บปวด การส่งเสียงกรีดร้องออกมาจะช่วยบรรเทาได้บ้างเล็กน้อย แต่สำหรับปีลาตเขาไม่มีทางเลือกดังกล่าวด้วยซ้ำไป

สำหรับปีลาตมีบางอย่างแตกต่างออกไปสำหรับวิญญาณดวงอ่นื ที่ถูกลงโทษในอุโมงค์ชั้นล่าง เม่อื อวัยวะส่วนต่าง ๆ ของร่างกายถูกถลกออกมาถูกตดั หรือถูกเผาอวัยวะเหล่าน้นั จะสร้างตัวขึ้นมาใหม่แต่ลิ้นของปีลาตถูกตัดออกอย่างถาวรเพื่อให้เป็นเครื่องหมายของการแช่งสาป แม้ปีลาตจะวิงวอนไม่ให้คนเรียกชื่อของท่านซ้ำแล้วซ้ำอีกแต่ผคู้ นจะท่องจำช่อื นี้ ไปจนกระทั่งวันพิพากษา ยิ่งชื่อของปีลาตถูกเรียกขานมากขึ้นเท่าใดความทุกข

ทรมานของท่านก็จะหนักหนามากขึ้นเท่านั้น

ปีลาตจงใจทำบาป

เมื่อปีลาตยอมให้นำพระเยซูไปตรึงที่กางเขน ท่านล้างมือของตนด้วยน้ำต่อหน้าฝูงชนและกล่าวกับคนเหล่านั้นว่า *"เราไม่มีผิดด้วยเรื่องความตายของคนนี้ เจ้ารับธุระเอาเองเถิด"* (มัทธิว 27:24) ด้วยความต้องการที่จะฆ่าพระเยซู ชาวยิวเหล่านั้นจึงตอบท่านว่า *"ให้ความผิดด้วยเรื่องความตายของเขาตกอยู่แก่เราทั้งบุตรของเราด้วย"* (มัทธิว 27:25)

เกิดอะไรขึ้นกับชาวยิวหลังจากพระเยซูถูกตรึง คนเหล่านั้นถูกสังหารหมู่เมื่อกรุงเยรูซาเล็มถูกยึดและถูกทำลายโดยนายพลติตัสชาวโรมันในปี ค.ศ. 70 นับตั้งแต่เวลานั้นเป็นต้นมาชาวยิวจึงกระจัดกระจายออกไปทั่วโลกและถูกกดขี่ในดินแดนที่ไม่ใช่บ้านเมืองของตน ในช่วงสงครามโลกครั้งที่สอง คนเหล่านี้ถูกบังคับให้ย้ายถิ่นฐานไปอยู่ตามค่ายกักกันหลายแห่งในยุโรปซึ่งชาวยิวเกือบหกล้านคนเสียชีวิตด้วยการถูกสังหารหมู่ในห้องอบแก๊สหรือด้วยวิธีการสังหารที่โหดเหี้ยมรูปแบบอื่น ในช่วงห้าทศวรรษแรกของการเป็นประเทศยุคใหม่หลังได้รับเอกราชในปี 1948 อิสราเอลต้องเผชิญกับภัยคุกคาม ความเกลียดชัง และการต่อต้านด้วยอาวุธจากประเทศเพื่อนบ้านหลายประเทศในตะวันออกกลางอย่างต่อเนื่อง

แม้ชาวยิวจะได้รับการตอบแทนจากข้อเรียกร้องของเขาที่ว่า *"ให้ความผิดด้วยเรื่องความตายของเขาตกอยู่แก่เราทั้งบุตรของเราด้วย"* แต่สิ่งนี้ไม่ได้หมายความว่าโทษของปีลาตจะลดลง ปีลาตจงใจทำบาป ท่านมีโอกาสหลายครั้งที่จะไม่ทำบาป แต่ปีลาตก็ยอมทำบาป แม้แต่ภรรยาของท่านเอง (หลังจากถูกเตือนในความฝัน) ก็วิงวอนกับปีลาตไม่ให้ชาวยิวนำพระเยซูไปฆ่า แต่ปีลาตก็ตัดสินให้พระเยซูถูกตรึงโดยละเลยต่อจิตสำนึกของตนและคำตักเตือนของภรรยา ผลลัพธ์ก็คือปีลาตถูกบังคับให้รับโทษขั้นที่สามในอุโมงค์ชั้นล่าง

ในปัจจุบัน ผู้คนจะก่ออาชญากรรมแม้คนเหล่านั้นรู้ว่าสิ่งที่ตนทำนั้น

เป็นอาชญากรรม ผู้คนเปิดโปงความลับของคนอื่นเพื่อผลประโยชน์ส่วนตัว คนที่วางแผนทำลายคนอื่น คนที่ยอมเป็นพยานเท็จ คนที่ใส่ร้ายป้ายสี คนที่ตั้งแก๊งตั้งก๊วนเพื่อฆ่าหรือทรมานคนอื่น คนที่แสดงความ ขี้ขลาด คนที่ทรยศหักหลังคนอื่นในช่วงหน้าสิ่วหน้าขวานหรือในยามเจ็บปวด และคนที่มีพฤติกรรมในทำนองนี้จะได้รับโทษขั้นที่สามในอุโมงค์ชั้นล่าง

พระเจ้าจะทรงตั้งคำถามกับการกระทำทุกอย่าง

ปีลาตทำให้พระโลหิตของพระเยซูตกอยู่ในมือของชาวยิวด้วยการล้างมือของท่านฉันใด บางคนก็ทำให้โทษสำหรับสถานการณ์หรือสภาพการณ์บางอย่างตกกับคนอื่นด้วยฉันนั้น แต่ความรับผิดชอบสำหรับความบาปของมนุษย์จะตกอยู่กับเขา มนุษย์แต่ละคนมีเสรีภาพในการตัดสินใจ เขาไม่เพียงแต่มีสิทธิ์ในการตัดสินใจเลือกเท่านั้น แต่เขาต้องรับผิดชอบต่อการตัดสินใจเลือกของตนด้วยเช่นกัน เสรีภาพในการตัดสินใจเปิดโอกาสให้เราเลือกว่าเราจะเชื่อว่าพระเยซูเป็นพระผู้ช่วยให้รอดของเราหรือไม่ เราควรรักษาวันขององค์พระผู้เป็นเจ้าให้บริสุทธิ์หรือไม่ เราควรถวายสิบลดอย่างเต็มขนาดแด่พระเจ้าหรือไม่ หรือเราควรทำสิ่งหนึ่งสิ่งใดในทำนองนี้หรือไม่ แต่ผลของการเลือกของเราจะปรากฏให้เห็นในภายหลังว่าเราจะได้รับความสุขนิรันดร์ในสวรรค์หรือการลงโทษนิรันดร์ในนรก

ยิ่งกว่านั้น ผลแห่งการตัดสินใจเลือกใด ๆ ที่ท่านเคยทำ ตัวท่านเองต้องรับผิดชอบและท่านไม่สามารถโทษคนอื่นสำหรับการตัดสินใจนั้นได้ เพราะฉะนั้นท่านจึงไม่อาจพูดว่า "ผมทิ้งพระเจ้าเพราะการข่มเหงของพ่อแม่" หรือ "ผมไม่สามารถรักษาวันขององค์พระผู้เป็นเจ้าให้บริสุทธิ์หรือถวายสิบลดทั้งหมดแด่พระเจ้าได้เพราะภรรยาผม" ถ้าบุคคลมีความเชื่อเขาจะยำเกรงพระเจ้าและรักษาพระบัญญัติทั้งสิ้นของพระองค์อย่างแน่นอน

เนื่องจากลิ้นของท่านถูกตัดออกเพราะถ้อยคำอันที่ขลาดกลัวของตนปีลาตจงึ สำนึกผิดและรสู กึ เสยี ใจในขณะทที่ ่านกำลังถกู เฆยี่ นตอี ย่างต่อ

เนอื่ งในอุโมงคช์ นั ล่าง แต่หลงั จากความตาย ปี ลาตก็ไม่มีโอกาสที่สอง อีกต่อไป

อย่างไรก็ตาม คนที่มีชีวิตยังคงมีโอกาส ท่านต้องไม่ลังเลที่จะยำเกรงพระเจ้าและรักษาพระบัญญัติของพระองค์ อิสยาห์ 55:6-7 บอกกับเราว่า *"จงแสวงหาพระเจ้าเมื่อจะพบพระองค์ได้ จงทูลพระองค์ขณะพระองค์ทรงอยู่ใกล้ ให้คนอธรรมละทิ้งทางของเขาและคนไม่ชอบธรรมสละความคิดของเขา ให้เขากลับยังพระเจ้าเพื่อพระองค์จะทรงกรุณาเขาและยังพระเจ้าของเราเพราะพระองค์จะทรงอภัยอย่างล้นเหลือ"* เพราะพระเจ้าเป็นความรักพระองค์จึงทรงอนุญาตให้เรารู้ถึงสิ่งที่กำลังเกิดขึ้นในนรกในขณะที่เรายังมีชีวิตอยู่ พระองค์ทรงกระทำเช่นนี้เพื่อปลุกผู้คนจำนวนมากให้ตื่นขึ้นการหลับใหลฝ่ายวิญญาณพร้อมทั้งทรงเสริมกำลังและหนุนใจเราให้ประกาศข่าวประเสริฐกับผู้คนมากยิ่งขึ้นเพื่อคนเหล่านั้นจะอาศัยอยู่ในความเมตตากรุณาของพระองค์ด้วยเช่นกัน

6. การลงโทษซาอูลกษัตริย์องค์แรกของอิสราเอล

เยเรมีย์ 29:11 บอกเราว่า *"พระเจ้าตรัสว่า เพราะเรารู้แผนงานที่เรามีไว้สำหรับเจ้า เป็นแผนงานเพื่อสวัสดิภาพ ไม่ใช่เพื่อทุกขภาพ เพื่อจะให้อนาคตและความหวังแก่เจ้า"* นี่เป็นถ้อยคำที่พระเจ้าทรงมอบให้กับชาวยิวเมื่อคนเหล่านั้นตกไปเป็นเชลยในบาบิโลน พระคัมภีร์ข้อนี้พยากรณ์ว่าพระเจ้าจะทรงยกโทษและสำแดงพระเมตตาต่อประชากรของพระองค์เมื่อคนเหล่านั้นตกไปเป็นเชลยในบาบิโลนเนื่องจากเขาทำบาปต่อพระเจ้า

ด้วยเหตุผลเดียวกัน พระเจ้าทรงกำลังประกาศถึงข่าวสาส์นเรื่องนรก พระองค์กระทำเช่นนี้ไม่ใช่เพื่อแช่งสาปคนไม่เชื่อและคนบาป แต่เพื่อไถ่ทุกคนที่กำลังแบกภาระหนักของการเป็นทาสของผีมารซาตานให้รอดและเพื่อป้องกันมนุษย์ที่ถูกสร้างขึ้นตามพระฉายาของพระองค์จากการลงไปสู่

สถานที่อันน่าเวทนาแห่งนั้น

ดังนั้น แทนที่เราจะกลัวสภาพที่เต็มไปด้วยความทุกข์เวทนาของนรก
สิ่งที่เราทุกคนควรทำในเวลานี้คือการเข้าใจถึงความรักอันยิ่งใหญ่ของ
พระเจ้า ถ้าท่านไม่ใช่ผู้เชื่อ จงต้อนรับเอาพระเยซูคริสต์เป็นพระผู้ช่วยให้
รอดส่วนตัวของท่านตั้งแต่นี้เป็นต้นไป ถ้าท่านไม่ได้ดำเนินชีวิตตามพระคำ
ของพระเจ้าในขณะที่ท่านอ้างถึงความเชื่อของท่านในพระองค์ จงกลับใจ
ใหม่เหมือนที่พระองค์ทรงบอกกับท่าน

ซาอูลยังคงไม่เชื่อฟังพระเจ้า

เมื่อซาอูลขึ้นครองบัลลังก์ท่านเป็นคนถ่อมใจมาก แต่ไม่นานซาอูล
เริ่มรู้สึกหยิ่งผยองมากจนท่านไม่เชื่อฟังพระคำของพระเจ้า ท่านหลงไปสู่
หนทางอันชั่วร้ายจนท่านถูกทอดทิ้งและในที่สุดพระเจ้าทรงหันพระพักตร์
ของพระองค์ไปจากซาอูล เมื่อท่านทำบาปต่อพระเจ้า ท่านต้องเปลี่ยนความ
คิดของท่านและกลับใจใหม่โดยไม่ลังเล อย่าพยายามหาข้อแก้ตัวให้กับ
ตนเองและปิดซ่อนความผิดบาปของตนเอาไว้ พระเจ้าจะทรงยอมรับคำ
อธิษฐานแห่งการกลับใจใหม่ของท่านและเปิดหนทางแห่งการยกโทษให้
กับท่านก็ต่อเมื่อท่านกลับใจใหม่แล้วเท่านั้น

เมื่อซาอูลทราบว่าพระเจ้าทรงเจิมตั้งดาวิดขึ้นเป็นกษัตริย์แทนท่าน
กษัตริย์ซาอูลจึงมองว่าดาวิดจะเป็นภัยคุกคามต่อบัลลังก์ของท่านและ
พยายามหาโอกาสฆ่าดาวิดตลอดชีวิตของตน ซาอูลสังหารเหล่าปุโรหิต
ของพระเจ้าที่ให้ความช่วยเหลือดาวิด (1 ซามูเอล 22:18) การกระทำเช่นนั้น
เป็นเหมือนการท้าทายพระเจ้าแบบหน้าต่อหน้า

กษัตริย์ซาอูลยังคงไม่เชื่อฟังพระเจ้าและสะสมการกระทำอันชั่วของตน
ด้วยวิธีการนี้ แต่พระเจ้าไม่ได้ทำลายซาอูลทันที แม้ซาอูลแสวงหาช่องทางที่
จะฆ่าดาวิดเป็นเวลานาน แต่พระเจ้าก็ยังทรงอนุญาตให้ท่านมีชีวิตอยู่ต่อไป

พระเจ้าทรงกระทำเช่นนี้ด้วยวัตถุประสงค์สองประการ ประการแรก

พระองค์ทรงตั้งพระทัยที่จะหล่อหลอมดาวิดให้เป็นภาชนะและกษัตริย์ที่ยิ่ง
ใหญ่ ประการที่สอง พระเจ้าทรงให้เวลาและโอกาสอย่างมากแก่ซาอูลมาก
เพื่อให้ท่านกลับใจจากการบาปของตน

ถ้าพระเจ้าทรงสังหารเราเมื่อเราทำบาปร้ายแรงมากจนทำให้เราถึงแก่
ความตาย คงไม่มีใครสักคนเดียวในพวกเราจะมีชีวิตรอด พระเจ้าจะทรง
ยกโทษ รอคอย และรอคอย แต่ถ้าเราไม่หันกลับมาหาพระองค์ พระเจ้าจะ
ทรงหันพระพักตร์ไปเสีย แต่ซาอูลไม่เข้าใจน้ำพระทัยของพระเจ้าและทำ
ตามความปรารถนาแห่งเนื้อหนังของตน ในตอนท้าย ซาอูลได้รับบาดเจ็บ
สาหัสจากนักธนูและปลงพระชนม์ของท่านเองด้วยดาบ (1 ซามูเอล 31:3-4)

ร่างกายของซาอูลถูกแขวนไว้ในอากาศ

ซาอูลผู้หยิ่งผยองได้รับโทษแบบใด หอกอันแหลมคงแทงเข้าไปที่ช่อง
ท้องของท่านในขณะที่ร่างกายของท่านถูกแขวนไว้ในอากาศ ที่คมของ
หอกมีวัตถุคล้ายกริชและคมดาบฝังอยู่อย่างหนาแน่น

การถูกแขวนไว้ในอากาศเพียงอย่างเดียวก็เจ็บปวดมากพออยู่แล้ว การ
ถูกแทงเข้าไปที่ช่องท้องด้วยหอกในขณะที่ถูกแขวนอยู่อากาศยิ่งเพิ่มความ
เจ็บปวดรวดร้าวมากขึ้นเพราะน้ำหนักตัวของท่านจะเพิ่มเข้ากับความเจ็บ
ปวด หอกจะทำให้ช่องท้องฉีกขาดเป็นชิ้น ๆ ด้วยกริชและดาบที่แหลมคม
เมื่อผิวหนังฉีกขาด เนื้อ กระดูก และลำไส้จะไหลทะลักออกมาภายนอก

บางครั้ง ยมทูตแห่งนรกจะเข้าประชิดตัวซาอูลและหมุนหอกของตน
กริชและคมดาบที่ติดอยู่ปลายหอกจะทำให้ร่างกายของซาอูลฉีกขาดมาก
ขึ้น การหมุนหอกดังกล่าวทำให้ปอด หัวใจ กระเพาะอาหาร และลำไส้
ทั้งหมดของซาอูลแตกกระจาย

ไม่นานหลังจากที่ซาอูลทนต่อการทรมานอย่างโหดเหี้ยมและหลังจาก
ลำไส้ทั้งหมดของท่านฉีกออกเป็นชิ้น ๆ อวัยวะภายในทั้งหมดของท่านก็ถูก

สร้างขึ้นใหม่อย่างสมบูรณ์ เมื่ออวัยวะเหล่านั้นถูกสร้างขึ้นใหม่อย่างครบถ้วน
แล้ว ยมทูตแห่งนรกจะเข้าประชิดตัวซาอูลและเริ่มต้นขั้นตอนการทรมานซ้ำ
อีกครั้งหนึ่ง ในขณะที่ทนทุกข์ทรมานอยู่นั้น ซาอูลจึงหวนรำลึกถึงเวลาและ
โอกาสมากมายของการกลับใจที่ท่านได้เพิกเฉยในชีวิตของท่าน

ทำไมเราจึงไม่เชื่อฟังน้ำพระทัยของพระเจ้า
ทำไมเราจึงต่อสู้กับพระองค์
เราน่าจะใส่ใจกับคำตักเตือน
ของผู้เผยพระวจนะซามูเอล
เราน่าจะกลับใจ
เมื่อโยนาธานบุตรชายของเราวิงวอนเราด้วยน้ำตา
ถ้าหากเราไม่ทำสิ่งที่ชั่วร้ายกับดาวิด
โทษที่เราได้รับก็คงเบากว่านี้...

การสำนึกผิดหรือความรู้สึกเสียใจของซาอูลเป็นสิ่งที่ไร้ประโยชน์หลัง
จากที่ท่านลงไปสู่นรก การถูกแทงที่ช่องท้องด้วยหอกในขณะที่ถูกแขวนอยู่
ในอากาศเป็นสิ่งที่เจ็บปวดเกินกว่าจะทนได้ แต่เมื่อยมทูตแห่งนรกเข้าประชิด
ตัวซาอูลเพื่อการทรมานรอบใหม่ ซาอูลเต็มไปด้วยความกลัว ความเจ็บปวดที่
ท่านได้รับไม่กี่นาทีก่อนหน้านี้ยังคงชัดเจนและจริงจังมากสำหรับท่าน ซาอูล
แทบจะสิ้นใจเมื่อท่านคิดถึงสิ่งต่าง ๆ ที่กำลังจะเกิดขึ้นซ้ำอีก

ซาอูลอาจวิงวอนว่า "โปรดอย่ายุ่งกับผมเลย" หรือ "โปรดหยุดการ
ทรมานนี้ด้วยเถอะ" แต่ก็ไร้ประโยชน์ ยิ่งซาอูลกลัวมากเท่าใด ยมทูตแห่ง
นรกก็มีความสุขมากขึ้นเท่านั้น ยมทูตจะหมุนหอกของตนไปมาอยู่ตลอด
เวลา ความทุกข์เวทนาของการถูกหอกทิ่มแทงร่างกายจนฉีกขาดจะเกิดขึ้น
กับซาอีกซ้ำแล้วซ้ำอีกอย่างต่อเนื่อง

ความหยิ่งผยองนำไปสู่ความพินาศ

กรณีต่อไปนี้เป็นปรากฏการณ์ทั่วไปที่เกิดขึ้นในทุกคริสตจักรใน
ปัจจุบัน ครั้งแรกผู้เชื่อใหม่จะได้รับและเต็มล้นด้วยพระวิญญาณบริสุทธิ์
เขากระตือรือร้นที่จะปรนนิบัติพระเจ้าและผู้รับใช้ของพระองค์อยู่ชั่วระยะ
หนึ่ง แต่ผู้เชื่อคนนี้เริ่มต้นไม่เชื่อฟังน้ำพระทัยของพระเจ้า คริสตจักรของ
พระองค์ และผู้รับใช้ของพระเจ้า จากนั้นเขาจะเริ่มพิพากษาและกล่าวโทษ
คนอื่นด้วยพระคำของพระเจ้าที่เขาได้ฟัง ผู้เชื่อคนนี้มีโอกาสมากที่จะเป็น
คนหยิ่งผยอง

ความรักครั้งแรกที่เขาเคยมีต่อองค์พระผู้เป็นเจ้าจะค่อย ๆ เยือกเย็นลง
เมื่อวันเวลาผ่านไป ครั้งหนึ่งเขาเคยมีความหวังเกี่ยวกับสวรรค์ แต่บัดนี้เขา
มอบความหวังไว้กับสิ่งของฝ่ายโลกซึ่งเขาเคยละทิ้ง เวลานี้เขาอยากให้คน
อื่นในคริสตจักรปรนนิบัติเขา โลภเงินและอำนาจ และปล่อยตัวไปตาม
ความต้องการของเนื้อหนัง

เมื่อครั้งที่เขาเคยขัดสน เขาอาจอธิษฐานว่า "ข้าแต่พระเจ้า ขอทรง
ประทานพระพรทางด้านวัตถุให้กับข้าพระองค์ด้วยเถิด" เกิดอะไรขึ้นเมื่อ
เขาได้รับพระพรนี้ แทนที่เขาจะใช้พระพรดังกล่าวกับการช่วยเหลือคน
ยากจน สนับสนุนมิชชั่นนารี และงานของพระเจ้า บัดนี้เขากลับผลาญ
พระพรของพระเจ้ากับการแสวงหาสนุกเพลิดเพลินของโลกนี้

เพราะเหตุนี้ พระวิญญาณบริสุทธิ์ที่อยู่ภายในผู้เชื่อจึงคร่ำครวญ
วิญญาณของเขาประสบกับปัญหาและการทดลองมากมาย และการลงโทษ
ที่เขาจะได้รับกำลังมาถึง ถ้าเขาทำบาปอย่างต่อเนื่อง จิตสำนึกของเขาจะ
ด้านชา เขาไม่อาจแยกแยะระหว่างน้ำพระทัยของพระเจ้ากับความโลภแห่ง
จิตใจของตนได้ บ่อยครั้งเขาจะทำตามความโลภแห่งจิตใจของตนมากกว่า

บางครั้ง เขาอาจรู้สึกอิจฉาผู้รับใช้พระเจ้าที่ได้รับการยกย่องนับถือและ
เป็นที่รักของสมาชิกคริสตจักรอย่างมาก เขาอาจใส่ร้ายผู้รับใช้เหล่านั้น
และก่อกวนพันธกิจของคนเหล่านั้น เพื่อผลประโยชน์ของตน เขาจะสร้าง
ความแตกแยกให้เกิดขึ้นในคริสตจักรซึ่งถือเป็นการทำลายคริสตจักรที่พระ

คริสต์ทรงสถิตอยู่

บุคคลเช่นนี้จะท้าทายพระเจ้าอย่างต่อเนื่องและกลายเป็นเครื่องมือของ
ผีมารซาตาน ในที่สุดบุคคลนี้จะเป็นเหมือนซาอูล

พระเจ้าทรงต่อสู้กับคนจองหองแต่ทรงสำแดงพระคุณแก่คนถ่อมใจ

1 เปโตร 5:5 กล่าวว่า *"ในทำนองเดียวกัน ท่านอ่อนอาวุโสก็จงเชื่อฟัง
คำของพวกผู้ใหญ่ อันที่จริงให้ท่านทุกคนมีความถ่อมใจในการปฏิบัติต่อ
กันและกัน ด้วยว่าพระองค์ทรงเป็นปฏิปักษ์กับคนเหล่านั้นที่ถือตัวจองหอง
แต่พระองค์ทรงสำแดงพระคุณแก่คนที่อ่อนน้อมถ่อมตน"* คนที่จองหอง
จะตัดสินคำเทศนาที่เขาได้ยินจากธรรมาสน์ คนเหล่านี้จะยอมรับสิ่งที่
สอดคล้องกับความคิดของตน แต่จะปฏิเสธสิ่งที่ตนไม่เห็นด้วย ความคิด
ของมนุษย์ส่วนใหญ่จะแตกต่างจากความคิดของพระเจ้า ท่านไม่อาจพูดว่า
ท่านเชื่อและรักพระเจ้าถ้าท่านยอมรับเฉพาะสิ่งที่ตรงกับความคิดของท่าน

1 ยอห์น 2:15 บอกเราว่า *"อย่ารักโลกหรือสิ่งของในโลก ถ้าผู้ใดรักโลก
ความรักต่อพระบิดาไม่ได้อยู่ในผู้นั้น"* ในทำนองเดียวกัน ถ้าความรักของ
พระบิดาไม่อยู่ในบุคคลนั้น เขาก็จะไม่มีสามัคคีธรรมกับพระเจ้า เพราะ
เหตุนี้ ถ้าท่านอ้างว่าท่านมีสามัคคีธรรมกับพระองค์แต่ท่านยังดำเนินอยู่ใน
ความมืด ท่านก็พูดมุสาและไม่ได้ดำเนินชีวิตด้วยความจริง (1 ยอห์น 1:6)

ท่านต้องระมัดระวังตัวอยู่เสมอและสำรวจตนเองอยู่ตลอดเวลาว่าท่านเย่อหยิ่ง
จองหองหรือไม่ ท่านต้องการให้คนอื่นปรนนิบัติท่านหรือท่านต้องการปรนนิบัติ
คนอื่น และความรักที่มีต่อโลกนี้ได้คืบคลานเข้ามาในจิตใจของท่านหรือไม่

7. การลงโทษขั้นที่สี่ของยูดาสอิสคาริโอท

เราเห็นว่าการลงโทษขั้นที่หนึ่ง ขั้นที่สอง และขั้นที่สามในอุโมงค์ชั้น

ล่างนั้นทุกข์เวทนาและโหดเหี้ยมเหนือจินตนาการของเรามาก เรายังสำรวจเช่นกันว่าทำไมดวงวิญญาณเหล่านั้นจึงได้รับโทษอย่างโหดเหี้ยมเช่นนั้น

จากจุดนี้เป็นต้นไป ขอให้เราเจาะลึกเกี่ยวกับการลงโทษขั้นรุนแรงที่สุดในอุโมงค์ชั้นล่าง ตัวอย่างของการลงโทษขั้นที่สี่มีอะไรบ้างและดวงวิญญาณเหล่านี้ทำความชั่วประเภทใดจึงสมควรได้รับโทษเหล่านี้

การทำบาปที่ไม่อาจยกโทษให้ได้

พระคัมภีร์บอกเราว่าความบาปบางอย่างที่เราทำเราอาจได้รับการยกโทษโดยการกลับใจใหม่ ในขณะที่มีความบาปอีกหลายอย่างซึ่งไม่สามารถยกโทษให้ท่านได้และเป็นบาปที่จะนำท่านไปสู่ความตาย (มัทธิว 12:31-32; ฮีบรู 6:4-6; 1 ยอห์น 5:16) ผู้คนที่หมิ่นประมาทพระวิญญาณบริสุทธิ์ คนที่ทำบาปโดยเจตนาทั้งที่รู้จักความจริง (รวมทั้งความบาปอย่างอื่นที่อยู่ในกลุ่มนี้) คนเหล่านี้จะลงไปสู่ส่วนที่ลึกที่สุดของอุโมงค์ชั้นล่าง

ยกตัวอย่าง เรามักเห็นผู้คนที่หายจากโรคภัยไข้เจ็บหรือได้รับการแก้ไขปัญหาต่าง ๆ โดยพระคุณของพระเจ้า ช่วงแรกคนเหล่านี้กระตือรือร้นที่จะทำงานเพื่อพระเจ้าและคริสตจักรของพระองค์ แต่บางครั้งเราเห็นคนเหล่านี้ถูกทดลองจากโลกและในไม่ช้าก็หันหลังให้กับพระเจ้า

คนเหล่านี้ปล่อยตัวไปตามความสนุกสนานของโลกนี้อีกครั้งหนึ่ง เพียงแต่ว่าคราวนี้เขาปล่อยตัวมากกว่าที่เคยทำมาก่อน เขาทำให้คริสตจักรของพระเจ้าถูกลบหลู่พร้อมทั้งดูหมิ่น คริสเตียนและผู้รับใช้ของพระเจ้า บ่อยครั้ง ผู้คนที่อ้างถึงความเชื่อของตนในพระเจ้าอย่างเปิดเผยมักเป็นคนกลุ่มแรกที่พิพากษาและตราหน้าคริสตจักรหรือศิษยาภิบาลคนอื่น ๆ ว่าเป็น “ลัทธิเทียมเท็จ” บนพื้นฐานของทัศนะและการให้เหตุผลของตนเอง เมื่อคนกลุ่มนี้เห็นคริสตจักรเต็มเปี่ยมไปด้วยฤทธิ์อำนาจของพระวิญญาณบริสุทธิ์และการอัศจรรย์ของพระเจ้าผ่านทางผู้รับใช้ของพระองค์ พวกเขาจึงพิพากษาคริสตจักรว่าเป็น “ลัทธิเทียมเท็จ” หรือเห็นว่าการทำงานของพระวิญญาณบริสุทธิ์

เป็นการงานของซาตาน เพียงเพราะเขาไม่สามารถหยั่งรู้สิ่งที่เกิดขึ้นได้

คนเหล่านี้ทรยศต่อพระเจ้าและไม่สามารถรับเอาวิญญาณแห่งการกลับใจ กล่าวคือ คนกลุ่มนี้จะไม่สามารถกลับใจจากบาปของตน ดังนั้น หลังจากเสียชีวิต "คริสเตียน" เหล่านี้จะได้รับโทษที่หนักหนากว่าคนที่ไม่เชื่อและไม่ต้อนรับเอาพระเยซูคริสต์เป็นพระผู้ช่วยให้รอดของตน เขาจะจบลงที่อุโมงค์ชั้นล่าง

2 เปโตร 2:20-21 บอกเราว่า *"เพราะว่าถ้าหลังจากที่เขาพ้นจากสรรพมลทินของโลกนี้แล้วด้วยการที่เขาได้รู้จักพระเยซูคริสต์องค์พระผู้เป็นเจ้าและผู้ช่วยให้รอด เขากลับเกี่ยวข้องและพ่ายแพ้แก่การชั่วนั้นอีก บั้นปลายของเขาก็กลับชั่วร้ายยิ่งกว่าตอนต้น เพราะว่าถ้าเขาไม่ได้รู้จักทางชอบธรรมนั้นเสียเลยก็ยังจะดีกว่าที่เขาได้รู้แล้ว แต่กลับหันหลังให้พระบัญญัติอันบริสุทธิ์ที่ได้ทรงโปรดมอบให้แก่เขานั้น"* คนเหล่านี้ไม่เชื่อฟังพระคำของพระเจ้าและท้าทายพระองค์ถึงแม้ว่าเขารู้จักพระคำ เพราะเหตุนี้ คนเหล่านี้จึงได้รับโทษมากกว่าและหนักกว่าผู้คนที่ไม่เชื่อเสียอีก

ผู้คนที่จิตสำนึกด้านชา

ดวงวิญญาณที่ได้รับโทษขั้นที่สี่ไม่เพียงแต่เป็นวิญญาณที่ทำบาปซึ่งไม่อาจยกโทษให้ได้เท่านั้น แต่ยังเป็นกลุ่มคนที่มีจิตสำนึกด้านชาด้วยเช่นกัน คนเหล่านี้บางคนกลายเป็นทาสของผีมารซาตานที่ท้าทายและต่อสู้กับพระวิญญาณบริสุทธิ์ เสมือนหนึ่งว่าเขาได้ตรึงพระเยซูบนกางเขนด้วยตัวเขาเอง

พระเยซูพระผู้ช่วยให้รอดทรงถูกตรึงเพื่อยกโทษความผิดบาปของเราและเพื่อปลดปล่อยมนุษย์ให้เป็นอิสระจากคำแช่งสาปของความตายนิรันดร์ พระโลหิตอันประเสริฐของพระองค์ไถ่ทุกคนที่เชื่อในพระองค์ให้รอด แต่คำแช่งสาปที่มีมาถึงผู้คนซึ่งรับโทษขั้นที่สี่จะทำให้เขาไม่สามารถรับความรอดแม้ด้วยพระโลหิตของพระเยซูคริสต์ก็ตาม เหตุฉะนั้น คนเหล่านี้จึงต้องคำพิพากษาให้ถูกตรึงบนกางเขนและรับโทษของตนอยู่ในอุโมงค์ชั้นล่าง

ยูดาสอิสคาริโอท (หนึ่งในสาวกสิบสองคนของพระเยซูและบางทีอาจเป็นผู้ทรยศที่โด่งดังที่สุดในประวัติศาสตร์ของมนุษย์) เป็นตัวอย่างที่ดีที่สุด ยูดาสมองเห็นตัวตนพระบุตรของพระเจ้าด้วยตาของเขาเอง เขาเป็นสาวกคนหนึ่งของพระเยซู เรียนรู้พระคำ และเห็นถึงการอัศจรรย์และหมายสำคัญมากมาย ถึงกระนั้น ยูดาสก็ยังไม่สามารถละทิ้งความโลภและความบาปของตนได้จนถึงวาระสุดท้าย ในที่สุด ยูดาสอิสคาริโอทถูกผีมารซาตานยุยงให้ขายพระอาจารย์ของตนด้วยเงินสามสิบเหรียญ

ไม่ว่ายูดาสอยากกลับใจมากสักเพียงใดก็ตาม

ท่านคิดว่าใครมีความผิดมากกว่ากันระหว่างปอนทิอัสปีลาตที่ตัดสินให้ประหารพระเยซูกับยูดาสอิสคาริโอทที่ขายพระเยซูให้กับชาวยิว คำตอบของพระเยซูที่มีต่อคำถามของปีลาตให้ความกระจ่างแก่เราอย่างชัดเจนในเรื่องนี้

> *"ท่านจะมีอำนาจเหนือเราไม่ได้นอกจากจะประทานจากเบื้องบนให้แก่ท่าน เหตุฉะนั้นผู้ที่อายัดเราไว้กับท่านจึงมีความผิดมากกว่าท่าน"* (ยอห์น 19:11)

ความบาปที่ยูดาสทำเป็นบาปที่หนักหนากว่ามากซึ่งเป็นบาปที่ไม่อาจรับการยกโทษได้และยูดาสไม่ได้รับวิญญาณแห่งการกลับใจ เมื่อยูดาสตระหนักถึงความร้ายแรงของบาปที่ตนได้กระทำ เขารู้สึกเสียใจและนำเงินไปคืน แต่ยูดาสไม่เคยได้รับวิญญาณแห่งการกลับใจ

ในที่สุด เพราะไม่อาจเอาชนะภาระหนักแห่งบาปของตนและด้วยความกลัดกลุ้ม ยูดาสจึงฆ่าตัวตาย กิจการ 1:18 บอกเราว่ายูดาส "ล้มคะมำลงแตกกลางตัวไส้พุงทะลักออกมาหมด" ซึ่งอธิบายถึงจุดจบอันน่าเวทนาของเขา

ยูดาสถูกตรึงบนกางเขน

ยูดาสได้รับโทษแบบใดในอุโมงค์ชั้นล่าง ยูดาสถูกตรึงบนกางเขนแถวหน้าสุดในบริเวณที่ลึกที่สุดของอุโมงค์ชั้นล่าง ยูดาสและกางเขนของเขาตั้งอยู่แถวหน้าสุด กางเขนของผู้คนที่ท้าทายพระเจ้าอย่างรุนแรงถูกวางเรียงรายอยู่ในแถวถัดไป ภาพนี้คล้ายคลึงกับภาพหลุมฝังศพหรือสุสานขนาดใหญ่ที่เกิดขึ้นหลังจากการทำสงครามอย่างเต็มรูปแบบหรือคล้ายกับภาพของโรงฆ่าสัตว์ที่เต็มไปด้วยซากศพของสัตว์

แม้แต่ในโลกนี้ก็ถือว่าการตรึงบนกางเขนเป็นการลงโทษที่โหดเหี้ยมทารุณที่สุด การตรึงบนกางเขนถูกใช้เป็นตัวอย่างและคำเตือนสำหรับนักโทษและผู้ที่จะเป็นนักโทษให้เห็นถึงอนาคตของตนเอง คนที่ถูกตรึงบนกางเขน (ซึ่งความทุกข์ทรมานของการถูกตรึงเองก็หนักหนายิ่งกว่าความตายเสียอีก) เป็นเวลาหลายชั่วโมง—ซึ่งในช่วงเวลาดังกล่าวร่างกายของเขาจะฉีกขาดออกเป็นชิ้น ๆ แมลงจะกัดแทะตามร่างกาย และเลือดจะทะลักออกมาจากร่างกายของเขา—ปรารถนาที่จะหายใจเป็นครั้งสุดท้ายให้เร็วที่สุดเท่าที่จะเร็วได้

ในโลกนี้ ความเจ็บปวดของการถูกตรึงบนกางเขนจะอยู่ได้นานที่สุดไม่เกินครึ่งวัน แต่ในอุโมงค์ชั้นล่าง (ซึ่งการทรมานไม่มีที่สิ้นสุดและไม่มีความตาย) โศกนาฏกรรมของการถูกตรึงจะดำเนินไปอย่างต่อเนื่องจนกระทั่งวันพิพากษา

ยิ่งกว่านั้น ยูดาสสวมมงกุฎหนามซึ่งหนามเหล่านั้นเจริญเติบโตขึ้นอย่างต่อเนื่อง หนามทำให้ผิวหนังฉีกขาด ทิ่มแทงกระโหลกศีรษะ และแทงทะลุลงไปถึงสมองของเขา นอกจากนั้น ยังมีสิ่งที่มีลักษณะคล้ายกับสัตว์กำลังดิ้นรนไปมาอยู่ใต้เท้าของยูดาสอีกด้วย เมื่อมองดูใกล้ ๆ ก็พบว่าสิ่งเหล่านั้นคือวิญญาณดวงอื่น ๆ ที่ลงไปสู่อุโมงค์ชั้นล่าง ภาพของดวงวิญญาณเหล่านี้ทำให้ยูดาสเป็นทุกข์ทรมานมากเช่นกัน ในโลกนี้ ดวงวิญญาณเหล่านั้นได้ท้าทายพระเจ้าและสั่งสมความชั่วร้ายเมื่อจิตสำนึกของคนเหล่านั้นด้านชา ดวงวิญญาณเหล่านี้ได้รับโทษและการทรมานอย่างรุนแรงเช่นกัน ยิ่งเขาถูก

ทรมานรุนแรงมากขึ้นเท่าใด วิญญาณเหล่านั้นก็ยิ่งโหดร้ายมากขึ้นเท่านั้น
เพื่อระบายความโกรธแค้นและความทุกข์ระทมของตน วิญญาณเหล่านั้น
หันกลับมาทิ่มแทงยูดาสด้วยหอกอย่างต่อเนื่อง

จากนั้น ยมทูตแห่งนรกจะล้อเลียนยูดาสว่า "ไอ้หมอนี่แหละที่ขายพระ
เมสสิยาห์ เขาทำให้ทุกสิ่งราบรื่นสำหรับเรา ดีสำหรับเขา ช่างน่าขำเสียจริง"

การทรมานทางด้านจิตใจจากการขายพระบุตรของพระเจ้า

ในอุโมงค์ชั้นล่าง ยูดาสอิสคาริโอทไม่เพียงแต่ทนทุกข์ทรมานในฝ่าย
ร่างกายเท่านั้น แต่เขายังทนทุกข์ทรมานทางด้านจิตใจด้วยเช่นกันซึ่งหนัก
หนาเกินกว่าจะทนได้ เขาจะจดจำไว้เสมอว่าเขาถูกแช่งสาปเพราะเขาได้
ขายพระบุตรของพระเจ้าและชื่อ "ยูดาสอิสคาริโอท" มีความหมายเดียวกับ
การทรยศหักหลังสำหรับผู้คนในโลกนี้ ความทุกข์ทรมานทางด้านจิตใจ
ของยูดาสจึงเพิ่มขึ้นอย่างต่อเนื่อง

พระเยซูทรงทราบล่วงหน้าว่ายูดาสจะทรยศพระองค์และสิ่งที่จะเกิดขึ้น
กับยูดาสหลังจากเสียชีวิต นั่นคือสาเหตุที่พระเยซูทรงพยายามชักนำยูดาส
ให้กลับมาด้วยพระดำรัส แต่พระองค์ทรงทราบเช่นกันว่ายูดาสจะไม่กลับ
มา ดังนั้น ในมาระโก 14:21 พระเยซูจึงคร่ำครวญว่า *"เพราะบุตรมนุษย์จะ
เสด็จไปตามที่กล่าวไว้ในพระคัมภีร์ว่าด้วยพระองค์นั้น แต่วิบัติแก่ผู้ที่จะ
อายัดบุตรมนุษย์ไว้ ถ้าคนนั้นมิได้บังเกิดมาก็จะดีกว่า"*

กล่าวอีกนัยก็คือ ถ้าบุคคลได้รับโทษขั้นที่หนึ่ง (ซึ่งถือเป็นการลงโทษ
ที่เบาที่สุด) จะเป็นการดีกว่าถ้าบุคคลนั้นไม่เกิดมาเลยเพราะความเจ็บปวด
ของการถูกลงโทษหนักหนาและรุนแรงมาก แล้วยูดาสล่ะ เขากำลังรับการ
ลงโทษที่หนักหนาที่สุด

เพื่อไม่ให้ตกนรก

ใครล่ะคือผู้ที่ยำเกรงพระเจ้าและรักษาพระบัญญัติทั้งสิ้นของพระองค์ คนที่ยำเกรงพระเจ้าและรักษาพระบัญญัติของพระองค์คือผู้ที่รักษาวันของ องค์พระผู้เป็นเจ้าให้บริสุทธิ์และถวายสิบลดอย่างเต็มขนาดแด่พระเจ้า เสมอ—ซึ่งถือเป็นปัจจัยรากฐานของชีวิตในพระคริสต์

การรักษาวันขององค์พระผู้เป็นเจ้าให้บริสุทธิ์แสดงให้เห็นว่าท่าน ยอมรับถึงความยิ่งใหญ่สูงสุดของพระเจ้าในเรื่องมิติฝ่ายวิญญาณ การรักษา วันขององค์พระผู้เป็นเจ้าให้บริสุทธิ์เป็นเครื่องหมายที่แยกความแตกต่าง ของท่านในฐานะบุตรของพระเจ้า แต่ถ้าท่านไม่รักษาวันขององค์พระผู้เป็น เจ้า ไม่ว่าท่านจะอ้างถึงความเชื่อของท่านในพระเจ้าพระบิดามากเพียงใด ก็ตาม ท่านก็ไม่มีข้อพิสูจน์ฝ่ายวิญญาณของการเป็นบุตรพระเจ้า ในกรณีนี้ ท่านจึงไม่มีทางเลือกอื่นนอกจากตกนรก

การถวายสิบลดอย่างเต็มขนาดแด่พระเจ้าหมายความว่าท่านยอมรับ ถึงความยิ่งใหญ่สูงสุดของพระเจ้าเหนือความยากจน นอกจากนั้นยัง หมายความว่าท่านยอมรับและเข้าใจความเป็นเจ้าของจักรวาลทั้งสิ้นแต่ผู้ เดียวของพระเจ้า จากมาลาคี 3:9 คนอิสราเอลถูกแช่งสาปหลังจากที่คนเหล่า นั้น "ฉ้อ" พระเจ้า พระองค์ทรงสร้างจักรวาลทั้งสิ้นและทรงประทานชีวิต แก่ท่าน พระเจ้าทรงประทานแสงแดดและสายฝนแก่เราเพื่อให้เรามีชีวิตอยู่ พระองค์ทรงให้พลังงานและการปกป้องเพื่อรักษาวันแห่งการทำงานแก่เรา พระเจ้าทรงเป็นเจ้าของทุกสิ่งที่ท่านมี ดังนั้น แม้แต่รายได้ทั้งหมดที่เรามีอยู่ ก็เป็นของพระเจ้า พระองค์ทรงอนุญาตให้เราถวายคืนให้กับพระองค์เพียง ร้อยละสิบของทุกสิ่งที่เราได้รับและทรงอนุญาตให้เราใช้ส่วนที่เหลืออยู่ ทั้งหมดตามความเห็นชอบของเรา พระเจ้าจอมโยธาตรัสไว้ในมาลาคี 3:10 ว่า "จงนำทศางค์เต็มขนาดมาไว้ในคลังเพื่อว่าจะมีอาหารในนิเวศของเรา จง ลองดูเราในเรื่องนี้ดูทีหรือว่า เราจะเปิดหน้าต่างในฟ้าสวรรค์ให้เจ้า และเท พร อย่างล้นไหลมาให้เจ้าหรือไม่" ตราบใดที่เรายังคงสัตย์ซื่อต่อพระเจ้าใน เรื่องสิบลด พระเจ้าทรงสัญญาไว้ว่าพระองค์จะเปิดหน้าต่างแห่งฟ้าสวรรค์ และเทพรอย่างเหลือล้นแก่เราจนเราไม่มีที่เก็บพระพรเหล่านั้น แต่ถ้าท่าน

ไม่ถวายสิบลดแด่พระเจ้า สิ่งนี้ก็หมายความว่าท่านไม่เชื่อในพระสัญญาในเรื่องพระพรของพระองค์ ขาดความเชื่อที่จะช่วยให้ท่านรอด และไม่มีสถานที่อื่นใดที่ท่านจะไปนอกจากนรกเพราะท่านปล้นพระเจ้า

ด้วยเหตุนี้ เราต้องรักษาวันขององค์พระผู้เป็นเจ้าให้บริสุทธิ์ ถวายสิบลดอย่างเต็มขนาดแด่พระเจ้าผู้เป็นเจ้าของสิ่งสารพัด และรักษาพระบัญญัติทั้งสิ้นของพระองค์อยู่เสมอตามที่บรรยายไว้ในพระคัมภีร์ทั้ง 66 เล่ม ข้าพเจ้าอธิษฐานเพื่อไม่ให้ผู้อ่านหนังสือเล่มนี้แม้แต่คนเดียวต้องตกนรก

ในบทนี้ เราได้เจาะลึกลงไปถึงเรื่องการลงโทษรูปแบบต่าง ๆ ต่อดวงวิญญาณที่ถูกจองจำไว้ในอุโมงค์ชั้นล่าง—โดยแบ่งการลงโทษออกเป็นสี่ขั้นใหญ่ ๆ สถานที่แห่งนี้จะโหดเหี้ยมทารุณ น่าสะพรึงกลัว และทุกข์เวทนาสักเพียงใด

2 เปโตร 2:9-10 บอกเราว่า “*ดังนั้นองค์พระผู้เป็นเจ้าจึงทรงทราบว่าจะช่วยคนชอบธรรมให้รอดพ้นจากการทดลองได้อย่างไรและทรงทราบวิธีกักขังคนชั่วไว้ให้รับโทษเมื่อถึงวันพิพากษา โดยเฉพาะคนเหล่านั้นที่ปล่อยตัวหลงระเริงไปตามกิเลสตัณหาและหมิ่นประมาทอำนาจของผู้ใหญ่ คนเหล่านี้กล้าและประพฤติตามอำเภอใจ เขาไม่สะทกสะท้านที่จะประนามศักดิ์สิริเทพ*”

คนชั่วร้ายที่ทำบาปชั่วและก้าวก่ายหรือก่อกวนภารกิจของคริสตจักรไม่เกรงกลัวพระเจ้า คนเหล่านี้ท้าทายพระเจ้าอย่างชัดเจนและไม่สามารถ (และไม่ควร) มองหาหรือคาดหวังที่จะได้รับความช่วยเหลือจากพระเจ้าในช่วงเวลาของความยากลำบากและการทดลอง คนเหล่านี้จะถูกจองจำไว้ในส่วนลึกของอุโมงค์ชั้นล่างและรับโทษตามขนาดและลักษณะของความชั่วที่ตนได้กระทำจนกว่าการพิพากษาแห่งพระที่นั่งใหญ่สีขาวจะมาถึง

ผู้คนที่ดำเนินชีวิตอย่างดีงาม ชอบธรรม และอุทิศตนจะเชื่อฟังพระเจ้าด้วยความเชื่ออยู่เสมอ ดังนั้น ถึงแม้ความชั่วร้ายของมนุษย์จะเต็มแผ่นดินโลกและพระเจ้าจำเป็นต้องเปิดประตูน้ำแห่งฟ้าสวรรค์เพื่อให้น้ำท่วมโลก

แต่เราก็เห็นว่ามีเพียงโนอาห์และครอบครัวของท่านเท่านั้นที่รอด   (ปฐม
กาล 6-8)

เราต้องเป็นบุตรของพระเจ้าที่เชื่อฟังในทุกสิ่งที่เราทำเพื่อเราจะเป็น
บุตรที่แท้จริงของพระองค์และทำให้การจัดเตรียมของพระองค์สำเร็จ
เหมือนอย่างที่โนอาห์ยำเกรงพระเจ้าและเชื่อฟังพระบัญญัติของพระองค์
จนทำให้ท่านหลีกเลี่ยงจากการพิพากษาและได้รับความรอด

บทที่ 6

การลงโทษสำหรับการหมิ่นประมาทพระวิญญาณบริสุทธิ์

การทนทุกข์ในหม้อน้ำเดือด
การปีนป่ายขึ้นไปบนหน้าผาที่สูงชัน
ปากไหม้เกรียมด้วยเหล็กร้อน
เครื่องทรมานขนาดใหญ่
ถูกมัดติดกับต้นไม้

ผู้ใดจะกล่าวร้ายต่อบุตรมนุษย์ จะทรงโปรดยกโทษให้ผู้นั้นได้ แต่
ถ้าผู้ใดจะกล่าวหมิ่นประมาทต่อพระวิญญาณ บริสุทธิ์จะทรงโปรด
ยกโทษให้ผู้นั้นไม่ได้"

(ลูกา 12:10)

"เพราะว่าคนเหล่านั้นที่ได้รับความสว่างมาครั้งหนึ่งแล้วและได้รู้
รสของประทานจากสวรรค์ได้มีส่วนใน พระวิญญาณบริสุทธิ์และ
ได้ชิมความดีงามแห่งพระวจนะของพระเจ้า และฤทธิ์เดชแห่งยุค
ที่จะมานั้นถ้าเขาเหล่านั้นจะหลงอยู่อย่างนี้ ก็เหลือวิสัยที่จะให้เขา
กลับใจเสียใหม่อีกได้ เพราะตัวเขาเองได้ตรึงพระบุตร ของพระเจ้า
เสียอีกแล้ว และได้ทำให้พระองค์ขายหน้าต่อธารกำนัล"

(ฮีบรู 6:4-6)

ในมัทธิว 12:31-32 พระเยซูตรัสกับเราว่า *“เพราะฉะนั้นเราบอกท่านทั้งหลายว่าความผิดบาปและคำหมิ่นประมาททุกอย่างจะโปรดยกให้มนุษย์ได้ เว้นแต่คำหมิ่นประมาทพระวิญญาณบริสุทธิ์จะทรงโปรดยกให้มนุษย์ไม่ได้ ผู้ใดจะกล่าวร้ายบุตรมนุษย์จะโปรดยกให้ผู้นั้นได้ แต่ผู้ใดจะกล่าวร้ายพระวิญญาณบริสุทธิ์จะทรงโปรดยกให้ผู้นั้นไม่ได้ ทั้งยุคนี้ยุคหน้า”*

พระเยซูทรงกล่าวถ้อยคำเหล่านี้กับชาวยิวซึ่งคนเหล่านั้นกล่าวประณามพระเยซูจากการที่พระองค์ทรงเทศนาพระกิตติคุณและทำการอัศจรรย์ด้วยฤทธิ์อำนาจของพระเจ้าโดยกล่าวหาว่าพระองค์ตกอยู่ภายใต้อำนาจครอบงำของวิญญาณชั่วหรือพระองค์ทำการอัศจรรย์ด้วยฤทธิ์อำนาจของผีมารซาตาน

แม้แต่ในปัจจุบัน ผู้คนจำนวนมากที่อ้างว่าตนมีความเชื่อในพระคริสต์ก็กล่าวประณามคริสตจักรที่เต็มเปี่ยมไปด้วยการอัศจรรย์และหมายสำคัญของพระวิญญาณบริสุทธิ์พร้อมกับตราหน้าคริสตจักรเหล่านี้ว่า “ลัทธิเทียมเท็จ” หรือ “การงานของผีมารซาตาน” เพียงเพราะคนเหล่านี้ไม่สามารถหยั่งรู้หรือยอมรับสิ่งที่เกิดขึ้นได้ แผ่นดินของพระเจ้าจะขยายตัวและพระกิตติคุณจะแพร่สะพัดออกไปทั่วโลกได้อย่างไรถ้าปราศจากฤทธิ์เดชและสิทธิอำนาจที่มาจากพระเจ้าซึ่งได้แก่การทำงานของพระวิญญาณบริสุทธิ์

การต่อต้านการทำงานของพระวิญญาณบริสุทธิ์ไม่แตกต่างจากการต่อต้านพระเจ้า พระเจ้าจะไม่ทรงยอมรับผู้คนที่ต่อต้านการทำงานของพระวิญญาณบริสุทธิ์ว่าเป็นบุตรของพระองค์ไม่ว่าคนเหล่านั้นจะถือว่าเป็นตนเป็น “คริสเตียน” มากน้อยเพียงใดก็ตาม

ดังนั้นโปรดจำไว้ว่าเมื่อคนหนึ่งเห็นและมีประสบการณ์กับการสถิตอยู่ด้วยของพระเจ้ากบั ผู้รับใชของพระองค์และประจกั ษ์ถึงหมายสำคัญและการอัศจรรย์ต่างๆ ที่เกิดขึ้นถ้าเขายังคงกล่าวประณามผรู้ ับใชพระเจ้า และคริสตจักรของพระองค์ว่าเป็น “ลัทธิเทียมเท็จ” บุคคลนน้ั ก็ขัดขวางและหมิ่นประมาทพระวิญญาณบรสิ ทุ ธ์อิ ย่างรุนแรงสถานที่แห่งเดีย วท่ถี ูกเตรียม

ไว้สำหรับเขาคือ นรกขุมลึก

ถ้าคริสตจักร ศิษยาภิบาล หรือผู้รับใช้พระเจ้าคนอื่น ๆ ยอมรับพระเจ้า
ตรีเอกานุภาพ เชื่อและสอนว่าพระคัมภีร์เป็นพระคำของพระเจ้า รู้ถึงชีวิต
ในสวรรค์หรือนรกรวมทั้งการพิพากษาที่จะมาถึง เชื่อและสอนว่าพระเจ้า
ทรงมีอำนาจสูงสุดเหนือสิ่งสารพัดและพระเยซูทรงเป็นพระผู้ช่วยให้รอด
อย่างแท้จริง ก็จะไม่มีใครกล่าวประณามและตราหน้าคริสตจักร ศิษยาภิ
บาล และผู้รับใช้ของพระเจ้าว่าเป็น "ลัทธิเทียมเท็จ"

ข้าพเจ้าก่อตั้งคริสตจักรมันมินจูง-อังขึ้นในปี 1982 และได้นำดวง
วิญญาณจำนวนนับไม่ถ้วนมาสู่หนทางแห่งความรอดผ่านการทำงาน
ของพระวิญญาณบริสุทธิ์ สิ่งที่น่าประหลาดใจก็คือในท่ามกลางผู้คนที่มี
ประสบการณ์ส่วนตัวกับการทำงานของพระเจ้าผู้ทรงพระชนม์อยู่ยังมีคน
ที่ท้าทายพระเจ้าด้วยการขัดขวางเป้าหมายและการทำงานของคริสตจักรทั้ง
ยังปล่อยข่าวลือและความเท็จต่าง ๆ เกี่ยวกับข้าพเจ้าและคริสตจักรให้แพร่
สะพัดออกไปอีกด้วย

ในขณะที่ทรงอธิบายถึงความเจ็บปวดและความทุกข์ทรมานของนรก
โดยละเอียดให้กับข้าพเจ้า พระเจ้ายังทรงเปิดเผยถึงการลงโทษที่รอคอย
ผู้คนที่ขัดขวาง ไม่เชื่อฟัง และหมิ่นประมาทพระวิญญาณบริสุทธิ์ในอุโมงค์
ชั้นล่างให้ข้าพเจ้าเห็นด้วยเช่นกัน คนเหล่านี้จะได้รับโทษแบบใด

1. การทนทุกข์ในหม้อน้ำเดือด

ฉันเสียใจและสาปแช่งคำมั่นสัญญาการสมรส
ที่ฉันทำไว้กับสามีของฉัน
ทำไมฉันต้องมาในสถานที่อันน่าสังเวชแห่งนี้
สามีหลอกลวงฉัน เป็นเพราะเขาฉันจึงมาอยู่ที่นี่

นี่คือเสียงคร่ำครวญของภรรยาคนหนึ่งซึ่งกำลังได้รับโทษขั้นที่สี่ใน
อุโมงค์ชั้นล่าง เหตุผลที่เสียงร้องไห้คร่ำครวญของเธอดังสะท้อนอยู่ทั่วไป
ในพื้นที่อันมืดมิดและหม่นหมองแห่งนั้นก็เพราะสามีของเธอหลอกลวง
เธอให้ท้าทายพระเจ้า

ภรรยาเป็นคนชั่วร้ายถึงกระนั้นเธอก็เป็นคนที่เกรงกลัวพระเจ้าใน
ระดับหนึ่ง ดังนั้นเธอจึงไม่สามารถขัดขวางพระวิญญาณบริสุทธิ์และต่อสู้
กับพระเจ้าได้ด้วยตนเอง แต่เพราะการทำตามความต้องการของเนื้อหนัง
จิตสำนึกของเธอจึงอยู่ข้างเดียวกับจิตสำนึกอันชั่วร้ายของสามีและทั้งคู่จึง
ต่อสู้กับพระเจ้าและการงานของพระองค์

เวลานี้สามีภรรยาคู่นี้ที่ร่วมกันทำชั่วกำลังได้รับโทษร่วมกันอยู่ใน
อุโมงค์ชั้นล่างและจะทนทุกข์ทรมานจากการชั่วทั้งสิ้นที่ตนได้กระทำไว้ใน
สถานที่แห่งนี้ สามีภรรยาคู่นี้จะรับโทษอะไรบ้างในอุโมงค์ชั้นล่าง

ทั้งคู่จะถูกทรมานทีละคน

หม้อจะเต็มไปด้วยกลิ่นที่เน่าเหม็นและดวงวิญญาณที่ถูกลงโทษจะ
ถูกจุ่มลงไปในหม้อน้ำเดือดทีละคน เมื่อยมทูตแห่งนรกจุ่มวิญญาณแต่ละ
ดวงลงไปในหม้อ อุณหภูมิที่ร้อนจัดจะทำให้เขาเปื่อยเป็นแผลพุพองทั่วทั้ง
ร่างกาย—คล้ายแผ่นหลังของคางคก—และลูกตาทั้งสองข้างจะทะลักออก
มา

เมื่อคนเหล่านี้พยายามหลีกหนีจากการทรมานและยื่นศีรษะของตนออก
มานอกหม้อ เท้าขนาดใหญ่ของยมทูตก็เหยียบย่ำลงบนศีรษะของเขาและ
ทำให้เขาจมลงไปในหม้ออีก ใต้ฝ่าเท้าขนาดใหญ่ของยมทูตแห่งนรกมีเหล็ก
แหลมขนาดเล็กปักอยู่อย่างหนาแน่น เมื่อศีรษะของวิญญาณเหล่านั้นถูก
ย่ำด้วยฝ่าเท้าขนาดใหญ่ของยมทูต คนเหล่านั้นก็ถูกบังคับให้กลับลงไปใน
หม้ออีกพร้อมกับรอยฉีกขาดและแผลเหวะหวะบนศีรษะของตน

อีกไม่นาน ดวงวิญญาณจะโผล่ศีรษะของตนออกมาอีกครั้งหนึ่งเพราะ

ไม่อาจทนต่อความร้อนอย่างเผาไหม้ได้   ในเวลานั้นเองที่เขาจะถูกย่ำและผลักดันกลับลงไปในหม้ออีกครั้งหนึ่งเหมือนที่เคยเกิดขึ้นแล้วหลายครั้ง ยิ่งกว่านั้น เนื่องจากดวงวิญญาณผลัดกันรับการทรมาน ถ้าสามีอยู่ภายในหม้อภรรยาต้องเฝ้าดูความทุกข์ทรมานของสามีตน และจะทำเช่นนี้สลับกันไป

หม้อใบนี้มีลักษณะโปร่งใส ดังนั้นเราจึงสามารถมองเห็นพื้นที่ภายในหม้อจากภายนอก ครั้งแรก เมื่อสามีหรือภรรยามองเห็นคนที่ตนรักถูกทรมานและถูกลงโทษด้วยวิธีการที่น่าเวทนาเช่นนี้ ด้วยความรักที่มีต่อกันและกัน แต่ละฝ่ายจะร้องขอความเมตตาเพื่ออีกฝ่ายหนึ่งว่า

ภรรยา/สามีของฉัน/ผมอยู่ในหม้อนั้น
โปรดนำเขาออกมาด้วยเถิด
โปรดปล่อยเขาจากความทุกข์เวทนานี้ด้วยเถิด
อย่า อย่า อย่าเหยียบย่ำบนเขาเลย
โปรดนำเขาออกมาด้วยเถิด

อย่างไรก็ตาม หลังจากเวลาผ่านไปเสียงวิงวอนของภรรยา/สามีค่อย ๆ จางหายไป หลังจากถูกลงโทษสองสามครั้ง สามีเริ่มรู้ว่าเขามีโอกาสหยุดพักในขณะที่ภรรยาของตนถูกทรมาน   และเมื่อภรรยาของเขาออกมาจากหม้อ ตอนนี้ก็เป็นช่วงเวลาที่สามีจะเข้าไปรับโทษในหม้อใบนั้น

สามี/ภรรยากล่าวโทษและแช่งด่าซึ่งกันและกัน

คู่สมรสในโลกนี้จะไม่เป็นคู่สมรสในสวรรค์   แต่สามีภรรยาคู่นี้จะยังคงเป็นคู่สมรสกันในอุโมงค์ชั้นล่างและทั้งสองจะรับโทษร่วมกัน   ดังนั้นเพราะทั้งคู่รู้ว่าตนต้องผลัดกันรับโทษ   คำวิงวอนของสามี/ภรรยาเริ่มมีน้ำเสียงแตกต่างออกไปอย่างสิ้นเชิง

อย่า อย่า ขออย่าปล่อยให้เธอออกมา
ขอให้เธออยู่ในหม้อใบนั้นต่ออีกหน่อย
โปรดให้เธออยู่นั้นเถิด
เพื่อผมจะได้พักต่อไปอีกหน่อยหนึ่ง

ภรรยาอยากให้สามีของเธอทนทุกข์อย่างต่อเนื่องและสามีก็อยากให้ภรรยาของตนอยู่ในหม้อให้ยาวนานที่สุดเท่าที่จะยาวได้เช่นกัน แต่การเฝ้าดูฝ่ายหนึ่งทนทุกข์จะไม่ทำให้อีกฝ่ายหนึ่งได้พักผ่อน การหยุดพักชั่วครู่ไม่สามารถชดเชยความทุกข์ทรมานที่คงอยู่ตลอดไปได้ โดยเฉพาะอย่างยิ่งเมื่อสามีรู้ว่าหลังจากภรรยาของตนถูกทรมาน เขาจะเป็นคนต่อไป ยิ่งกว่านั้นเมื่อฝ่ายหนึ่งกำลังถูกทรมานพร้อมทั้งได้ยินและเห็นอีกฝ่ายหนึ่งวิงวอนให้ยืดเวลาการลงโทษออกไป ทั้งคู่จะเริ่มแช่งด่าซึ่งกันและกัน

ที่นี่เราเริ่มรู้ถึงผลลัพธ์ของความรักฝ่ายเนื้อหนังอย่างชัดเจน ความเป็นจริงเรื่องความรักฝ่ายเนื้อหนัง—และความเป็นจริงเรื่องนรก—ก็คือเมื่อสามี/ภรรยาทนทุกข์อยู่กับการถูกทรมานอย่างหนักจนแทบจะทนไม่ไหว ฝ่ายหนึ่งก็อยากให้อีกฝ่ายหนึ่งถูกทรมานแทนตน

เมื่อภรรยารู้สึกเสียใจที่เขาท้าทายพระเจ้า "เพราะสามีของตน" เธอจึงบอกกับสามีว่า "ฉันมาอยู่ที่นี่ก็เพราะคุณนั่นแหละ" สามีตอบโต้พร้อมกับแช่งด่าและกล่าวโทษภรรยาซึ่งสนับสนุนและมีส่วนร่วมในการกระทำอันชั่วร้ายของตนด้วยเสียงที่ดังกว่า

ยิ่งคู่สมรสทำชั่วมากขึ้นเท่าใด...

ยมทูตแห่งนรกในอุโมงค์ชั้นล่างมีความสุขและความยินดีที่เห็นภรรยาและสามีแช่งด่าซึ่งกันและกันพร้อมกับวิงวอนให้ยมทูตลงโทษคู่สมรสของตนให้ยาวนานและรุนแรงยิ่งขึ้น

ดูซิ พวกเขากำลังแช่งด่าซึ่งกันและกันแม้แต่ในสถานที่แห่งนี้
ความชั่วร้ายของคนเหล่านทำให้เราชื่นชมยินดีเหลือเกิน

ยมทูตให้ความสนใจอย่างใกล้ชิดและบางครั้งพวกยมทูตจะเร่งไฟให้
ร้อนมากยิ่งขึ้นเพื่อสร้างความสนุกเพลิดเพลินให้กับตน ประหนึ่งว่ายมทูต
เหล่านั้นกำลังชมภาพยนตร์ที่น่าสนใจ ยิ่งสามีและภรรยาทนทุกข์มากขึ้น
เท่าใด คนเหล่านั้นก็ยิ่งแช่งด่ากันมากขึ้นเท่านั้น เสียงหัวเราะของพวก
ยมทูตก็ดังมากขึ้นเช่นกัน

ณ จุดนี้เราต้องเข้าใจประเด็นหนึ่งอย่างชัดเจน เมื่อผู้คนทำชั่วในชีวิตนี้
วิญญาณชั่วจะชื่นชมยินดี ในเวลาเดียวกัน ยิ่งผู้คนทำชั่วมากขึ้นเท่าใด คน
เหล่านั้นก็ยิ่งจะห่างเหินจากพระเจ้ามากขึ้นเท่านั้น

เมื่อท่านพบกับความยากลำบากและประนีประนอมกับโลก คร่ำครวญ
บ่นต่อว่า และรู้สึกขมขื่นต่อบุคคลบางคนหรือสถานการณ์บางอย่าง ผีมาร
ซาตานจะวิ่งเข้าหาท่านด้วยความยินดีและจะทำให้ความยากลำบากและ
ปัญหาของท่านเพิ่มมากขึ้น

คนฉลาดที่รู้จักกฎเกณฑ์ของโลกฝ่ายวิญญาณจะไม่คร่ำครวญหรือบ่น
ต่อว่า ตรงกันข้ามเขาจะขอบพระคุณในทุกสถานการณ์และประกาศถึง
ความเชื่อของตนในพระเจ้าด้วยท่าทีเชิงบวกเสมอเพื่อให้แน่ใจว่าจิตใจของ
เขาจดจ่ออยู่ที่พระเจ้าตลอดเวลา ยิ่งกว่านั้น ถ้าคนชั่วสร้างความลำบากใจ
ให้กับท่าน ท่านต้องตอบแทนความชั่วด้วยความดีเท่านั้นและมอบภาระทั้ง
สิ้นของท่านไว้กับพระเจ้า เหมือนที่โรม 12:21 กล่าวว่า *"อย่าให้ความชั่ว
ชนะเราได้ แต่จงชนะความชั่วด้วยความดี"*

ในทำนองเดียวกัน เมื่อท่านดำเนินตามสิ่งที่ดีงามและเดินอยู่ในความ
สว่าง ท่านก็จะมีฤทธิ์เดชและสิทธิอำนาจเพื่อเอาชนะอิทธิพลของวิญญาณ
ชั่ว ผีมารซาตานไม่อาจเรียกร้องให้ท่านรับผิดชอบต่อความชั่วร้าย ความ
ยากลำบากทั้งสิ้นของท่านจะหมดไปจากท่านอย่างรวดเร็ว พระเจ้าทรงพอ

พระทัยเมื่อบุตรของพระองค์ประพฤติตนและดำเนินชีวิตตามความเชื่อที่ดีของตน

อย่าให้โอกาสแก่ความชั่วร้ายตามแนวทางที่ผีมารซาตานต้องการ แต่จงทำตามความจริงและประพฤติตนในความเชื่อตามแนวทางที่พระเจ้าพระบิดาของเราทรงพอพระทัยเสมอ

2. การปีนป่ายขึ้นไปบนหน้าผาที่สูงชัน

ไม่ว่าท่านจะเป็นผู้รับใช้พระเจ้า ผู้ปกครอง หรือคนงานในคริสตจักรของพระองค์ก็ตาม วันหนึ่งท่านจะตกเป็นเหยื่อของซาตานอย่างแน่นอนถ้าท่านไม่เข้าสุหนัตภายในจิตใจของท่านแต่กลับทำบาปอย่างต่อเนื่อง บางคนหันไปจากพระเจ้าเพราะเขาหลงรักโลก บางคนหยุดเข้าร่วมนมัสการในคริสตจักรหลังจากถูกทดลอง และยังมีอีกหลายคนที่ท้าทายพระเจ้าด้วยการขัดขวางแผนการและพันธกิจของคริสตจักรของพระองค์ซึ่งส่งผลให้คนเหล่านี้เข้าไปสู่หนทางแห่งความตายอย่างสิ้นหวัง

ตัวอย่างของคนทั้งครอบครัวที่ทรยศต่อพระเจ้า

ต่อไปนี้เป็นเรื่องราวเกี่ยวกับครอบครัวหนึ่งซึ่งเคยทำงานใหกับคริสตจักรของพระเจ้าอย่างสัตย์ซื่อ คนเหล่านี้ไม่ได้เข้าสหุ นัตภายในจติ ใจของตนซึ่งเต็มไปด้วยความใจร้อนและความโลภเขาใช้อำนาจของตนกับสมาชิกคริสตจักรคนอื่นๆ และทำบาปอย่างต่อเนื่อง สุดท้ายการลงโทษของพระเจ้าจึงมาเหนือคนเหล่านี้เมื่อหัวหน้าครอบครัวป่วยเป็นโรคที่ร้ายแรงทั้งครอบครัวร่วมกันถวายคำอธิษฐานแห่งการกลับใจอย่างร้อนรนและการอธิษฐานเผื่อชีวิตของหัวหน้าครอบครัว

พระเจ้าทรงรับเอาคำอธิษฐานแห่งการกลับใจของคนเหล่านั้นและทรง

รักษาหัวหน้าครอบครัวให้หาย ในเวลานั้น พระเจ้าตรัสบางสิ่งบางอย่างที่ข้าพเจ้าคาดไม่ถึง โดยตรัสว่า "ถ้าเราเรียกวิญญาณของเขากลับไปในเวลานี้ อย่างน้อยเขาก็จะได้รับความรอดที่น่าอับอาย ถ้าเราอนุญาตให้เขามีชีวิตยืนยาวต่อไปอีกหน่อยหนึ่ง เขาจะไม่ได้รับความรอดชนิดใดเลย"

ข้าพเจ้าไม่เข้าใจความหมายของพระองค์แต่สองสามเดือนต่อมาข้าพเจ้าเริ่มเข้าใจความหมายของคำตรัสนั้นเมื่อข้าพเจ้าเห็นถึงพฤติกรรมของครอบครัวนี้ สมาชิกคนหนึ่งของครอบครัวเคยเป็นคนงานที่สัตย์ซื่อที่คริสตจักรของข้าพเจ้า เขาเริ่มขัดขวางคริสตจักรและแผ่นดินของพระเจ้าด้วยการเป็นพยานเท็จต่อสู้กับคริสตจักรและกระทำการอันชั่วร้ายอีกหลายประการ สุดท้าย คนทั้งครอบครัวก็ถูกหลอกและหันไปจากพระเจ้า

เมื่ออดีตคนงานในคริสตจักรของข้าพเจ้าขัดขวางและหมิ่นประมาทพระวิญญาณบริสุทธิ์ ทั้งครอบครัวจึงทำบาปที่ไม่อาจยกโทษให้ได้ ไม่นานต่อมาบิดาซึ่งเคยได้รับการฟื้นฟูสุขภาพขึ้นใหม่ผ่านคำอธิษฐานของข้าพเจ้าก็เสียชีวิตลง ถ้าหัวหน้าครอบครัวเสียชีวิตในขณะที่เขายังมีความเชื่ออยู่เพียงเล็กน้อย เขาก็คงรอด แต่เขาได้ละทิ้งความเชื่อของตนจึงทำให้เขาไม่มีโอกาสได้รับความรอด ยิ่งกว่านั้น สมาชิกแต่ละคนในครอบครัวก็ลงไปสู่อุโมงค์ชั้นล่างที่เดียวกันกับหัวหน้าครอบครัวด้วยเช่นกันและทุกคนในครอบครัวจะรับการลงโทษในสถานที่แห่งนี้ คนเหล่านี้จะได้รับแบบใด

การปีนป่ายขึ้นไปบนหน้าผาที่สูงชัน

มีหน้าผาสูงชันตั้งอยู่ในพื้นที่ซึ่งครอบครัวนี้ถูกลงโทษ หน้าผานี้สูงชันมากจนไม่สามารถมองเห็นด้านบนของหน้าผาจากด้านล่าง เสียงกรีดร้องดังก้องอยู่ทั่วไป มีวิญญาณสามดวงถูกลงโทษอยู่บริเวณกึ่งกลางของหน้าผาที่สูงชันนี้ซึ่งถ้ามองไปจากที่ไกลวิญญาณทั้งสามดวงนี้มีลักษณะคล้ายกับจุดขนาดเล็กสามจุด

วิญญาณเหล่านี้กำลังปีนป่ายขึ้นไปบนหน้าผาที่ขรุขระและแข็งกระด้าง

ด้วยมือเปล่าและเท้าเปล่า   ผิวหนังของคนเหล่านี้ลอกและเปื่อยเน่าอย่าง
รวดเร็วประหนึ่งว่าผิวหนังของเขาถูกขัดด้วยกระดาษทรายแข็ง   ร่างกายของ
เขาชุ่มโชกไปด้วยเลือด   สาเหตุที่วิญญาณเหล่านี้ปีนป่ายหน้าผาที่แทบจะปีน
ป่ายขึ้นไปไม่ได้นี้ก็เพื่อหลบหนีเหล่ายมทูตแห่งนรกที่บินอยู่เหนือพื้นที่

เมื่อยมทูตแห่งนรก   (หลังจากเฝ้าดูดวงวิญญาณทั้งสามปีนป่ายขึ้นบน
หน้าผาอยู่ครู่หนึ่ง) ยกมือของตนขึ้น ฝูงแมลงขนาดเล็กซึ่งมีลักษณะเหมือน
ยมทูตแห่งนรกก็กระจัดกระจายออกไปทั่วพื้นดินเหมือนอนุภาคของน้ำ
ที่พ่นออกมาจากสเปรย์   แมลงเหล่านี้ไต่ขึ้นไปตามหน้าผาเพื่อไล่ล่าดวง
วิญญาณทั้งสามอย่างรวดเร็วพร้อมกับแยกเขี้ยวที่แหลมคมและอ้าปากกว้าง

ลองคิดดูซิว่าท่านจะรู้สึกอย่างไรถ้าท่านเปิดประตูบ้านเข้าไปพบตัวตะขาบ
แมงมุมมีพิษ หรือแมลงสาบตัวเท่านิ้วมือนับร้อยไต่ยั้วเยี้ยอยู่เต็มพื้นบ้านของท่าน
ลองจินตนาการเช่นกันว่าแมลงที่น่ากลัวเหล่านี้กำลังกรูเข้าหาท่าน

ภาพของแมลงเหล่านี้เพียงอย่างเดียวก็น่ากลัวพอแล้ว   หากแมลงเหล่านี้
พร้อมใจกันเข้าหาท่านก็คงเป็นวินาทีที่น่าขนพองสยองเกล้ามากที่สุดในชีวิต
ท่าน   ถ้าแมลงเหล่านี้เริ่มไต่ขึ้นตามเท้าและขาของท่านและไม่นานแมลงเหล่า
นี้ก็ไต่ยั้วเยี้ยอยู่ทั่วตัวของท่าน ใครจะอธิบายถึงภาพที่น่าสยดสยองนี้ได้

แต่เป็นการยากที่จะบอกว่าในอุโมงค์ชั้นล่างมีแมลงเหล่านี้อยู่กี่ร้อยหรือ
กี่พันตัว สิ่งเดียวที่ดวงวิญญาณเหล่านี้รู้ก็คือแมลงมีจำนวนมากเกินกว่าที่จะ
นับได้และเขาทั้งสามคือเหยื่อของแมลงเหล่านี้

แมลงจำนวนนับไม่ถ้วนกรูเข้าหาดวงวิญญาณทั้งสาม

เมื่อมองเห็นแมลงที่ด้านล่างหน้าผา   วิญญาณทั้งสามจึงปีนป่ายหน้าผา
ขึ้นไปรวดเร็วมากยิ่งขึ้น แต่ในไม่ช้าดวงวิญญาณทั้งสามก็ถูกแมลงเหล่านั้น
ตะครุบตัวและรุมเอาไว้ก่อนที่จะตกลงมายังพื้นดินและถูกแมลงที่น่ากลัว
จำนวนมากเหล่านั้นกัดแทะส่วนต่าง ๆ ของร่างกาย

เมื่อดวงวิญญาณเหล่านี้ถูกแมลงกัดแทะร่างกายของตน   ความเจ็บปวด

ที่เกิดขึ้นรุนแรงและเกินกว่าจะทนได้จนคนเหล่านั้นส่งเสียงร้องครวญครางออกมาเหมือนสัตว์ป่า ร่างกายของเขาบิดเบี้ยวและสั่นโยกไปมา คนเหล่านั้นพยายามสะบัดแมลงออกไปให้พ้นตัวและเมื่อเขาทำเช่นนั้นดวงวิญญาณทั้งสามก็เหยียบย่ำและล้มทับซึ่งกันและกันพร้อมทั้งด่าว่าและแช่งด่ากันและกันอย่างต่อเนื่อง ในท่ามกลางความเจ็บปวดอย่างแสนสาหัสนี้แต่ละคนเริ่มแสดงความชั่วร้ายมากยิ่งขึ้นต่อซึ่งกันและกัน แสวงหาผลประโยชน์ของตนเพียงฝ่ายเดียว และแช่งด่ากันและกันอยู่ตลอดเวลา ยมทูตแห่งนรกดูจะมีความชื่นชมยินดีมากกว่าสิ่งอื่นใดที่ตนเคยเห็น

จากนั้น เมื่อยมทูตแห่งนรกที่ควบคุมพื้นที่แห่งนั้นยื่นมือของตนออกและรวบรวมแมลงเหล่านี้ ฝูงแมลงทั้งหมดก็หายตัวไปทันที แม้ตอนนี้ดวงวิญญาณทั้งสามไม่ถูกแมลงมากัดแทะ แต่เขาก็ไม่สามารถหยุดปีนหน้าผาอันสูงชันได้ คนเหล่านี้รู้ดีว่าอีกไม่นานยมทูตแห่งนรกที่บินวนอยู่ในบริเวณนั้นจะปล่อยแมลงออกมาอีก วิญญาณเหล่านั้นจึงเริ่มปีนป่ายหน้าผาอีกครั้งหนึ่งอย่างสุดกำลังของตน ในความเงียบสงบอันน่าขนลุกนี้ ดวงวิญญาณทั้งสามตกอยู่ในความกลัวของสิ่งที่กำลังจะมาถึงและพยายามปีนป่ายหน้าผาขึ้นไปอย่างดิ้นรน

ความเจ็บปวดของแผลอันยาวลึกที่คนเหล่านั้นได้รับจากการปีนป่ายหน้าผาเป็นสิ่งที่ไม่อาจเพิกเฉยได้ แต่ความกลัวที่มีต่อการถูกแมลงกัดแทะร่างกายและการเห็นร่างกายของตนฉีกขาดเป็นแผลเหวอะหวะรุนแรงกว่า วิญญาณทั้งสามมองข้ามร่างกายของตนที่ละเลงไปด้วยเลือดและปีนหน้าผาให้เร็วที่สุดเท่าที่จะทำได้ นี่เป็นภาพที่น่าสังเวชมากทีเดียว

3. ปากไหม้เกรียมด้วยเหล็กร้อน

สุภาษิต 18:21 บอกเราว่า *"ความตายความเป็นอยู่ที่อำนาจของลิ้นและบรรดาผู้ที่รักมันก็จะกินผลของมัน"* พระเยซูตรัสกับเราในมัทธิว 12:36-37 ว่า *"ฝ่ายเราบอกเจ้าทั้งหลายว่าคำที่ไม่เป็นสาระทุกคำซึ่งมนุษย์พูดนั้น*

มนุษย์จะต้องรับผิดในถ้อยคำเหล่านั้นในวันพิพากษา   เหตุว่าที่เจ้าจะพ้น
โทษได้หรือจะต้องถูกปรับโทษนั้นก็เพราะวาจาของเจ้า"   พระคัมภีร์สอง
ตอนนี้บอกเราว่าพระเจ้าจะทรงให้เรารับผิดชอบต่อคำพูดของเราและจะ
ทรงพิพากษาเราตามสิ่งที่เราพูด

ในด้านหนึ่ง   ผู้คนที่พูดถ้อยคำแห่งความจริงอันดีงามจะได้รับผลตาม
ถ้อยคำของตน แต่ในอีกด้านหนึ่ง ผู้คนที่กล่าวถ้อยคำชั่วร้ายที่ปราศจาก
ความเชื่อจะได้รับผลตามถ้อยคำชั่วร้ายซึ่งพูดผ่านริมฝีปากของตนออกมา
บางครั้งเราจะเห็นว่าถ้อยคำที่พูดออกมาโดยไม่ระมัดระวังสามารถสร้าง
ความเจ็บปวดและความทุกข์ทรมานให้กับเราอย่างไร

ทุกถ้อยคำจะได้รับผลตอบแทน

เนื่องจากการข่มเหงของครอบครัว ผู้เชื่อบางคนพูดหรืออธิษฐานว่า "ถ้า
อุบัติเหตุทำให้ครอบครัวของผมกลับใจ สิ่งนั้นน่าจะคุ้มค่า" ทันทีที่ผีมาร
ซาตานได้ยินถ้อยคำเหล่านี้ มันก็จะกล่าวหาผู้เชื่อคนนั้นต่อพระเจ้าว่า "คำ
พูดของบุคคลคนนี้ควรสำเร็จเป็นจริง" ดังนั้น ถ้อยคำจึงกลายเป็นเหมือน
เมล็ดพืชและอุบัติเหตุ (ซึ่งทำให้ผู้คนพิการและพบกับความยากลำบากเพิ่ม
มากขึ้น) ก็บังเกิดขึ้นในที่สุด

มีความจำเป็นแค่ไหนที่จะนำความทุกข์ลำบากมาสู่ตนเองด้วยถ้อยคำ
อันโง่เขลาโดยไม่จำเป็นเหล่านั้น   น่าเสียดายที่เมื่อความยากลำบากเข้า
ครอบงำชีวิต หลายคนสะดุดล้มลง บางคนไม่รู้ว่าความยุ่งยากที่เกิดขึ้นเหล่า
นั้นเป็นเพราะคำพูดของตนและยังมีอีกหลายคนที่จำไม่ได้ด้วยซ้ำว่าตนพูด
อะไรลงไปที่เป็นเหตุให้เกิดความทุกข์ยากเช่นนั้น

ด้วยเหตุนี้ เมื่อเราว่าถ้อยคำที่เราออกมาทุกคำจะได้รับผลตอบแทนกลับ
มาไม่ทางใดก็ทางหนึ่ง เราจึงต้องประพฤติตนให้ดีที่สุดอยู่เสมอและบังคับ
ควบคุมลิ้นของตน ไม่ว่าเราจะมีเจตนาใดก็ตาม ถ้าสิ่งที่เราพูดไม่ใช่สิ่งที่ดี
งาม   ซาตานจะทำให้เรารับผิดชอบต่อคำพูดของเราและเราจะประสบกับ

ความยุ่งยากอันเจ็บปวด (ซึ่งบางครั้งไม่จำเป็น) อย่างแน่นอน

จะเกิดอะไรขึ้นกับบุคคลที่จงใจโกหกเกี่ยวกับคริสตจักรของพระเจ้า และผู้รับใช้ที่พระองค์ทรงรักซึ่งถือเป็นการขัดขวางพันธกิจของคริสต จักรและท้าทายพระเจ้า บุคคลนั้นจะตกอยู่ภายใต้อิทธิพลของซาตานอย่าง รวดเร็วและเขาจะถูกลงโทษในนรก

ต่อไปนี้เป็นเพียงตัวอย่างของการลงโทษต่อผู้คนที่ขัดขวางพระ วิญญาณบริสุทธิ์ด้วยคำพูดของตน

ผู้คนที่ต่อต้านพระวิญญาณบริสุทธิ์ด้วยคำพูด

มีชายคนหนึ่งที่เคยเข้าร่วมนมัสการและรับใช้ในคริสตจักรของข้าพเจ้า เป็นเวลานานโดยมีตำแหน่งหลายตำแหน่ง แต่เขาไม่ได้เข้าสุหนัตภายในจิตใจ ของตนซึ่งถือเป็นสิ่งที่สำคัญที่สุดสำหรับคริสเตียนทุกคน ถ้าดูจากภายนอก ชายผู้นี้ถือเป็นคนงานที่สัตย์ซื่อซึ่งรักพระเจ้า คริสตจักร และสมาชิกคริสตจักร

สมาชิกในครอบครัวของเขาบางคนเคยได้รับการรักษาให้หายจากโรค ที่ไม่มีทางรักษาได้ซึ่งอาจทำให้เขาพิการถาวรและมีอีกคนหนึ่งที่ฟื้นขึ้น มาจากความตาย นอกจากนั้น ครอบครัวของเขาเคยมีประสบการณ์และ พระพรมากมายจากพระเจ้า แต่เขาไม่ยอมเข้าสุหนัตภายในจิตใจของตน และละทิ้งความชั่วร้าย

ดังนั้น เมื่อคริสตจักรเผชิญกับความยากลำบาก ครอบครัวของชายคน นี้ก็ถูกมารซาตานทดลองให้ทรยศต่อคริสตจักร ชายคนนี้ออกจากคริสต จักรที่เขาเคยรับใช้มาเป็นเวลานานโดยหลงลืมพระคุณและพระพรที่เขา ได้รับผ่านทางคริสตจักรแห่งนี้ ยิ่งกว่านั้น เขาเริ่มต่อต้านคริสตจักรแห่งนี้ (ประหนึ่งว่าเขากำลังทำพันธกิจของการประกาศข่าวประเสริฐ) พร้อมทั้ง ออกเยี่ยมเยียนสมาชิกคริสตจักรและยุ่งเกี่ยวกับความเชื่อของคนเหล่านั้น

แม้เขาออกจากคริสตจักรเนื่องจากความไม่แน่ใจในความเชื่อของตน แต่เขายังมีโอกาสได้รับพระเมตตาจากพระเจ้าในวาระสุดท้ายถ้าเขาสงบ

ปากสงบคำในเรื่องที่ตนไม่คุ้นเคยและพยายามแยกแยะสิ่งที่ถูกและสิ่งที่ผิด แต่เขาไม่สามารถเอาชนะความชั่วและทำบาปด้วยลิ้นของตนจนบัดนี้มีเพียงการลงโทษด้วยความทุกข์ทรมานเท่านั้นที่กำลังรอคอยเขาอยู่

ปากถูกเผาจนเกรียมและร่างกายบิดงอ

ยมทูตแห่งนรกเผาปากของเขาด้วยเหล็กร้อนเพราะเขาต่อต้านพระวิญญาณบริสุทธิ์อย่างรุนแรงด้วยคำพูดที่ออกมาจากปากของตน การลงโทษนี้คล้ายคลึงกับการลงโทษของปอนทิอัสปีลาตที่ตัดสินให้ตรึงพระเยซูด้วยคำพูดจากปากของเขาซึ่งบัดนี้ลิ้นของปีลาตถูกตัดออกอย่างถาวรในอุโมงค์ชั้นล่าง

นอกจากนั้น ดวงวิญญาณจะถูกบังคับให้เข้าไปอยู่ในหลอดแก้วซึ่งมีจุกและด้ามเหล็กฝังอยู่ที่ฐานทั้งสองด้าน เมื่อยมทูตแห่งนรกหมุนด้ามเหล็กเหล่านี้ ร่างกายของวิญญาณที่ถูกขังอยู่ในหลอดแก้วจะบิดงอ ร่างกายของเขาจะบิดงอมากขึ้น (และน้ำสกปรกที่ถูกบิดออกมาจากไม้ถูพื้นถูกอัดเข้าไปในหลอดแก้ว) เลือดของดวงวิญญาณทะลักออกมาจากตา จมูก ปาก และช่องทางอื่น ๆ ในร่างกายของเขา สุดท้ายเลือดและของเหลวทั้งหมดก็ทะลักออกมาจากเซลล์ของเขา

ท่านลองจินตนาการดูซิว่าเราต้องใช้แรงบีบมากสักเพียงใดเพื่อบังคับให้เลือดหยดหนึ่งไหลออกมาด้วยการบิดนิ้วมือของท่าน

เลือดและของเหลวของดวงวิญญาณถูกบีบให้ไหลออกมาจากทุกส่วนในร่างกายของเขาตั้งแต่หัวจรดเท้า กระดูกและระบบกล้ามเนื้อทั้งหมดของเขาบิดงอและแตกละเอียดและเซลล์ทั้งสิ้นของเขาถูกทำลายเพื่อจะบีบเอาของเหลวหยดสุดท้ายออกมาจากร่างกายของเขา ลองคิดดูซิว่าเขาจะเจ็บปวดมากสักเพียงใด

ในที่สุด หลอดแก้วก็เต็มไปด้วยเลือดและของเหลวจากร่างกายของเขาซึ่งถ้ามองจากที่ไกลหลอดแก้วนี้จะมีลักษณะคล้ายกับขวดไวน์แดง หลังจากยมทูตแห่งนรกบิดร่างกายของวิญญาณดวงนี้ซ้ำแล้วซ้ำอีกจนกระทั่งของเหลวหยดสุดท้ายถูกบีบออกมา ยมทูตเหล่านั้นจะทิ้งร่างกายไว้ตาม

ลำพังชั่วขณะหนึ่งเพื่อให้ร่างกายฟื้นฟูสภาพขึ้นมาใหม่

แม้ร่างกายของเขาจะฟื้นฟูสภาพขึ้นมาใหม่ แต่วิญญาณดวงนี้มีความ
หวังอะไร หลังจากช่วงเวลาที่ร่างกายของเขาฟื้นฟูสภาพขึ้นมาใหม่เป็นต้น
ไปยมทูตแห่งนรกก็เริ่มบีบและบิดร่างกายของเขาซ้ำแล้วซ้ำอีกโดยไม่มีที่
สิ้นสุด กล่าวคือ ช่วงพักระหว่างการถูกทรมานของเขากลับกลายเป็นเพียง
การถูกทรมานที่ขยายตัวออกไปเท่านั้นเอง

จากการขัดขวางแผ่นดินของพระเจ้าด้วยลิ้นของตน ริมฝีปากของวิญญาณ
ดวงนี้จึงถูกเผาด้วยเหล็กร้อน เพื่อตอบแทนการที่เขาให้ความช่วยเหลืองาน
ของซาตาน ของเหลวทุกหยดจึงถูกสะกัดออกมาจากร่างกายของเขา

ในโลกฝ่ายวิญญาณ มนุษย์เกี่ยวเก็บในสิ่งที่ตนหว่าน สิ่งใดก็ตามที่เขา
ทำไว้ เขาจะได้รับผลตอบแทนจากสิ่งนั้น จงจดจำความจริงข้อนี้ไว้และอย่า
ยอมตนให้กับความชั่วร้าย แต่จงทำและพูดเฉพาะสิ่งที่ดีพร้อมทั้งดำเนิน
ชีวิตที่ถวายเกียรติยศแด่พระเจ้าเพียงอย่างเดียว

4. เครื่องทรมานขนาดใหญ่

วิญญาณดวงนี้มีประสบการณ์ส่วนตัวกับการทำงานของพระวิญญาณ
บริสุทธิ์เมื่อเขาได้ รับการรักษาให้ หายจากโรคและความอ่อนแอของตน
หลังจากนั้นเขาอธิษฐานอย่างสุดหัวใจเพื่อเข้าสุหนัตภายในจิตใจของตน
ชีวิตของเขาได้รับการทรงนำและการกำกับดูแลโดยพระวิญญาณบริสุทธิ์
และเกิดผลมากเขาได้รับคำยกย่องสรรเสริญและความรักจากสมาชิกของค
ริสตจักรและกลายเป็นผู้รับใช้

ถูกครอบงำด้วยความหยิ่งผยองของตน

เมื่อเขาได้รับคำยกย่องสรรเสริญและความรักจากผู้คนรอบข้าง ชายคน

นี้ก็เริ่มหยิ่งผยองมากขึ้นจนเขาไม่สามารถมองเห็นตนเองอย่างถูกต้องและเขาหยุดเข้าสุหนัตภายในจิตใจของตนโดยไม่รู้ตัว เขาเคยเป็นคนใจร้อนและขี้อิจฉามาโดยตลอด แทนที่เขาจะละทิ้งสิ่งเหล่านี้ เขากลับเริ่มต้นพิพากษาและกล่าวโทษผู้คนซึ่งทำสิ่งที่ถูกต้อง ชายคนนี้มีความแค้นเคืองกับทุกคนที่ขัดใจหรือไม่เห็นพ้องกับเขา

เมื่อชายคนนี้ถูกครอบงำด้วยความหยิ่งผยองของตนและทำชั่ว ความชั่วร้ายมากยิ่งขึ้นจึงออกมาจากเขาและเขาไม่อาจยับยั้งตนเองหรือฟังคำแนะนำของคนอื่นได้อีกต่อไป วิญญาณจิตของเขาสะสมความชั่วร้ายมากยิ่งขึ้น เขาตกหลุมพรางของมารซาตานและต่อต้านพระเจ้าอย่างเปิดเผย

ความรอดของเราไม่สมบูรณ์เมื่อเราได้รับพระวิญญาณบริสุทธิ์ ถึงแม้ว่าท่านจะเต็มล้นด้วยพระวิญญาณบริสุทธิ์ มีประสบการณ์กับพระคุณ และกำลังรับใช้พระเจ้า แต่ท่านเป็นเหมือนนักวิ่งมาราธอนซึ่งยังอยู่ห่างไกลจากเส้นชัย—ซึ่งได้แก่ชำระให้เป็นคนบริสุทธิ์ ไม่ว่านักวิ่งจะวิ่งดีสักเพียงใดก็ตาม ถ้าเขาหยุดวิ่งแข่งขันหรือเป็นลมไป สิ่งนี้จะไม่เป็นผลดีกับนักวิ่งผู้คนจำนวนมากกำลังวิ่งไปสู่เส้นชัย—ซึ่งได้แก่สวรรค์ ไม่ว่าท่านจะวิ่งเร็วหรือวิ่งเข้าใกล้กับเส้นชัยมากเพียงใดก็ตาม ถ้าท่านหยุดวิ่งแข่งขัน นั่นคือสิ้นสุดของการแข่งขันสำหรับท่าน

อย่าถือว่าท่านมั่นคง

พระเจ้ายังตรัสกับเราอีกว่าถ้าเรา "เป็นแต่อุ่น ๆ" เราจะถูกทอดทิ้ง (วิวรณ์ 3:16) ถึงแม้ท่านจะเป็นบุคคลแห่งความเชื่อ ท่านต้องเต็มล้นด้วยพระวิญญาณบริสุทธิ์ รักษาความรักที่มีต่อพระเจ้า และมุ่งหน้าสู่แผ่นดินสวรรค์ด้วยใจร้อนรน*อยู่เสมอ* ถ้าท่านหยุดวิ่งแข่งขันกลางคัน ท่านจะไม่รอดและมีฐานะเช่นเดียวกับผู้คนที่ไม่ได้เข้าร่วมแข่งขันตั้งแต่แรก

เพราะเหตุนี้ อัครทูตเปาโล (ซึ่งสัตย์ซื่อกับพระเจ้าอย่างสุดหัวใจของท่าน) จึงกล่าวว่า *"ดูก่อนพี่น้องทั้งหลาย ข้าพเจ้าขอยืนยันโดยอ้างความ*

ภูมิใจซึ่งข้าพเจ้ามีอยู่ในท่านทั้งหลายโดยพระเยซูคริสต์องค์พระผู้เป็น
เจ้าของเราว่าข้าพเจ้าตายทุกวัน" (1 โครินธ์ 15:31) และกล่าวอีกว่า "แต่
ข้าพเจ้าก็ทุบตีร่างกายให้มันแข็งจนอยู่มือ   เพราะเกรงว่าเมื่อข้าพเจ้าได้
ประกาศข่าวประเสริฐแก่คนอื่นแล้ว   ตัวข้าพเจ้าเองจะเป็นคนที่ใช้การไม่
ได้"(1 โครินธ์ 9:27)

ถึงแม้ท่านอยู่ในฐานะของผู้ที่สอนคนอื่น   ถ้าท่านไม่ละทิ้งความคิดของ
ตนเองและทุบตีร่างกายของท่านให้อยู่ใต้บังคับของท่านเหมือนที่เปาโลได้
กระทำ พระเจ้าจะทอดทิ้งท่าน ที่เป็นเช่นนี้ก็เพราะว่า "ศัตรูของท่านคือมารวน
เวียนอยู่รอบ ๆ ดุจสิงห์คำรามเที่ยวไปเสาะหาคนที่มันจะกัดกินได้"(1 เปโตร 5:8)

1 โครินธ์ 10:12 กล่าวว่า "เหตุฉะนั้นคนที่คิดว่าตนเองมั่นคงดีแล้วก็จง
ระวังให้ดี กลัวว่าจะล้มลง" โลกฝ่ายวิญญาณ ไม่มีที่สิ้นสุดและการเป็นเหมือน
พระเจ้าของเราก็ไม่มีที่สิ้นสุดเช่นกัน ท่านต้องก้าวหน้าอย่างต่อเนื่องเพื่อทำให้
วิญญาณจิตของท่านดีพร้อมเพื่อพบกับพระเยซูองค์พระผู้เป็นเจ้า เหมือนดังที่
ชาวนาหว่านเมล็ดพืช ดูแลรดน้ำพรวนดิน และเก็บเกี่ยวพืชผลตามฤดูกาล

การเจาะและบิดศีรษะด้วยเครื่องทรมาน

ดวงวิญญาณที่หยุดเข้าสุหนัตภายในจิตใจของตน   (เพราะเขาคิดว่าตน
มั่นคงแต่กลับล้มลงในเวลาต่อมา) จะรับโทษแบบใด

เครื่องทรมานที่มีลักษณะคล้ายกับยมทูตแห่งนรกจะทรมานเขา เครื่อง
ทรมานนี้มีขนาดใหญ่กว่ายมทูตแห่งนรกหลายเท่า ดวงวิญญาณจะรู้สึกสั่น
สะท้านเพียงแค่มองดูเครื่องทรมานดังกล่าว ภายในมือของเครื่องทรมานมี
เล็บมือที่แหลมคมซึ่งยาวกว่าความสูงโดยเฉลี่ยของมนุษย์ทั่วไป

เครื่องทรมานขนาดใหญ่เครื่องนี้จับคอของดวงวิญญาณด้วยมือขวาและ
บิดศีรษะของวิญญาณดวงนั้นด้วยนิ้วมือด้านซ้ายก่อนที่จะใช้นิ้วมือของตน
ทะลวงเข้าไปในสมองของวิญญาณดวงนั้น   ท่านลองจินตนาการดูซิว่าเขา
จะเจ็บปวดมากสักเพียงใด

ความเจ็บปวดทางด้านร่างกายก็มากพออยู่แล้ว แต่ความเจ็บปวดทางด้านจิตใจมีมากกว่าจนแทบทนไม่ได้ ด้านหน้าของวิญญาณดวงนี้มีการฉายสไลด์ภาพของช่วงเวลาแห่งความสุขที่สุดที่เขาได้รับในชีวิตนี้อย่างชัดเจน เช่น ภาพแห่งความสุขเมื่อเขามีประสบการณ์กับพระคุณของพระเจ้าครั้งแรก ภาพแห่งการยกย่องสรรเสริญพระเจ้าอย่างมีความสุข ภาพแห่งความร้อนรนที่จะทำให้พระบัญชาของพระเยซูสำเร็จที่ว่า “จงออกไปสั่งสอนชนทุกชาติให้เป็นสาวกของเรา” และคำบัญชาอื่น ๆ เป็นต้น

การทรมานทางด้านจิตใจและการเย้ยหยัน

สำหรับดวงวิญญาณ ภาพแต่ละภาพเป็นเหมือนดาบสองคมในหัวใจของเขา ครั้งหนึ่งเขาเคยเป็นผู้รับใช้ของพระเจ้าผู้ยิ่งใหญ่และมีความหวังอย่างเต็มเปี่ยมสำหรับการอาศัยอยู่ในนครเยรูซาเล็มใหม่อันรุ่งโรจน์ บัดนี้เขาถูกจองจำอยู่ในสถานที่อันน่าเวทนา ความแตกต่างราวฟ้ากับดินนี้ทำให้หัวใจของเขาแตกสลาย วิญญาณดวงนี้ไม่อาจทนต่อการทรมานทางด้านจิตใจนี้ได้อีกต่อไปและใช้อุ้งมือปิดหน้าที่โชกเลือดและยับเยินของตนเอาไว้ เขาวอนขอความเมตตาและจุดจบของการทรมาน แต่ความทุกข์ทรมานของเขาไม่มีวันสิ้นสุด

หลังจากนั้นไม่นาน เครื่องทรมานก็ปล่อยดวงวิญญาณลงบนพื้น ยมทูตแห่งนรก (ซึ่งเฝ้าดูดวงวิญญาณประสบกับความทุกข์ทรมาน) ก็โอบล้อมและเย้ยหยันวิญญาณดวงนั้นว่า “แกเป็นผู้รับใช้พระเจ้าได้อย่างไร แกคืออัครทูตของซาตาน และบัดนี้แกกำลังเป็นสิ่งที่น่าขบขันของซาตาน”

ในขณะที่เขาฟังการเยาะเย้ย ส่งเสียงสะอึกสะอื้น และกรีดร้องขอความเมตตาอยู่นั้น นิ้วมือขวาสองนิ้วของเครื่องทรมานก็คว้าคอของเขาไว้ เครื่องทรมานใช้มือยกวิญญาณดวงนั้นขึ้นสูงในระดับคอของตนและกระทุ้งศีรษะของเขาด้วยเล็บมือซ้ายอันแหลมคมโดยไม่ใส่ใจกับดวงวิญญาณที่กำลังบิดตัวไปมาเหมือนตัวหนอน เครื่องทรมานทำให้วิญญาณดวงนั้น

ทุกข์ทรมานมากขึ้นด้วยการฉายภาพสไลด์ซ้ำอีก การทรมานนี้จะดำเนินต่อไปจนกระทั่งวันพิพากษา

5. ถูกมัดติดกับต้นไม้

นี่คือการลงโทษบุคคลที่เคยเป็นผู้รู้ ับใช้พระเจ้าซึ่งครั้งหนึ่งเคยสอนสมาชิกในคริสตจักรของตนและดำรงตำแหน่งที่สำคัญหลายตำแหน่ง

การต่อต้านพระวิญญาณบริสุทธิ์

วิญญาณดวงนี้มีความต้องการชื่อเสียง ผลประโยชน์ทางด้านวัตถุ และอำนาจอย่างรุนแรงอยู่ในธรรมชาติของตน เขาทำหน้าที่ของตนอย่างขยันขันแข็งแต่ไม่ตระหนักถึงความชั่วร้ายของตน เมื่อถึงจุดหนึ่งเขาจึงหยุดอธิษฐานซึ่งทำให้เขาล้มเลิกการเข้าสุหนัตภายในจิตใจของตนอย่างสิ้นเชิง วิญญาณดวงนี้ไม่รู้ว่าความชั่วร้ายทุกชนิดได้เติบโตขึ้นภายในเขาเหมือนเห็ดมีพิษและเมื่อคริสตจักรที่เขารับใช้เผชิญกับวิกฤติครั้งใหญ่ เขาจึงถูกครอบงำด้วยอำนาจของซาตานทันที

เมื่อเขาต่อต้านพระวิญญาณบริสุทธิ์หลังจากถูกทดลองโดยมารซาตาน ความบาปของเขาจึงรุนแรงมากขึ้นเพราะเขาเคยเป็นผู้นำคริสตจักรและเขาสร้างอิทธิพลในแง่ลบกับสมาชิกคริสตจักรรวมทั้งขัดขวางแผ่นดินของพระเจ้า

ตกอยู่ภายใต้การถูกทรมานและการเย้ยหยัน

ชายคนนี้ถูกลงโทษด้วยการผูกติดกับต้นไม้ต้นหนึ่งในอุโมงค์ชั้นล่าง โทษของเขาไม่รุนแรงเท่ากับโทษของยูดาสอิสคาริโอท แต่ถือเป็นโทษที่

หนักและไม่สามารถทนได้

ยมทูตแห่งนรกฉายภาพสไลด์ซึ่งแสดงถึงช่วงเวลาที่มีความสุขที่สุดในชีวิตเขาให้กับวิญญาณดวงนั้นดูซึ่งส่วนใหญ่เป็นภาพแห่งช่วงเวลาของการเป็นผู้รับใช้พระเจ้าที่สัตย์ซื่อของเขา การถูกทรมานทางด้านจิตใจนี้เตือนเขาให้ระลึกว่าครั้งหนึ่งเขาเคยมีช่วงเวลาแห่งความสุขและมีโอกาสได้รับพระพรอย่างบริบูรณ์ของพระเจ้า แต่เขาไม่เคยเข้าสุหนัตภายในจิตใจของตนเนื่องจากความโลภและความผิด บัดนี้เขากำลังได้รับโทษที่น่ากลัวในสถานที่แห่งนี้

ที่เพดานมีผลไม้สีดำจำนวนนับไม่ถ้วนห้อยอยู่ หลังจากฉายภาพสไลด์ให้วิญญาณดวงนั้นชมเสร็จแล้ว ยมทูตแห่งนรกจึงชี้ไปยังเพดานและเยาะเย้ยชายคนนั้นว่า “ความโลภของแกออกผลแบบนี้แหละ” จากนั้นผลไม้สีดำก็หล่นลงมาบนพื้นทีละลูก ผลไม้แต่ละผลคือศีรษะของบรรดาคนที่ติดตามเขาในการท้าทายพระเจ้า คนเหล่านั้นทำบาปแบบเดียวกันกับวิญญาณดวงนี้และร่างกายของคนเหล่านั้นถูกตัดทิ้งไปหลังจากถูกทรมานอย่างรุนแรง สิ่งเดียวที่เหลืออยู่คือศีรษะของเขาซึ่งห้อยอยู่ที่เพดาน วิญญาณที่ผูกติดกับต้นไม้เรียกร้องและชักนำผู้คนในโลกนี้ให้ทำตามแนวทางแห่งความโลภของตนและกระทำความชั่ว ดังนั้นคนเหล่านี้จึงกลายเป็นผลแห่งความโลภของเขา

เมื่อใดก็ตามที่ยมทูตแห่งนรกเยาะเย้ยเขา การเยาะเย้ยกลายเป็นสัญญาณให้ผลไม้เหล่านั้นหล่นลงมาและแตกกระจาย จากนั้นจะมีศีรษะกลิ้งออกมาจากถุงที่ห่อศีรษะเอาไว้พร้อมกับมีเสียงดัง ท่านคงเคยชมละคร สารคดีเกี่ยวกับการต่อสู้หรือประวัติศาสตร์ หรือภาพยนตร์ซึ่งแสดงให้เห็นภาพศีรษะของตัวละครที่ถูกตัดศีรษะจนเสียชีวิต ศีรษะของเขาจะมีสภาพยุ่งเหยิง ใบหน้าเปรอะไปด้วยเลือด ริมฝีปากพุพอง และดวงตาเขม็งเกรียว บรรดาศีรษะที่หล่นลงมาจากเพดานล้วนมีลักษณะคล้ายคลึงกับสภาพของศีรษะที่ปรากฏอยู่ในละครหรือภาพยนตร์

ศีรษะที่หล่นมาจากเพดานกัดแทะดวงวิญญาณ

เมื่อศีรษะหล่นลงมาจากเพดาน ศีรษะเหล่านั้นจะเกาะดวงวิญญาณเอาไว้ ตอนแรกศีรษะเหล่านั้นจะเกาะที่ขาและกัดขาทั้งสองข้างของเขา

ภาพจากการฉายสไลด์ปรากฏต่อสายตาของวิญญาณดวงนั้นอีกครั้งหนึ่งและยมทูตแห่งนรกก็เยาะเย้ยเขาซ้ำอีกว่า "ดูซิ ความโลภของแกห้อยอยู่ในลักษณะนี้แหละ" จากนั้นถุงอีกใบหนึ่งก็หล่นลงมาจากเพดาน แตกกระจาย และศีรษะที่กลิ้งออกมาจากถุงก็เกาะที่แขนและเริ่มกัดแขนของวิญญาณดวงนั้น

เมื่อใดก็ตามที่ยมทูตแห่งนรกเยาะเย้ยดวงวิญญาณ ถุงห่อศีรษะจากเพดานจะหล่นลงมาบนพื้นทีละถุง ศีรษะเหล่านี้ห้อยอยู่ทั่วร่างกายของวิญญาณดวงนั้นเหมือนต้นไม้ที่ออกผลเต็มต้น ความเจ็บปวดที่เกิดจากการถูกศีรษะเหล่านี้กัดจะแตกต่างอย่างสิ้นเชิงจากความเจ็บปวดที่เกิดจากคนหรือสัตว์กัดในโลกนี้ พิษจากฟันอันแหลมคมของศีรษะเหล่านี้กระจายออกไปจากแผลที่ถูกกัดลงไปถึงกระดูกและทำให้ร่างกายแข็งทื่อและกลายเป็นสีดำ ความเจ็บปวดนี้รุนแรงยิ่งกว่าการถูกแมลงกัดต่อยหรือการถูกสัตว์ฉีกร่างกายด้วยซ้ำ

ดวงวิญญาณที่มีเพียงศีรษะเหล่านั้นต้องทนทุกข์ทรมานกับการที่ร่างกายของเขาถูกตัดทิ้ง ลองคิดดูซิว่าวิญญาณเหล่านั้นจะโกรธแค้นวิญญาณดวงนี้สักเพียงใด แม้คนเหล่านี้ได้ท้าทายพระเจ้าเพราะความชั่วร้ายของตน แต่ความรู้สึกผูกพยาบาทที่อยากแก้แค้นให้กับการหลงผิดของตนยังมีอยู่เต็มเปี่ยม

วิญญาณดวงนั้นรู้ดีว่าเขาถูกลงโทษเพราะความโลภของตน แต่แทนที่เขาจะเสียใจหรือกลับใจจากความบาปของตน วิญญาณดวงนี้กลับสาละวนอยู่กับการแช่งด่าศีรษะของวิญญาณดวงอื่น ๆ ที่กำลังกัดกินและบดขยี้ร่างกายของเขา เมื่อวันเวลาผ่านไปและความเจ็บปวดเพิ่มมากขึ้น วิญญาณดวงนี้ก็เริ่มมีความชั่วร้ายมากยิ่งขึ้น

ท่านต้องไม่ทำบาปที่ไม่สามารถยกโทษให้ได้

ข้าพเจ้าได้นำเสนอตัวอย่างของการลงโทษผู้คนที่ท้าทายพระเจ้าห้า
ตัวอย่าง ดวงวิญญาณเหล่านี้จะได้รับโทษหนักกว่าวิญญาณดวงอื่น ๆ เพราะ
ครั้งหนึ่งคนเหล่านี้เคยทำงานให้กับพระเจ้าเพื่อขยายแผ่นดินของพระองค์
ในฐานะผู้นำในคริสตจักร

ณ จุดนี้เราต้องจำไว้ว่าดวงวิญญาณจำนวนมากซึ่งลงไปสู่อุโมงค์ชั้นล่าง
และกำลังรับการลงโทษเหล่านี้ทุกคนล้วนคิดว่าตนเชื่อในพระเจ้า   รับใช้
พระองค์ ตลอดจนปรนนิบัติผู้รับใช้และคริสตจักรของพระเจ้าอย่างสัตย์ซื่อ
และร้อนรน

ยิ่งกว่านั้น ท่านต้องจำไว้ว่าอย่าพูดจาต่อต้าน ต่อสู้ หรือหมิ่นประมาท
พระวิญญาณบริสุทธิ์เป็นอันขาด   ผู้คนที่ต่อต้านพระวิญญาณบริสุทธิ์จะ
ไม่ได้รับวิญญาณแห่งการกลับใจ   โดยเฉพาะอย่างยิ่งถ้าคนเหล่านี้ท้าทาย
พระวิญญาณบริสุทธิ์หลังจากที่เขาประกาศถึงความเชื่อของตนในพระเจ้า
และหลังจากที่เขามีประสบการณ์ส่วนตัวกับการทำงานของพระวิญญาณ
บริสุทธิ์ ดังนั้น คนเหล่านี้จึงไม่สามารถกลับใจได้

นับตั้งแต่วันแรกของการทำพันธกิจของข้าพเจ้ามาจนถึงปัจจุบัน
ข้าพเจ้าไม่เคยวิพากษ์วิจารณ์คริสตจักรอื่นหรือผู้รับใช้พระเจ้าคนอื่น   ๆ
และไม่เคยประณามคนเหล่านั้นว่าเป็น "ลัทธิเทียมเท็จ" ถ้าคริสตจักรและ
ศิษยาภิบาลคนอื่นเชื่อในพระเจ้าตรีเอกานุภาพ   ยอมรับการมีอยู่จริงของ
สวรรค์และนรก และประกาศข่าวสารเรื่องความรอดผ่านทางพระเยซูคริสต์
คนเหล่านี้จะเป็นลัทธิเทียมเท็จได้อย่างไร

ยิ่งกว่านั้น   การกล่าวประณามและตราหน้าคริสตจักรหรือผู้รับใช้ที่
สำแดงและยืนยันถึงสิทธิอำนาจและการสถิตอยู่ด้วยของพระเจ้าถือเป็นการ
ท้าทายพระวิญญาณบริสุทธิ์อย่างชัดเจน จงจำไว้ว่าความบาปประเภทนี้ไม่
สามารถยกโทษให้ได้

ดังนั้น   จงอย่าให้ผู้ใดกล่าวประณามคนอื่นว่าเป็น   "ลัทธิเทียมเท็จ"

นรก

จนกว่าจะมีการสืบหาความจริงอย่างชัดเจน นอกจากนั้น ท่านต้องไม่ทำบาปแห่งการขัดขวางและท้าทายพระวิญญาณบริสุทธิ์ด้วยลิ้นของท่าน

ถ้าท่านละทิ้งหน้าที่ซึ่งพระเจ้าทรงมอบหมาย

เราต้องไม่ละทิ้งหน้าที่ซึ่งเราได้รับมอบหมายจากพระเจ้าด้วยการคิดไตร่ตรองของเราเองไม่ว่าในสถานการณ์ใดก็ตาม พระเยซูทรงเน้นถึงความสำคัญของหน้าที่ผ่านทางคำอุปมาเรื่องเงินตะลันต์ (มัทธิว 25)

มีชายคนหนึ่งที่กำลังจะออกเดินทาง เขาจึงเรียกคนใช้ของตนมาฝากฝังทรัพย์สมบัติไว้ตามความสามารถของแต่ละคน คนแรกเขามอบให้ห้าตะลันต์ คนที่สองมอบให้สองตะลันต์ และคนสุดท้ายมอบให้ตะลันต์เดียว คนแรกและคนที่สองนำเงินของตนไปค้าขายและได้กำไรเท่าตัว แต่คนที่ได้รับตะลันต์เดียวได้ขุดหลุมซ่อนเงินของนายเอาไว้ ครั้นอยู่มาช้านานนายจึงกลับมาคิดบัญชีกับคนใช้เหล่านั้น คนที่ได้รับห้าตะลันต์และสองตะลันต์ก็เอาเงินกำไรอีกเท่าตัวมาให้กับนายของตน นายจึงตอบว่า "ดีแล้ว เจ้าเป็นทาสดีและสัตย์ซื่อ" ส่วนคนที่ได้รับตะลันต์เดียวถูกนำตัวไปโยนทิ้งเพราะเขาไม่ได้ทำอะไรกับเงินที่ตนได้รับและไม่มีกำไร แต่เขากลับเก็บเงินนั้นไว้เฉย ๆ

คำว่า "ตะลันต์" ในคำอุปมาเรื่องนี้หมายถึงหน้าที่ซึ่งเราได้รับมอบหมายจากพระเจ้า ท่านจะเห็นว่าพระเจ้าทรงทอดทิ้งผู้คนที่ไม่ได้ทำหน้าที่ของตน แต่ก็ยังมีผู้คนจำนวนมากรอบข้างเราละทิ้งหน้าที่ซึ่งเขาได้รับจากพระเจ้า ท่านต้องรู้ว่าผู้คนที่ละทิ้งหน้าที่ของตนด้วยความคิดของตนเองจะถูกตัดสินในวันพิพากษาอย่างแน่นอน

จงละทิ้งความหน้าซื่อใจคดและเข้าสุหนัตภายในใจของท่าน

พระเยซูทรงกล่าวถึงความสำคัญของการเข้าสุหนัตภายในจิตใจของ

ท่านด้วยเช่นกันเมื่อพระองค์ทรงตำหนิพวกธรรมาจารย์และพวกฟาริสีว่าเป็นคนหน้าซื่อใจคด พวกธรรมาจารย์และพวกฟาริสีดูเหมือนจะดำเนินชีวิตอย่างสัตย์ซื่อ แต่ภายจิตใจของเขาเต็มไปด้วยความชั่วร้าย ดังนั้นพระเยซูจึงทรงตำหนิคนเหล่านี้โดยตรัสว่าพวกเขาเป็นเหมือนอุโมงค์ฝังศพซึ่งฉาบด้วยปูนขาว

> *วิบัติแก่เจ้า พวกธรรมาจารย์และพวกฟาริสี คนหน้าซื่อใจคด เพราะว่าเจ้าเป็นเหมือนอุโมงค์ฝังศพซึ่งฉาบด้วยปูนขาว ข้างนอกดูงดงาม แต่ข้างในเต็มไปด้วยกระดูกคนตายและสารพัดโสโครก เจ้าทั้งหลายก็เป็นอย่างนั้นแหละ ภายนอกแลดูเหมือนว่าเป็นคนชอบธรรม แต่ภายในเต็มไปด้วยความเท็จเทียมและอธรรม* (มัทธิว 23:27-28)

ด้วยเหตุผลข้อเดียวกัน การสวมใส่เสื้อผ้าสีสันแพรวพราวจะเป็นสิ่งที่ไร้ค่าสำหรับท่าน ถ้าจิตใจของท่านยังเต็มไปด้วยความอิจฉา ความเกลียดชัง และความหยิ่งผยอง พระเจ้าทรงต้องการให้เราเข้าสุหนัตภายในจิตใจของเราและละทิ้งความชั่วร้ายมากกว่าสิ่งอื่นใด

การประกาศข่าวประเสริฐ การดูแลสมาชิกคริสตจักร และการรับใช้คริสตจักรล้วนเป็นสิ่งที่สำคัญแต่สงิ ทสี่ าคัญท่สี ุดคือการรักพระเจ้า การเดินอย่ใู นความสว่างและการเป็นเหมือนพระองค์มากยิ่งขนึ้ ทานต้องเป็นคนบริสุทธิ์เพราะว่าพระเจ้าทรงบริสุทธิ์และท่านต้องเป็นคนดีพร้อมเหมือนทพระเจ้าทรงเป็นผ้ดู ีพร้อม

ในด้านหนึ่ง ถ้าความร้อนรนเพื่อพระเจ้าของท่านในปัจจุบันไม่ได้เกิดมาจากความจริงใจและความเชื่อที่สมบูรณ์ของท่าน ความร้อนรนนี้ก็จะจางหายไปและไม่เป็นที่พอพระทัยพระเจ้า แต่ในอีกด้านหนึ่ง ถ้าบุคคลเข้าสุหนัตภายในจิตใจของตนเพื่อเขาจะเป็นคนบริสุทธิ์และดีพร้อม จิตใจของเขาจะส่งกลิ่นหอมที่พระเจ้าทรงพอพระทัยอย่างแท้จริง

ยิ่งกว่านั้น ไม่ว่าท่านจะเรียนและรู้จักพระคำของพระเจ้ามากเพียงใด
ก็ตาม สิ่งที่สำคัญกว่าสำหรับท่านคือการตัดสินใจที่จะประพฤติและดำเนิน
ชีวิตตามพระคำของพระเจ้า ท่านต้องสำนึกถึงการมีอยู่จริงของนรกและ
ชำระจิตใจของท่านให้สะอาดบริสุทธิ์อยู่เสมอ เมื่อพระเยซูองค์พระผู้เป็น
เจ้าเสด็จกลับมา ท่านจะเป็นคนหนึ่งในบรรดาผู้คนกลุ่มแรกที่ได้สวมกอด
พระองค์

1 โครินธ์ 2:12-14 บอกเราว่า "เราทั้งหลายไม่ได้รับวิญญาณของโลก แต่
ได้รับพระวิญญาณซึ่งมาจากพระเจ้า เพื่อเราทั้งหลายจะได้รู้ถึงสิ่งต่าง ๆ ที่
พระเจ้าได้ทรงโปรดประทานแก่เรา เรากล่าวถึงเรื่องสิ่งเหล่านี้ด้วยถ้อยคำ
ซึ่งมิใช่ปัญญาของมนุษย์สอนไว้ แต่ด้วยถ้อยคำซึ่งพระวิญญาณได้ทรง
สั่งสอน คือเราได้อธิบายความหมายของเรื่องฝ่ายวิญญาณให้คนที่มีพระ
วิญญาณฟัง แต่มนุษย์ธรรมดาจะรับสิ่งเหล่านั้นซึ่งเป็นของพระวิญญาณ
แห่งพระเจ้าไม่ได้ เพราะเขาเห็นว่าเป็นสิ่งโง่เขลาและเขาไม่สามารถเข้าใจ
ได้เพราะว่าจะเข้าใจสิ่งเหล่านั้นได้ก็ต้องสังเกตด้วยวิญญาณ"
ถ้าปราศจากการทำงานและความช่วยเหลือของพระวิญญาณบริสุทธิ์ซึ่ง
พระเจ้าทรงเปิดเผยแก่เรา จะมีใครในโลกของเนื้อหนังสามารถพูดถึงเรื่อง
ราวฝ่ายวิญญาณและเข้าใจถึงเรื่องราวเหล่านี้ได้
พระเจ้าทรงเป็นผู้เปิดเผยคำพยานเกี่ยวกับนรกด้วยพระองค์เอง ดังนั้น
ทุกส่วนของคำพยานเรื่องนี้จึงเป็นความจริง การลงโทษในนรกเป็นสิ่งที่
สยดสยองมากจนข้าพเจ้าไม่สามารถเปิดเผยถึงรายละเอียดทุกอย่างได้ แต่
ข้าพเจ้าอธิบายถึงการถูกทรมานเพียงสองสามตัวอย่างเท่านั้น นอกจากนั้น
จงจำไว้ว่าในท่ามกลางผู้คนที่ลงไปสู่อุโมงค์ชั้นล่างนั้นมีผู้ที่เคยจงรักภักดี
และสัตย์ซื่อต่อพระเจ้ารวมอยู่ด้วย
ถ้าท่านมีคุณสมบัติที่ไม่ถูกต้อง กล่าวคือ ถ้าท่านหยุดอธิษฐานและไม่
ได้เข้าสุหนัตภายในจิตใจของท่าน ท่านจะถูกทดลองจากมารซาตานที่ต่อสู้
กับพระเจ้าอย่างแน่นอน ในที่สุดท่านจะถูกโยนลงไปในนรก

ข้าพเจ้าอธิษฐานในพระนามขององค์พระผู้เป็นเจ้าเพื่อท่านจะเข้าใจ
ว่านรกเป็นสถานที่อันน่ากลัวและน่าเวทนาสักเพียงใด   จงพยายามอย่าง
เต็มที่เพื่อช่วยดวงวิญญาณจำนวนมากที่สุดเท่าที่ท่านจะทำได้ให้รอด   จง
อธิษฐานอย่างร้อนรน จงประกาศพระกิตติคุณอย่างขยันหมั่นเพียร และจง
สำรวจตนท่านเองอยู่เสมอเพื่อจะท่านจะมีความรอดอย่างสมบูรณ์

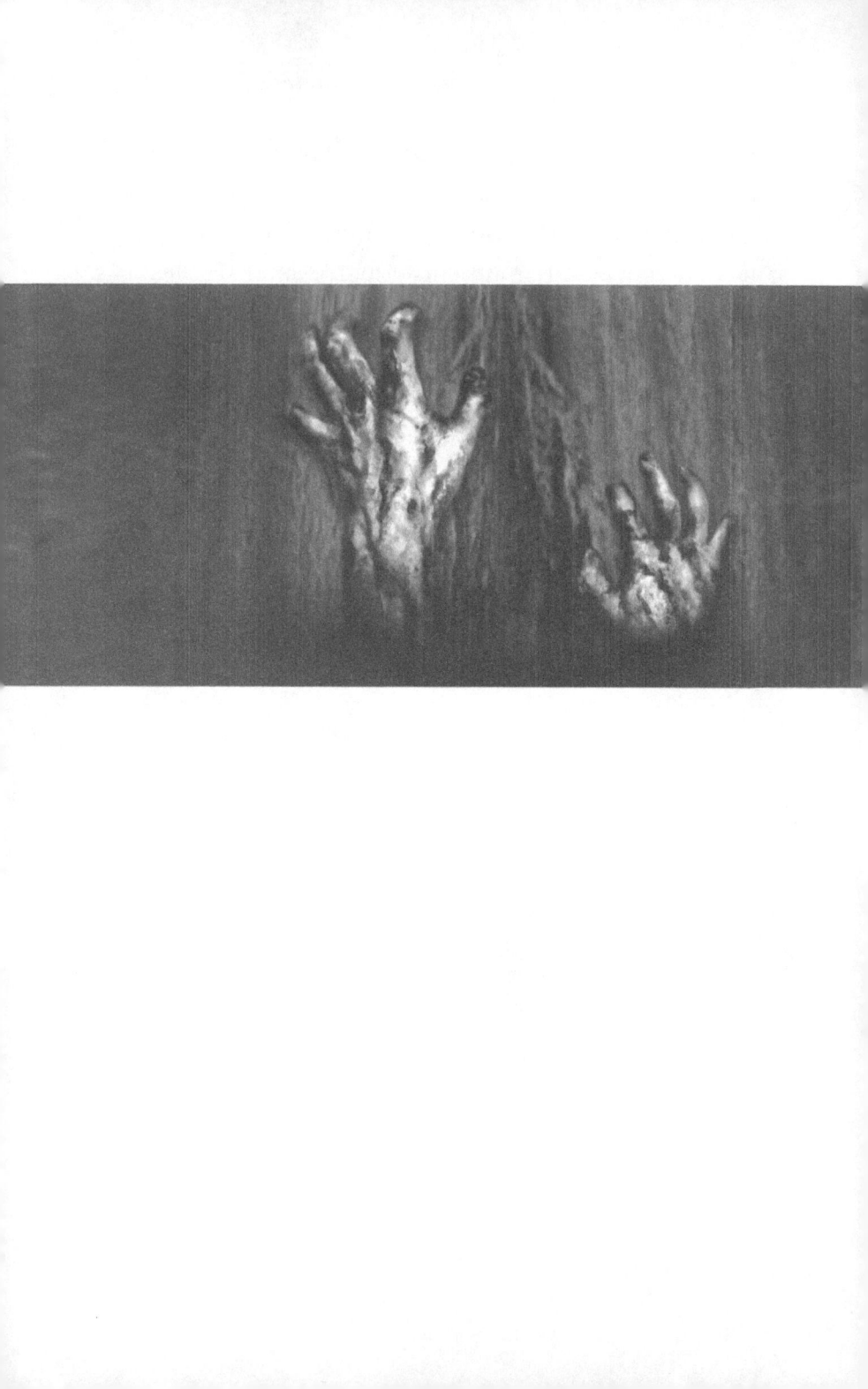

บทที่ 7

ความรอดในช่วงแห่งความทุกข์เวทนาครั้งใหญ่

การเสด็จกลับมาของพระคริสต์และการถูกรับขึ้นไป

เจ็ดปีแห่งความทุกข์เวทนาครั้งใหญ่

การสละชีพในช่วงแห่งความทุกข์เวทนาครั้งใหญ่

การเสด็จกลับมาครั้งที่สองของพระคริสต์และยุคพันปี

การเตรียมตัวเป็นเจ้าสาวผู้งดงามขององค์พระผู้เป็นเจ้า

"ข่าวประเสริฐเรื่องอาณาจักรนี้จะประกาศไปทั่วโลกให้เป็นคำ
พยานแก่บรรดาประชาชาติ แล้วที่สุดปลายจะมาถึง"
(มัทธิว 24:14)

"และทูตสวรรค์ซึ่งเป็นองค์ที่สามตามไปประกาศด้วยเสียงอันดังว่า
'ถ้าผู้ใดบูชาสัตว์ร้ายและรูปของมันและรับ เครื่องหมายของมันไว้ที่
หน้าผากหรือที่มือของตน ผู้นั้นจะต้องดื่มเหล้าองุ่นแห่งพระพิโรธ
ของพระเจ้า ซึ่งไม่ได้ระคนกับสิ่งใด ที่ได้เทลงในถ้วยพระพิโรธ
ของพระองค์ และเขาจะต้องถูกทรมานด้วยไฟและกำมะถันต่อหน้า
ทูตสวรรค์ผู้บริสุทธิ์ทั้งหลายและต่อพระพักตร์พระเมษโปดกและ
ควันแห่งการทรมานของเขาพลุ่งขึ้นตลอดไป เป็นนิตย์ และผู้ที่บูชา
สัตว์ร้ายและรูปของมันและผู้ใดก็ตามที่รับเครื่องหมายชื่อของมันจ
ไม่มีการพักผ่อนเลย ทั้งกลางวันและกลางคืน'"
(วิวรณ์ 14:9-11)

เมื่อเราให้ความสนใจอย่างใกล้ชิดกับกระแสของประวัติศาสตร์ใน
ปัจจุบันหรือคำพยากรณ์ในพระคัมภีร์ เราจะรู้ว่าช่วงเวลาเริ่มสุกงอมและ
การเสด็จกลับมาขององค์พระผู้เป็นเจ้ากำลังใกล้เข้ามา ในช่วงปีที่ผ่านมามี
แผ่นดินไหวและน้ำท่วมขนาดใหญ่จำนวนมากเกิดขึ้นซึ่งเป็นเหตุการณ์ที่
สอดคล้องกันสิ่งเกิดขึ้นเพียงครั้งเดียวในรอบหลายร้อยปี

นอกจากนั้น การเกิดไฟป่า พายุเฮอริเคน และพายุไต้ฝุ่นขนาดใหญ่
ได้ทิ้งความหายนะและสร้างเสียหายด้านต่าง ๆ จำนวนมากเอาไว้ ผู้คน
จำนวนมากในอัฟริกา และเอเชียทนทุกข์ และเสียชีวิตจากความหิวโหย
ซึ่งมีสาเหตุมาจากความแห้งแล้งอันยาวนาน โลกส่วนใหญ่ได้ประจักษ์และ
ประสบกับสภาพอากาศที่แปรปรวนซึ่งมีสาเหตุมาจากการลดลงของชั้น
โอโซนในบรรยากาศ การเกิดปรากฏการณ์ "เอล นินโญ่" "ลา นินญ่า" และ
เหตุการณ์อื่น ๆ

ยิ่งกว่านั้น สงครามและความขัดแย้งระหว่างประเทศ การก่อการร้าย
และความโหดร้ายทารุณรูปแบบอื่น ๆ ดูจะไม่มีวันสิ้นสุด การกระทำอันชั่ว
ร้ายมากมายที่อยู่เหนือหลักศีลธรรมของมนุษย์กลายเป็นเหตุการณ์รายวัน
และถูกนำมาตีแผ่โดยสื่อสารมวลชน

พระเยซูทรงพยากรณ์ถึงปรากฏการณ์ในทำนองนี้ไว้เมื่อสองพันปี
ที่แล้วเมื่อพระองค์ทรงตอบคำถามของสาวกที่ว่า *"ขอทรงโปรดให้ข้า*
พระองค์ทั้งหลายทราบว่าเหตุการณ์เหล่านี้จะบังเกิดขึ้นอย่างไร สิ่งไรเป็น
หมายสำคัญว่าพระองค์จะเสด็จมาและยุคเก่าจะสิ้นสุดลง" (มัทธิว 24:3)

ลองคิดดูซิว่าพระคัมภีร์ข้อต่าง ๆ ต่อไปนี้เป็นจริงเพียงใดในปัจจุบัน

"เพราะประชาชาติต่อประชาชาติ ราชอาณาจักรต่อราชอาณาจักร
จะต่อสู้กัน ทั้งจะเกิดกันดารอาหารและแผ่นดินไหวในที่ต่าง ๆ
เหตุการณ์ทั้งปวงนี้เป็นขั้นแรกแห่งความทุกข์ลำบาก ซึ่งต้องมีมา
ก่อนกำเนิดยุคใหม่" (มัทธิว 24:7-8)

นรก

ด้วยเหตุนี้ ถ้าท่านมีความเชื่อที่แท้จริง ท่านต้องรู้ว่าวันเวลาของการเสด็จกลับมาของ พระเยซูกำลังใกล้เข้ามาและจงเฝ้าระวังอยู่เสมอเหมือนสาวพรหมจารีที่มีปัญญาห้าคน (มัทธิว 25:1-13) ท่านจะไม่ถูกทิ้งเหมือนสาวพรหมจารีอีกห้าคนที่ไม่ได้เตรียมน้ำมันไว้อย่างเพียงพอสำหรับตะเกียงของตน

1. การเสด็จกลับมาของพระคริสต์และการถูกรับขึ้นไป

ประมาณสองพันปีที่แล้ว พระเยซูองค์พระผู้เป็นเจ้าของเราทรงสิ้นพระชนม์บนกางเขน เป็นขึ้นมาจากความตายในวันที่สาม และเสด็จขึ้นสู่สวรรค์ต่อหน้าผู้คนจำนวนมาก กิจการ 1:11 บอกเราว่า *"พระเยซูองค์นี้ซึ่งทรงรับไปจากท่านขึ้นไปยังสวรรค์นั้น จะเสด็จมาอีกเหมือนอย่างที่ท่านทั้งหลายได้เห็นพระองค์เสด็จไปยังสวรรค์นั้น"*

พระเยซูจะเสด็จกลับมาในเมฆ

พระเยซูคริสต์ได้ทรงเปิดหนทางแห่งความรอด เสด็จเข้าไปสู่สวรรค์ประทับอยู่เบื้องขวาพระหัตถ์ของพระเจ้า และทรงกำลังจัดเตรียมสถานที่ไว้เพื่อเรา เมื่อช่วงเวลาที่พระเจ้าทรงเลือกมาถึงและเมื่อการจัดเตรียมสถานที่ของเราในสวรรค์เสร็จสิ้นลง พระเยซูจะเสด็จกลับมารับเราตามที่พระองค์ทรงพยากรณ์ไว้ในยอห์น 14:3 ว่า *"เมื่อเราไปจัดเตรียมที่ไว้สำหรับท่านแล้ว เราจะกลับมาอีกรับท่านไปอยู่กับเรา เพื่อว่าเราอยู่ที่ไหนท่านทั้งหลายจะได้อยู่ที่นั่นด้วย"*

ภาพของการเสด็จกลับมาของพระเยซูจะมีลักษณะอย่างไร

1 เธสะโลนิกา 4:16-17 บรรยายภาพของการเสด็จลงมาจากสวรรค์ของพระเยซูพร้อมกับบริวารแห่งสวรรค์ เหล่าทูตสวรรค์ และบรรดาผู้ที่ตายไปในพระคริสต์

ด้วยว่าองค์พระผู้เป็นเจ้าจะเสด็จมาจากสวรรค์ด้วยพระดำรัสสั่ง ด้วยสำเนียงเรียกของเทพบดีและด้วยเสียงแตรของพระเจ้า และคนทั้งปวงในพระคริสต์ที่ตายแล้วจะเป็นขึ้นมาก่อน หลังจากนั้น เราทั้งหลายซึ่งยังเป็นอยู่จะถูกรับขึ้นไปในเมฆพร้อมกับคนเหล่านั้นและจะได้พบองค์พระผู้เป็นเจ้าในฟ้าอากาศ อย่างนั้นแหละเราก็จะอยู่กับองค์พระผู้เป็นเจ้าเป็นนิตย์

ช่างเป็นภาพที่น่าภาคภูมิใจมากทีเดียวที่พระเยซูคริสต์เสด็จกลับมาพร้อมกับมีบริวารแห่งสวรรค์และเหล่าทูตสวรรค์จำนวนมากห้อมล้อมอยู่ในหมู่เมฆ ในเวลานั้น ทุกคนที่รอดโดยความเชื่อจะถูกรับขึ้นไปในฟ้าอากาศและเข้าร่วมในงานเลี้ยงสมรสเจ็ดปี

ผู้คนที่ตายไปแล้วในพระคริสต์ซึ่งได้รับความรอดจะเป็นขึ้นมาก่อนและจะถูกรับขึ้นไปในฟ้าอากาศ จากนั้นผู้คนที่มีชีวิตอยู่ในช่วงที่พระเยซูเสด็จกลับมาจะถูกรับขึ้นไปและร่างกายของคนเหล่านี้จะได้รับการเปลี่ยนแปลงไปสู่ร่างกายที่ไม่เน่าเปื่อย

การถูกรับขึ้นไปและงานเลี้ยงสมรสเจ็ดปี

"การถูกรับขึ้นไป" คือเหตุการณ์ที่ผู้เชื่อจะถูกยกขึ้นไปในอากาศ คำว่า "ฟ้าอากาศ" ที่ถูกกล่าวถึงใน 1 เธสะโลนิกา 4 อยู่ที่ใด

เอเฟซัส 2:2 กล่าวว่า *"ครั้งเมื่อก่อนท่านเคยประพฤติในการบาปนั้นตามวิถีของโลก ตามเจ้าแห่งย่านอากาศ คือวิญญาณที่ครอบครองอยู่ในคนทั้งหลายที่ไม่เชื่อฟัง"* คำว่า *"ย่านอากาศ"* ในที่นี้หมายถึงสถานที่ซึ่งเหล่า

วิญญาณชั่วมีสิทธิอำนาจ

แต่สถานที่สำหรับวิญญาณชั่วเหล่านี้ไม่ได้บ่งชี้ไปยังสถานที่ของการ
จัดงานเลี้ยงสมรสเจ็ดปี   พระเจ้าพระบิดาของเราทรงจัดเตรียมสถานที่
สำหรับงานเลี้ยง   เหตุผลที่พระคัมภีร์เรียกสถานที่ซึ่งถูกจัดเตรียมไว้นั้นว่า
"ย่านอากาศ" หรือ "ฟ้าอากาศ" (ซึ่งเป็นสถานที่เดียวกันกับสถานที่อยู่ของ
เหล่าวิญญาณชั่ว)   ก็เพราะสถานที่ทั้งสองแห่งอยู่ในพื้นที่ว่างเปล่าเดียวกัน
ในท้องฟ้า

เมื่อท่านมองขึ้นไปยังท้องฟ้าที่มืดสลัว ท่านอาจพบว่าเป็นการยากที่จะ
เข้าใจว่า "ย่านอากาศ" หรือ "ฟ้าอากาศ" (ซึ่งเป็นจุดที่เราจะพบกับพระเยซู
และเป็นสถานที่จัดงานเลี้ยงสมรสเจ็ดปี) อยู่ที่ไหน คำตอบต่อคำถามเหล่า
นี้ปรากฏอยู่ใน *"คำบรรยายเรื่องปฐมกาล"* และหนังสือเรื่อง *"สวรรค์"* ทั้ง
สองภาค ขอให้ผู้อ่านศึกษาจากงานเขียนดังกล่าวเหล่านี้เพราะเป็นสิ่งสำคัญ
อย่างยิ่งต่อการทำความเข้าใจโลกฝ่ายวิญญาณและการเชื่อในพระคัมภีร์
ตามที่เป็นอยู่อย่างถูกต้อง

ลองคิดดูซิว่าในที่สุดผู้เชื่อทุกคนของพระเยซู (ซึ่งเตรียมตัวไว้ในฐานะ
เจ้าสาวของพระองค์) จะมีความสุขสักเพียงใดเมื่อคนเหล่านี้พบกับเจ้าบ่าว
ของตนและเข้าร่วมในงานเลี้ยงสมรสซึ่งดำเนินไปเป็นเวลาถึงเจ็ดปี

"ขอให้เราทั้งหลายร่าเริงยินดีและเต้น โลดถวายพระเกียรติแด่พระองค์
เพราะถึงเวลามงคลสมรสของพระเมษโปดกแล้วและเจ้าสาวของ
พระองค์ได้เตรียมพร้อมแล้ว" ทรงโปรดให้เจ้าสาวสวมผ้าป่านเนื้อ
ละเอียดใสบริสุทธิ์ เพราะผ้าป่านเนื้อดีนั้นได้แก่การประพฤติอันชอบ
ธรรมของพวกธรรมิกชน" และทูตสวรรค์องค์นั้นสั่งข้าพเจ้าว่า "จง
เขียนไว้เถิดว่าความเจริญสุขมีแก่คนทั้งหลายที่ได้รับเชิญมาในการ
มงคลสมรสของพระเมษโปดก" และท่านบอกข้าพเจ้าว่า "ถ้อยคำ
เหล่านั้นเป็นพระวจนะแท้ของพระเจ้า" (วิวรณ์ 19:7-9)

ในด้านหนึ่ง   ผู้เชื่อเหล่านั้นที่ถูกยกขึ้นไปในฟ้าอากาศจะได้รับรางวัล
จากการมีชัยชนะเหนือโลก   แต่ในอีกด้านหนึ่ง   ผู้คนที่ไม่ถูกรับขึ้นไปจะ
ต้องทนทุกข์กับความยากลำบากอย่างแสนสาหัสจากเหล่าวิญญาณชั่วซึ่งถูก
ขับไล่ออกจากย่านอากาศมาอยู่ในโลกนี้เมื่อพระเยซูเสด็จกลับมา

2. เจ็ดปีแห่งความทุกข์เวทนาครั้งใหญ่

ในขณะที่ผู้เชื่อซึ่งได้รับความรอดชื่นชมยินดีกับงานเลี้ยงสมรสในฟ้า
อากาศกับพระเยซูคริสต์เป็นเวลาเจ็ดปี แบ่งปันความยินดีกับพระองค์ และ
วางแผนสำหรับอนาคตที่เต็มไปด้วยความสุขของตน   บรรดาผู้คนที่ถูก
ละไว้บนโลกนี้จะประสบกับความทุกข์เวทนาอย่างรุนแรงที่ไม่เคยเกิดขึ้น
มาก่อนเป็นเวลาเจ็ดปี   หายนะอันน่ากลัวและเหนือคำบรรยายจะเกิดขึ้นกับ
มนุษยชาติ

สงครามโลกครั้งที่สามและเครื่องหมายของสัตว์ร้าย

ในช่วงสงครามนิวเคลียร์ (ซึ่งเป็นสงครามโลกครั้งที่สาม) ที่จะเกิดขึ้น
ทั่วโลก   ต้นไม้หนึ่งในสามส่วนของโลกจะถูกเผาผลาญและมนุษย์หนึ่งใน
สามส่วนจะพินาศไป   ในช่วงสงครามนี้เป็นการยากที่จะพบอากาศบริสุทธิ์
สำหรับหายใจและน้ำสะอาดเนื่องจากจะเกิดมลพิษอย่างรุนแรง   ราคาของ
อาหารและสิ่งจำเป็นจะพุ่งสูงขึ้น

เครื่องหมายของสัตว์ร้าย (ซึ่งได้แก่ตัวเลข 666) จะถูกนำมาใช้และทุก
คนจะถูกบังคับให้รับเอาเครื่องหมายนี้ไว้ที่มือขวาหรือหน้าผากของตน ถ้า
ผู้ใดไม่รับเอาเครื่องหมายนี้ไว้ สถานะของเขาจะไม่ได้รับการรับรองซึ่งจะ
ส่งผลให้เขาไม่สามารถทำการค้าและไม่อาจซื้อหาแม้แต่สิ่งที่จำเป็นสำหรับ
ตนได้

และมันยังได้บังคับคนทั้งปวงทั้งผู้ใหญ่ผู้น้อย คนมั่งมี และคนจน ไทยและทาสให้รับเครื่องหมายไว้ที่มือขวาหรือที่หน้าผากของเขา เพื่อไม่ให้ผู้ใดทำการซื้อขายได้ นอกจากผู้ที่มีเครื่องหมายนั้นซึ่งเป็นชื่อของสัตว์ร้ายนั้นหรือเลขชื่อของมัน ในเรื่องนี้จงใช้สติปัญญาให้ดี ถ้าผู้ใดมีความเข้าใจก็ให้คิดตรึกตรองเลขของบุคคลผู้หนึ่ง เลขของมันคือหกร้อยหกสิบหก (วิวรณ์ 13:16-18)

ในท่ามกลางผู้คนที่ถูกละไว้บนโลกนี้หลังจากการเสด็จกลับมาของพระเยซูและการถูกรับขึ้นไปได้แก่ผู้คนที่เคยได้ยินถึงพระกิตติคุณหรือเข้าร่วมนมัสการในคริสตจักร บัดนี้คนเหล่านี้ระลึกถึงพระคำของพระเจ้า

มีบางคนที่จงใจละทิ้งความเชื่อของตนและมีอีกหลายคนที่คิดว่าตนเชื่อในพระเจ้าแต่ยังถูกละไว้บนโลกนี้ ถ้าคนเหล่านี้เชื่อพระคัมภีร์อย่างสุดจิตสุดใจของตน เขาก็คงดำเนินชีวิตอันดีงามในพระคริสต์

ตรงกันข้าม คนเหล่านี้กลับเป็นแต่อุ่น ๆ และบอกกับตนเองว่า “เราจะรู้ว่าสวรรค์และนรกมีอยู่จริงหรือไม่หลังจากเราตายไปแล้วเท่านั้น” ดังนั้นเขาจึงไม่มีความเชื่อที่จะช่วยให้เขารอด

การลงโทษสำหรับผู้คนที่มีเครื่องหมายของสัตว์ร้าย

คนเหล่านี้ตระหนักว่าทุกถ้อยคำในพระคัมภีร์เป็นความจริงหลังจากที่เขาเห็นถึงการถูกรับขึ้นไปแล้วเท่านั้น เขาจึงโศกเศร้าเสียใจและร้องไห้อย่างด้วยความเจ็บปวด เพราะถูกครอบงำจากความกลัวอันยิ่งใหญ่ คนเหล่านี้จึงกลับใจจากการที่เขาไม่ได้ดำเนินชีวิตตามน้ำพระทัยของพระเจ้าและแสวงหาหนทางแห่งความรอดอย่างเอาจริงเอาจัง ยิ่งกว่านั้น เพราะคนเหล่านี้รู้ว่าการรับเอาเครื่องหมายของสัตว์ร้ายจะนำตนไปสู่นรก เขาจึงทำทุกสิ่งที่ตนทำได้เพื่อหลีกเลี่ยงเครื่องหมายดังกล่าว คนเหล่านี้พยายามจะพิสูจน์ถึงความเชื่อของตนด้วยวิธีการนี้

และทูตสวรรค์อีกองค์หนึ่งเป็นองค์ที่สามตามไปประกาศด้วยเสียงอันดังว่า "ถ้าผู้ใดบูชาสัตว์ร้ายและรูปของมัน และมีเครื่องหมายของมันไว้ที่หน้าผากหรือที่มือ ผู้นั้นจักต้องดื่มเหล้าองุ่นแห่งพระพิโรธของพระเจ้าซึ่งไม่ได้ระคนกับสิ่งใดที่ได้เทลงในถ้วยพระพิโรธของพระองค์ และเขาจะต้องถูกทรมานด้วยไฟและกำมะถันต่อหน้าทูตสวรรค์ผู้บริสุทธิ์ทั้งหลายและต่อพระพักตร์พระเมษโปดก และควันแห่งการทรมานของเขาพลุ่งขึ้นตลอดไปเป็นนิตย์ และคนทั้งหลายที่บูชาสัตว์ร้ายและรูปของมันและที่รับเครื่องหมายชื่อของมันจะไม่มีการพักผ่อนเลยทั้งกลางวันและกลางคืน" นี่แหละความอดซึ่งพวกธรรมิกชนคือผู้ที่ประพฤติตามพระบัญญัติของพระเจ้าและดำเนินตามความเชื่อของพระเยซูจะต้องมี (วิวรณ์ 14:9-12)

แต่ไม่ใช่เรื่องง่ายที่จะปฏิเสธเครื่องหมายของสัตว์ร้ายโดยเฉพาะอย่างยิ่งในโลกที่วิญญาณชั่วครอบครองทุกสิ่งเอาไว้อย่างเบ็ดเสร็จ ในเวลาเดียวกัน วิญญาณชั่วก็รู้เช่นกันว่าคนเหล่านี้จะได้รับความรอดเมื่อเขาปฏิเสธเครื่องหมาย 666 และยอมตายเพื่อความเชื่อของตน ดังนั้น วิญญาณชั่วจะไม่มีวันเลิกลาง่าย ๆ

ในสมัยของคริสตจักรยุคแรกเมื่อสองพันปีที่แล้ว ผู้มีอำนาจปกครองจำนวนมากกดขี่ข่มเหงคริสเตียนด้วยการตรึงบนกางเขน การตัดศีรษะ หรือการทิ้งคนเหล่านั้นไว้ให้เป็นเหยื่อของสิงโต ถ้าบุคคลถูกข่มเหงและถูกฆ่าด้วยวิธีการนี้ ผู้คนจำนวนมากคงประสบกับความตายอย่างรวดเร็วในช่วงเจ็ดปีแห่งความทุกข์เวทนาครั้งใหญ่ แต่วิญญาณชั่วที่อยู่ในช่วงเวลาเจ็ดปีนี้จะไม่ทำให้สิ่งต่าง ๆ ง่ายขึ้นสำหรับผู้คนที่ถูกละไว้เหล่านี้เลย วิญญาณชั่วจะบีบบังคับเขาให้ปฏิเสธพระเยซูด้วยวิธีการต่าง ๆ ที่มันสามารถทำได้ด้วยการระดมทรัพยากรทุกอย่างที่มันมีอยู่เพื่อต่อสู้กับคนเหล่านี้ แต่สิ่งนี้ไม่ได้หมายความว่าผู้คนจะสามารถฆ่าตัวตายเพื่อหนีการถูกทรมานได้ เพราะการฆ่าตัวตายจะทำให้เขาตกนรก

ผู้คนที่จะเป็นผู้สละชีพเพื่อความเชื่อ

ข้าพเจ้าได้กล่าวถึงวิธีการทรมานอันโหดเหี้ยมที่วิญญาณชั่วนำมา
ใช้บางวิธี ในช่วงแห่งความทุกข์เวทนาครั้งใหญ่ วิธีการทรมานที่เหนือ
จินตนาการจะถูกนำมาใช้อย่างไม่จำกัด ยิ่งกว่านั้น เนื่องจากการทรมานเป็น
สิ่งที่เจ็บปวดเกินกว่าจะทนได้ จึงมีผู้คนจำนวนเพียงเล็กน้อยเท่านั้นที่จะได้
รับความรอดอย่างแท้จริงในช่วงเวลานี้

ด้วยเหตุนี้ เราทุกคนต้องตื่นตัวฝ่ายวิญญาณอยู่ตลอดเวลาและมีความ
เชื่อที่จะทำให้เราถูกรับขึ้นไปสู่ฟ้าอากาศในช่วงเวลาแห่งการเสด็จมาของ
พระคริสต์

ในขณะที่ข้าพเจ้ากำลังอธิษฐาน พระเจ้าทรงสำแดงให้ข้าพเจ้าเห็นนิมิต
ของการที่ผู้คนซึ่งถูกละไว้หลังจากการถูกรับขึ้นไปกำลังถูกทรมานด้วยวิธี
ต่าง ๆ ข้าพเจ้าเห็นว่าผู้คนส่วนใหญ่ไม่สามารถทนต่อการถูกทรมานได้และ
ยอมจำนนต่อวิญญาณชั่วในที่สุด

การทรมานมีตั้งแต่การถลกหนัง การทุบและหักข้อมือข้อเท้า การตัด
นิ้วมือนิ้วเท้า ไปจนถึงการราดน้ำมันร้อนบนร่างกายของคนเหล่านี้ บาง
คนที่สามารถยืนหยัดอดทนต่อการถูกทรมานแต่ไม่สามารถอดทนต่อการ
เห็นพ่อแม่ที่แก่เฒ่าหรือลูกเล็ก ๆ ของตนทนทุกข์ทรมาน คนเหล่านี้จึงยอม
จำนนต่อหมายเลข 666 ด้วยเช่นกัน

มีผู้ชอบธรรมจำนวนน้อยที่เอาชนะการทดลองและการทรมานทุกอย่าง
คนเหล่านี้จะได้รับความรอด คนกลุ่มนี้รู้สึกขอบพระคุณและชื่นชมยินดีที่
เขาไม่ตกนรก แม้ตนจะได้รับความรอดที่น่าอับอายและเข้าไปสู่เมืองบรม
สุขเกษมในสวรรค์ก็ตาม

เพราะเหตุนี้ เราจึงมีภาระหน้าที่ในการเผยแพร่ข่าวสารเรื่องนรกออกไป
ทั่วโลก แม้จะดูประหนึ่งว่าผู้คนไม่ได้ให้ความสนใจในเวลานี้ ถ้าคนเหล่า
นั้นระลึกถึงข่าวสารเรื่องนี้ในช่วงแห่งความทุกข์เวทนาครั้งใหญ่ ข่าวสารนี้
จะช่วยปูทางไปสู่ความรอดให้กับเขา

บางคนพูดว่าเขาจะยอมตายเพราะความเชื่อเพื่อจะรับความรอดถ้าการถูกรับขึ้นไปเกิดขึ้นจริงและถ้าเขาถูกละไว้ในโลกนี้

แต่ถ้าคนเหล่านี้ไม่มีความเชื่อในช่วงเวลาแห่งความสงบสุขได้ เขาจะปกป้องความเชื่อของตนในท่ามกลางการถูกทรมานอย่างโหดเหี้ยมทารุณได้อย่างไร เราไม่สามารถบอกด้วยซ้ำไปว่าอะไรจะเกิดขึ้นกับเราในช่วงสิบนาทีข้างหน้า ถ้าคนเหล่านี้เสียชีวิตก่อนที่จะมีโอกาสสละชีพเพื่อความเชื่อ สถานที่แห่งเดียวที่รอคอยเขาอยู่ก็คือนรก

3. การสละชีพในช่วงแห่งความทุกข์เวทนาครั้งใหญ่

เพื่อช่วยให้เข้าใจการทรมานในช่วงแห่งความทุกข์เวทนาครั้งใหญ่ง่ายขึ้น และเพื่อเปิดโอกาสให้ท่านตื่นตัวฝ่ายวิญญาณอยู่เสมอเพื่อท่านจะหลีกเลี่ยงจากเหตุการณ์นั้น ข้าพเจ้าขออธิบายถึงเรื่องนี้โดยใช้ตัวอย่างของผู้หญิงคนหนึ่ง

เนื่องจากผู้หญิงคนนี้เคยได้รับพระคุณที่เปี่ยมล้นของพระเจ้า เธอจึงสามารถมองเห็นและได้ยินถึงสิ่งสารพัดที่ยิ่งใหญ่ รุ่งโรจน์ และถูกปิดซ่อนไว้เกี่ยวกับพระเจ้า แต่กระนั้นจิตใจของเธอก็เต็มไปด้วยความชั่วร้ายและเธอมีความเชื่อเพียงเล็กน้อย

ด้วยของประทานเหล่านั้นจากพระเจ้า ผู้หญิงคนนี้จึงทำหน้าที่อันสำคัญหลายอย่าง มีบทบาทสำคัญในการขยายอาณาจักรของพระเจ้า และทำให้พระเจ้าพอพระทัยด้วยการกระทำของเธออยู่บ่อยครั้ง เป็นการง่ายที่ผู้คนทั่วไปจะทึกทักว่า "ผู้คนที่มีหน้าที่สำคัญในคริสตจักรคงเป็นบุคคลแห่งความเชื่อที่ยิ่งใหญ่อย่างแน่นอน"

แต่เรื่องนี้อาจไม่เป็นความจริงเสมอไป จากทัศนะของพระเจ้า มีผู้เชื่อจำนวนนับไม่ถ้วนที่มีความเชื่อเพียงเล็กน้อย พระเจ้าไม่ได้ทรงวัดความเชื่อฝ่ายเนื้อหนัง แต่ทรงวัดความเชื่อฝ่ายวิญญาณ

พระเจ้าทรงต้องการความเชื่อฝ่ายวิญญาณ

ขอให้เราสำรวจถึง "ความเชื่อฝ่ายวิญญาณ" โดยสรุปผ่านตัวอย่างของ
การปลดปล่อยชนชาติอิสราเอลออกจากอียิปต์ คนอิสราเอลเห็นและมี
ประสบการณ์กับภัยพิบัติสิบอย่างของพระเจ้า คนเหล่านั้นเห็นทะเลแดง
ถูกแยกออกจากกันเป็นสองส่วนและเห็นฟาโรห์กับกองทหารของท่านจม
ลงในทะเล ชนชาตินี้มีประสบการณ์กับการทรงนำของพระเจ้าผ่านเสาเมฆ
ในเวลากลางวันและเสาเพลิงในเวลากลางคืน คนอิสราเอลกินมานาจาก
สวรรค์ทุกวัน ได้ยินพระสุรเสียงของพระเจ้าที่ประทับบนหมู่เมฆ และเห็น
ถึงการทำงานด้วยไฟของพระองค์ ชนชาตินี้ดื่มน้ำที่ไหลออกมาจากหิน
หลังจากโมเสสใช้ไม้เท้าตีหินก้อนนั้นและเห็นน้ำขมที่มาราห์เปลี่ยนเป็น
น้ำจืด แม้คนเหล่านี้เห็นถึงการทำงานและหมายสำคัญของพระเจ้าผู้ทรง
พระชนม์อยู่ซ้ำแล้วซ้ำอีก แต่ความเชื่อของเขาก็ยังไม่เป็นพอพระทัยหรือ
เป็นสิ่งที่พระเจ้ายอมรับ สุดท้าย คนอิสราเอลจึงไม่สามารถเข้าไปสู่แผ่นดิน
คานาอันซึ่งเป็นดินแดนแห่งพันธสัญญาได้ (กันดารวิถี 20:12)

ในด้านหนึ่ง ไม่ว่าบุคคลนั้นรู้จักพระคำของพระเจ้ารวมทั้งเคยเห็นและ
ได้ยินถึงการทำงานและการอัศจรรย์ของพระเจ้ามากเพียงใดก็ตาม ความเชื่อ
ที่ปราศจากการประพฤติก็ไม่ใช่ความเชื่อที่แท้จริง แต่ในอีกด้านหนึ่ง ถ้าเรา
มีความเชื่อฝ่ายวิญญาณ เราจะไม่หยุดเรียนรู้พระคำของพระเจ้า แต่เราจะเชื่อ
ฟังพระคำ เข้าสุหนัตภายในจิตใจของเรา และหลีกเลี่ยงความชั่วร้ายทุกชนิด
การที่จะรู้ว่าความเชื่อของเรา "ยิ่งใหญ่" หรือ "เล็กน้อย" นั้นจะถูกกำหนด
โดยขนาดแห่งการเชื่อฟังของเราต่อพระคำของพระเจ้า การประพฤติและการ
ดำเนินชีวิตตามพระคำ และการมีจิตใจเหมือนพระทัยของพระเจ้า

การไม่เชื่อฟังที่ซ้ำซากด้วยความหยิ่งผยอง

ในด้านนี้ ผู้หญิงคนนั้นมีความเชื่อน้อย เธอพยายามเข้าสุหนัตภายในจิตใจ

ของตนอยู่ช่วงหนึ่งแต่เธอไม่ได้ละทิ้งความชั่วอย่างสิ้นเชิง ยิ่งกว่านั้น เพราะเธอมี
ตำแหน่งเป็นผู้เทศนาพระคำของพระเจ้า เธอจึงมีความหยิ่งผยองมากยิ่งขึ้น

ผู้หญิงคนนี้คิดว่าตนมีความเชื่อที่ยิ่งใหญ่และแท้จริง เธอถึงกับคิดว่า
น้ำพระทัยของพระเจ้าจะสำเร็จไม่ได้ถ้าไม่มีเธอหรือถ้าไม่ได้รับความช่วย
เหลือจากเธอ แทนที่เธอจะถวายเกียรติแด่พระเจ้าสำหรับของประทานที่
พระเจ้าทรงมอบให้ เธอกลับต้องการที่จะเอาเกียรติยศนั้นไว้ให้กับตนเอง
เธอใช้ทรัพย์สินของพระเจ้าภายใต้การกำกับดูแลของเธอเพื่อตอบสนอง
ความต้องการฝ่ายเนื้อหนังของตน

เธอไม่เชื่อฟังซ้ำแล้วซ้ำอีกอย่างต่อเนื่อง แม้เธอรู้ว่าพระเจ้าทรงมีน้ำ
พระทัยให้เธอเดินไปทางทิศตะวันออก แต่เธอกลับเดินไปทางทิศตะวันตก
การไม่เชื่อฟังซ้ำแล้วซ้ำอีกรังแต่จะกระตุ้นให้พระเจ้าทรงหันพระพักตร์
ของพระองค์ไปจากเรา เหมือนที่พระเจ้าทรงทอดทิ้งซาอูลกษัตริย์องค์แรก
ของอิสราเอลเพราะการไม่เชื่อฟังของท่าน (1 ซามูเอล 15:22-23) แม้ครั้ง
หนึ่งคนเหล่านี้เคยเป็นเครื่องมือที่พระเจ้าทรงใช้เพื่อทำให้แผ่นดินของ
พระองค์สำเร็จและขยายออกไป

เพราะผู้หญิงคนนี้รู้จักพระคำ เธอจึงทราบถึงความบาปของตนและกลับ
ใจซ้ำแล้วซ้ำอีก แต่คำอธิษฐานแห่งการกลับใจของเธอเป็นเพียงคำพูดที่
ออกมาจากริมฝีปาก ไม่ใช่จากใจของเธอ ผู้หญิงคนนี้จึงทำบาปเดิมซ้ำแล้ว
ซ้ำอีกซึ่งส่งผลให้กำแพงบาประหว่างเธอกับพระเจ้าสูงมากยิ่งขึ้น

2 เปโตร 2:22 บอกเราว่า "พฤติกรรมได้เกิดกับเขาตามสุภาษิตซึ่งเป็น
ความจริงที่ว่า สุนัขเลียกินสิ่งที่มันสำรอกออกมาและสุกรที่คนล้างมันให้
สะอาดแล้วกลับลุยลงไปนอนในปลักอีก" หลังจากกลับใจจากบาปของตน
ผู้หญิงคนนี้ก็ทำบาปอย่างเดิมซ้ำแล้วซ้ำอีก

ในที่สุด เนื่องจากเธอถูกครอบงำด้วยความหยิ่งผยอง ความโลภ และ
ความบาปนับไม่ถ้วนของตน พระเจ้าจึงทรงหันพระพักตร์ของพระองค์ไป
จากเธอและต่อมาเธอกลายเป็นเครื่องมือของซาตานในการต่อสู้กับพระเจ้า

เมื่อได้รับโอกาสสุดท้ายของการกลับใจ

โดยทั่วไปผู้คนที่พูดต่อต้าน   ต่อสู้   หรือหมิ่นประมาทพระวิญญาณ
บริสุทธิ์จะไม่ได้รับการยกโทษ   คนเหล่านี้ไม่มีโอกาสที่จะกลับใจอีกและ
เขาจะจบลงในอุโมงค์ชั้นล่าง

แต่สำหรับผู้หญิงคนนี้มีบางสิ่งบางอย่างที่แตกต่างออกไป   แม้เธอ
ทำบาปและทำชั่วซึ่งเป็นเหตุให้พระเจ้าเสียพระทัยซ้ำแล้วซ้ำอีก   แต่
พระองค์ก็ยังทรงให้โอกาสแก่เธอกลับใจ   ที่เป็นเช่นนี้ก็เพราะครั้งหนึ่ง
ผู้หญิงคนนี้เคยเป็นอุปกรณ์ที่มีคุณค่าของพระเจ้าสำหรับแผ่นดินของ
พระองค์ แม้ผู้หญิงคนนี้ได้ละทิ้งหน้าที่ คำสัญญาแห่งสง่าราศี และรางวัล
ในสวรรค์ แต่เพราะเธอเคยเป็นที่พอพระทัยพระเจ้าอย่างมาก พระองค์จึง
ทรงให้โอกาสแก่เธอเป็นครั้งสุดท้าย

แต่ผู้หญิงคนนี้ยังต่อสู้กับพระเจ้า   พระวิญญาณบริสุทธิ์ที่อยู่ภายในเธอ
จึงดับลง แต่โดยพระคุณพิเศษของพระเจ้า ผู้หญิงคนนี้จึงมีโอกาสสุดท้ายที่
จะกลับใจและรับความรอดในช่วงแห่งความทุกข์เวทนาครั้งใหญ่ผ่านการ
สละชีพเพื่อความเชื่อ

ความคิดของเธอยังคงตกอยู่ภายใต้การควบคุมของซาตาน   แต่หลังจาก
การถูกรับขึ้นไป เธอจะมีสติกลับคืนมา เนื่องจากเธอรู้จักพระคำของพระเจ้า
เป็นอย่างดีเธอจึงรู้ดีเช่นกันว่าเส้นทางข้างหน้าของเธอจะเป็นอย่างไร   เมื่อ
รู้ว่าทางเดียวที่จะได้รับความรอดคือการสละชีพเพื่อความเชื่อ   เธอจึงกลับ
ใจอย่างสิ้นเชิง   ประชุมร่วมกันกับคริสเตียนที่ถูกละไว้พร้อมทั้งนมัสการ
สรรเสริญ   และอธิษฐานกับคนเหล่านั้นในขณะที่เธอเตรียมตัวสำหรับการ
สละชีพเพื่อความเชื่อ

การสละชีพเพื่อความเชื่อและความรอดที่น่าอับอาย

เมื่อเวลามาถึง เธอจะไม่ยอมรับหมายเลข 666 และจะถูกผู้คนที่ตกอยู่

ภายใต้การควบคุมของซาตานนำตัวไปทรมาน คนเหล่านั้นจะถลกหนังของ
เธอออกทีละชั้นพร้อมทั้งเผาอวัยวะที่บอบบางและเป็นส่วนตัวที่สุดของ
เธอด้วยไฟ คนพวกนี้จะใช้วิธีการทรมานที่เจ็บปวดและยาวนานที่สุด ไม่
นานห้องนั้นก็อบอวลไปด้วยกลิ่นเผาไหม้ของเนื้อ ร่างกายของเธอชุ่มโชก
ไปด้วยเลือดจากหัวจรดเท้า เธอคว่ำหน้าลงและใบหน้าของเธอมีสีเขียวคล้ำ
เหมือนซากศพ

ถ้าเธอทนกับการทรมานนี้ได้จนถึงที่สุด อย่างน้อยเธอจะได้รับความ
รอดที่น่าอับอายและเข้าสู่เมืองบรมสุขเกษมถึงแม้เธอเคยทำบาปและทำชั่ว
มากมายในอดีต ผู้หญิงคนนี้จะร้องไห้คร่ำครวญต่อการกระทำของเธอใน
ชีวิตนี้ในเมืองบรมสุขเกษมซึ่งตั้งอยู่ริมเขตของสวรรค์และอยู่ห่างไกลจาก
พระที่นั่งของพระเจ้ามากที่สุด เธอจะรู้สึกขอบพระคุณและชื่นชมยินดีที่
เธอรอด แต่เธอยังรู้สึกเสียใจและปรารถนาที่จะเข้าไปสู่นครเยรูซาเล็มใหม่
ไปอีกนานแสนนานพร้อมทั้งพร่ำกับตนเองว่า "ถ้าเพียงแต่เราละทิ้งความ
ชั่วร้ายและทำภารกิจของพระเจ้าอย่างเต็มที่ เราก็คงได้อยู่ในสถานที่อัน
รุ่งเรืองในนครเยรูซาเล็มใหม่..." เมื่อเธอเห็นผู้คนที่เธอรู้จักในชีวิตนี้อาศัย
อยู่ในนครเยรูซาเล็มใหม่ เธอจะรู้สึกเขินอาย

ถ้าเธอยอมรับเอาหมายเลข 666

ถ้าเธอทนต่อการถูกทรมานไม่ได้และยอมรับเอาเครื่องหมายของสัตว์
ร้าย ก่อนยุคพันปี เธอจะถูกโยนลงไปในอุโมงค์ชั้นล่างและถูกลงโทษด้วย
การตรึงไว้บนกางเขนที่แถวหลังทางด้านขวาของยูดาสอิสคาริโอท โทษที่
เธอได้รับในอุโมงค์ชั้นล่างคือการถูกทรมานด้วยวิธีการทรมานรูปแบบต่าง
ๆ ที่เธอเคยได้รับในช่วงแห่งความทุกข์เวทนาครั้งใหญ่ซ้ำอีก หนังของเธอ
จะถูกถลกออกมาและถูกเผาด้วยไฟซ้ำแล้วซ้ำอีกเป็นเวลาหนึ่งพันปี

ยมทูตแห่งนรกและผู้คนที่ทำชั่วด้วยการติดตามเธอจะทรมานผู้หญิงคน
นี้ คนเหล่านั้นถูกลงโทษตามการกระทำชั่วของตนเช่นกันและระบายความ

นรก

โกรธแค้นของตนกับเธอ

คนเหล่านี้จะถูกลงโทษด้วยวิธีการดังกล่าวในอุโมงค์ชั้นล่างจนกระทั่งวาระสิ้นสุดของยุคพันปี หลังจากการพิพากษา ดวงวิญญาณเหล่านี้จะลงไปสู่บึงไฟและบึงไฟที่ไหม้ด้วยกำมะถันซึ่งการลงโทษที่รุนแรงกว่ารอคอยเขาอยู่ที่นั่น

4. การเสด็จกลับมาครั้งที่สองของพระคริสต์และยุคพันปี

เหมือนที่กล่าวไว้ก่อนหน้านี้ว่าพระเยซูคริสต์จะเสด็จกลับมาในฟ้าอากาศและผู้คนที่ถูกรับขึ้นไปจะชื่นชมกับงานเลี้ยงสมรสเจ็ดปีกับพระองค์ ในขณะที่ความทุกข์เวทนาครั้งใหญ่จะเกิดขึ้นในโลกนี้โดยเหล่าวิญญาณชั่วที่ถูกขับไล่ออกมาจากย่านอากาศ

จากนั้น พระเยซูคริสต์จะเสด็จมาบนโลกนี้และยุคพันปีจึงเริ่มต้นขึ้น วิญญาณชั่วจะถูกจองจำไว้ในบาดาล (นรกขุมลึก) ในช่วงเวลานี้ ผู้คนที่เข้าร่วมในงานเลี้ยงสมรสเจ็ดปีและผู้คนที่สละชีพเพื่อความเชื่อในช่วงแห่งความทุกข์เวทนาครั้งใหญ่จะครอบครองโลกและร่วมแบ่งปันความรักกับพระเยซูคริสต์เป็นเวลาหนึ่งพันปี

ผู้ใดที่ได้มีส่วนในการฟื้นจากความตายครั้งแรกก็เป็นสุขและบริสุทธิ์ ความตายครั้งที่สองจะไม่มีอำนาจเหนือคนเหล่านั้น แต่เขาจะเป็นปุโรหิตของพระเจ้าและของพระคริสต์และจะครอบครองร่วมกับพระองค์ตลอดเวลาพันปี (วิวรณ์ 20:6)

ผู้คนที่อยู่ในเนื้อหนังจำนวนน้อยที่รอดชีวิตในช่วงแห่งความทุกข์เวทนาครั้งใหญ่จะอาศัยอยู่บนโลกนี้ในช่วงพันปีด้วยเช่นกัน แต่ผู้คนที่เสียชีวิตไปโดยไม่ได้รับความรอดจะถูกลงโทษอย่างต่อเนื่องในอุโมงค์ชั้นล่าง

อาณาจักรพันปี

เมื่อยุคพันปีมาถึง ผู้คนจะมีชีวิตที่สงบสุขเหมือนช่วงเวลาในสวนเอเดน เพราะเวลานั้นไม่มีวิญญาณชั่ว   พระเยซูคริสต์และผู้คนที่รอดซึ่งอยู่ฝ่ายวิญญาณจะอาศัยอยู่ในนครที่มีลักษณะเหมือนปราสาทของกษัตริย์ซึ่งถูกแยกออกจากผู้คนที่อยู่ในเนื้อหนัง ผู้คนฝ่ายวิญญาณจะอาศัยอยู่ในนครแห่งนั้นและผู้คนที่อยู่ในเนื้อหนังที่รอดชีวิตจากช่วงความทุกข์เวทนาครั้งใหญ่จะอาศัยอยู่ภายนอกนคร

ก่อนยุคพันปี   พระเยซูคริสต์จะทรงชำระล้างแผ่นดินโลก   พระองค์ทรงชำระอากาศที่เป็นมลภาวะให้สะอาดบริสุทธิ์และทรงฟื้นฟูสภาพของต้นไม้ พืชพันธุ์ ภูเขา และสายน้ำขึ้นมาใหม่ พระองค์จะทรงสร้างสภาพแวดล้อมที่งดงาม

ผู้คนที่อยู่ในเนื้อหนังพยายามให้กำเนิดบุตรจำนวนมากที่สุดเท่าที่ตนจะทำได้เพราะมีมนุษย์เพียงไม่กี่คนที่เหลืออยู่   อากาศที่บริสุทธิ์และการไม่มีวิญญาณชั่วจึงไม่มีช่องว่างสำหรับการเกิดโรคภัยไข้เจ็บและความชั่วร้าย   ความอธรรมและความชั่วในจิตใจของผู้คนที่อยู่ในเนื้อหนังจะไม่เปิดเผยออกมาในช่วงเวลานี้เพราะวิญญาณชั่ว (ซึ่งเป็นผู้ก่อให้เกิดความชั่ว) ถูกจองจำไว้ในนรกขุมลึก

ผู้คนจะมีชีวิตยืนยาวเป็นร้อย ๆ ปีเหมือนผู้คนในยุคก่อนโนอาห์ ไม่นานแผ่นดินโลกจะเต็มไปด้วยผู้คนจำนวนมากอีกครั้งหนึ่งเป็นเวลาหนึ่งพันปี ผู้คนจะไม่กินเนื้อสัตว์แต่จะกินผลไม้เพราะจะไม่มีการทำลายล้างชีวิต

ยิ่งกว่านั้น ผู้คนจะใช้เวลาอีกหลายปีกว่าที่เขาจะบรรลุถึงความก้าวหน้าทางวิทยาศาสตร์เพราะอารยธรรมส่วนใหญ่ถูกทำลายลงไปในสงครามในช่วงแห่งความทุกข์เวทนาครั้งใหญ่   เมื่อวันเวลาผ่านไป ระดับของความเจริญรุ่งเรืองอาจบรรลุถึงจุดของความรุ่งเรืองในปัจจุบันเมื่อความรู้และสติปัญญาของผู้คนเพิ่มพูนขึ้น

ผู้คนฝ่ายวิญญาณและผู้คนที่อยู่ในเนื้อหนังอาศัยอยู่ร่วมกัน

ผู้คนฝ่ายวิญญาณที่อาศัยอยู่กับพระเยซูคริสต์บนโลกนี้ไม่จำเป็นต้องกินอาหารเช่นเดียวกับผู้คนที่อยู่ในเนื้อหนังเพราะร่างกายของผู้คนฝ่ายวิญญาณได้รับการเปลี่ยนแปลงไปสู่ร่างกายที่เป็นขึ้นมาใหม่ซึ่งเป็นกายฝ่ายวิญญาณ ปกติคนเหล่านี้จะบริโภคกลิ่นหอมของดอกไม้ แต่ถ้าผู้คนฝ่ายวิญญาณต้องการเขาก็สามารถกินอาหารแบบเดียวกันกับผู้คนที่อยู่ในเนื้อหนังได้ แต่ผู้คนฝ่ายวิญญาณไม่นิยมชมชอบอาหารฝ่ายร่างกาย แม้คนเหล่านี้จะกินอาหาร แต่เขาจะไม่ขับถ่ายของเสียออกมาเหมือนผู้คนที่อยู่ในเนื้อหนัง อาหารที่ผู้คนฝ่ายวิญญาณบริโภคเข้าไปจะถูกย่อยสลายเข้าไปในอากาศผ่านทางลมหายใจ เหมือนที่พระเยซูผู้เป็นขึ้นมาทรงระบายลมปราณหลังจากพระองค์ทรงรับประทานปลา

ผู้คนฝ่ายวิญญาณจะประกาศและเป็นพยานถึงพระเยซูคริสต์กับผู้คนที่อยู่ในเนื้อหนัง เพื่อว่าในช่วงวาระสิ้นสุดของยุคพันปีเมื่อวิญญาณชั่วถูกปล่อยออกมาจากนรกขุมลึกชั่วคราวผู้คนกลุ่มนี้จะไม่ถูกทดลองโดยวิญญาณชั่วเหล่านั้นอีก นี่เป็นช่วงเวลาก่อนการพิพากษา ดังนั้นพระเจ้าจึงยังไม่ได้ทรงจองจำวิญญาณชั่วไว้อย่างถาวรในนรกขุมลึก แต่ทรงจองจำไว้เพียงหนึ่งพันปี (วิวรณ์ 20:3)

การสิ้นสุดยุคพันปี

เมื่อยุคพันปีสิ้นสุดลง เหล่าวิญญาณชั่วซึ่งถูกจองจำไว้ในนรกขุมลึกเป็นเวลาหนึ่งพันปีจะถูกปล่อยออกมาชั่วคราว วิญญาณเหล่านี้จะเริ่มต้นทดลองและล่อลวงผู้คนที่อยู่ในเนื้อหนังซึ่งอาศัยอยู่อย่างสงบสุข ผู้คนที่อยู่ในเนื้อหนังส่วนใหญ่จะถูกทดลองและถูกล่อลวงไม่ว่าคนเหล่านี้เคยได้รับการสั่งสอนจากผู้คนฝ่ายวิญญาณในเรื่องนี้มากสักเพียงใดก็ตาม ถึงแม้ผู้คนฝ่ายวิญญาณเคยตักเตือนถึงสิ่งที่จะเกิดขึ้นโดยละเอียด ผู้คนที่อยู่ในเนื้อหนังก็ยังถูกทดลอง

พร้อมกับวางแผนท้าทายและทำสงครามต่อสู้กับผู้คนฝ่ายวิญญาณ

ครั้งพันปีล่วงไปแล้วก็จะปล่อยซาตานออกจากคุกที่ขังมันไว้ และมันจะออกไปล่อลวงบรรดาประชาชาติทั้งสี่ทิศของแผ่นดินโลก คือโกกและมาโกก ให้คนมาชุมนุมกันทำศึกสงคราม จำนวนคนเหล่านั้นมากมายดุจเม็ดทรายที่ทะเล และคนเหล่านั้นยกขบวนออกไปทั่วแผ่นดินโลกและล้อมกองทัพของพวกธรรมิกชนและนครอันเป็นที่รักนั้นไว้ แต่ไฟได้ตกลงมาจากสวรรค์เผาผลาญคนเหล่านั้น (วิวรณ์ 20:7-9)

แต่พระเจ้าจะทรงทำลายผู้คนที่อยู่ในเนื้อหนังที่ทำสงครามต่อสู้กับผู้คนฝ่ายวิญญาณด้วยไฟและจะโยนวิญญาณชั่วเหล่านั้นกลับลงไปในนรกขุมลึก (ที่พวกมันเคยถูกจองจำอยู่ช่วงหนึ่ง) อีกครั้งหนึ่งหลังจากการพิพากษาแห่งพระที่นั่งใหญ่สีขาว

ในวาระสุดท้าย ผู้คนที่อยู่ในเนื้อหนังที่เพิ่มจำนวนขึ้นอย่างมากมายในยุคพันปีจะถูกพิพากษาตามความยุติธรรมของพระเจ้าด้วยเช่นกัน ในด้านหนึ่ง ผู้คนไม่ได้รับความรอด (ซึ่งในคนกลุ่มนี้จะผู้คนที่รอดชีวิตจากความทุกข์เวทนาครั้งใหญ่รวมอยู่ด้วย) จะถูกทิ้งลงไปในนรก แต่ในอีกด้านหนึ่ง ผู้คนที่ได้รับความรอดจะเข้าไปสู่สวรรค์และอาศัยอยู่ในสถานที่ต่าง ๆ ภายในสวรรค์ (เช่น นครเยรูซาเล็มใหม่และเมืองบรมสุขเกษม เป็นต้น) ตามความเชื่อของตน

หลังจากการพิพากษาแห่งพระที่นั่งใหญ่สีขาว โลกฝ่ายวิญญาณจะถูกแบ่งออกเป็นสวรรค์และนรก ข้าพเจ้าจะอธิบายถึงเรื่องนี้เพิ่มเติมในบทต่อไป

5. การเตรียมตัวเป็นเจ้าสาวผู้งดงามขององค์พระผู้เป็นเจ้า

เพื่อหลีกเลี่ยงการถูกละไว้ในช่วงแห่งความทุกข์เวทนาครั้งใหญ่ ท่าน

ต้องเตรียมตัวให้พร้อมในฐานะเจ้าสาวผู้งดงามของพระเยซูคริสต์และพบ
กับพระองค์ในช่วงแห่งการเสด็จกลับมา

มัทธิว 25:1-13 เป็นคำอุปมาเรื่องสาวพรหมจารีสิบคนซึ่งเป็นบทเรียน
ที่ดีสำหรับผู้เชื่อ ทุกคน ถึงแม้ท่านจะอ้างว่าตนมีความเชื่อในพระเจ้า ท่าน
จะไม่ได้พบกับพระเยซูคริสต์เจ้าบ่าวของท่านถ้าท่านมีน้ำมันไม่เพียงพอ
สำหรับตะเกียงของตน สาวพรหมจารีห้าคนเตรียมน้ำมันของตนไว้พร้อม
เพื่อเขาจะพบกับเจ้าบ่าวของตน และเข้าสู่งานเลี้ยงสมรสได้ สาวพรหมจารี
อีกห้าคนไม่ได้เตรียมน้ำมันของตนไว้พร้อมและไม่สามารถเข้าร่วมในงาน
เลี้ยงได้

ถ้าเช่นนั้น เราจะเตรียมตัวของเราให้พร้อมเหมือนสาวพรหมจารีที่มี
ปัญญาห้าคน เป็นเจ้าสาวขององค์พระผู้เป็นเจ้า หลีกเลี่ยงความทุกข์เวทนา
ครั้งใหญ่ และเข้าร่วมในงานเลี้ยงสมรสได้อย่างไร

จงอธิษฐานอย่างร้อนรนและตื่นตัวอยู่เสมอ

ถึงแม้ท่านจะเป็นผู้เชื่อใหม่และมีความเชื่ออ่อนแอ ตราบใดที่ท่าน
พยายามอย่างดีที่สุดที่จะเข้าสุหนัตภายในจิตใจของท่าน พระเจ้าจะ
ทรงรักษาท่านให้ปลอดภัยแม้ในท่ามกลางการทดลองที่รุนแรง ไม่ว่า
สถานการณ์จะยากลำบากสักเพียงใดก็ตาม พระเจ้าจะทรงห่อหุ้มท่านไว้
ด้วยไหมพรมแห่งชีวิตและช่วยท่านให้เอาชนะการทดลองทุกชนิดอย่าง
ง่ายดาย

แต่พระเจ้าจะไม่ปกป้องผู้คนที่เป็นผู้เชื่อมานาน ทำหน้าที่ซึ่งพระเจ้า
มอบหมาย และรู้จักพระคำของพระเจ้าเป็นอย่างดี ถ้าคนเหล่านี้หยุด
อธิษฐาน หยุดให้ความสำคัญกับการชำระให้บริสุทธิ์ และหยุดเข้าสุหนัต
ภายในจิตใจของตน

เมื่อท่านเผชิญกับความยากลำบาก ท่านต้องหยั่งรู้พระสุรเสียงของพระ
วิญญาณบริสุทธิ์เพื่อท่านจะเอาชนะความยุ่งยากเหล่านั้น แต่ถ้าท่านไม่

อธิษฐาน ท่านจะฟังพระสุรเสียงของพระวิญญาณบริสุทธิ์และดำเนินชีวิต
อย่างมีชัยชนะได้อย่างไร เมื่อท่านไม่เต็มล้นด้วยพระวิญญาณบริสุทธิ์ ท่าน
ก็จะพึ่งพาความคิดของตนมากยิ่งขึ้นและสะดุดล้มลงครั้งแล้วครั้งเล่าพร้อม
กับถูกทดลองจากซาตาน

บัดนี้เมื่อเรากำลังก้าวสู่วาระสุดท้ายของยุคนี้ วิญญาณชั่วกำลังวนเวียน
อยู่รอบ ๆ ดุจสิงห์คำรามเที่ยวไปเสาะหาคนที่มันจะกัดกินได้เพราะมันรู้ว่า
วาระสิ้นสุดของตนกำลังจะมาถึง บ่อยครั้งเราเห็นนักเรียนที่เกียจคร้านมุ่ง
เล่าเรียนอย่างเร่งรีบ และอดหลับอดนอนในช่วงก่อนที่จะถึงวันสอบไล่ ใน
ทำนองเดียวกัน ถ้าท่านเป็นผู้เชื่อที่รู้ว่าเรากำลังดำเนินชีวิตอยู่ในช่วงเวลาที่
ใกล้ถึงวาระสุดท้ายของยุค ท่านต้องตื่นตัวอยู่เสมอและเตรียมตัวให้พร้อม
ในฐานะเจ้าสาวผู้งดงามขององค์พระผู้เป็นเจ้า

จงละทิ้งความชั่วและเป็นเหมือนองค์พระผู้เป็นเจ้า

คนประเภทใดที่ตื่นตัวอยู่เสมอ คนที่อธิษฐานอย่างสม่ำเสมอ เต็มล้น
ด้วยพระวิญญาณบริสุทธิ์ตลอดเวลา เชื่อในพระคำของพระเจ้า และดำเนิน
ชีวิตตามพระคำของพระองค์

เมื่อท่านตื่นตัวอยู่ตลอดเวลาท่านจะสื่อสารกับพระเจ้าอยู่เสมอเพื่อท่าน
จะไม่ถูกทดลองโดยวิญญาณชั่ว นอกจากนั้น ท่านสามารถเอาชนะการ
ทดลองได้โดยง่ายเพราะพระวิญญาณบริสุทธิ์ทรงช่วยท่านให้ทราบถึงสิ่งที่
จะเกิดขึ้นล่วงหน้า นำเส้นทางชีวิตท่าน และทำให้ท่านตระหนักถึงพระคำ
แห่งความจริง

แต่ผู้คนที่ไม่ตื่นตัวอยู่เสมอจะไม่ได้ยินพระสุรเสียงของพระวิญญาณ
บริสุทธิ์ ดังนั้นคนเหล่านี้จะถูกทดลองจากซาตานได้โดยง่ายและมุ่งหน้า
ไปสู่หนทางแห่งความตาย การตื่นตัวอยู่เสมอคือการเข้าสุหนัตภายในจิตใจ
ของท่าน ประพฤติและดำเนินชีวิตตามพระคำของพระเจ้า และรับการชำระ
ให้บริสุทธิ์

นรก

วิวรณ์ 22:14 บอกเราว่า “*คนทั้งหลายที่ชำระเสื้อผ้าของตนก็เป็นสุข เพื่อว่าเขาจะได้มีสิทธิ์ในต้นไม้แห่งชีวิตและเพื่อเขาจะได้เข้าไปในนครนั้นโดยทางประตู*” คำว่า “เสื้อผ้า” ในพระคัมภีร์ข้อนี้หมายถึงเครื่องแบบอย่างเป็นทางการ แต่ในฝ่ายวิญญาณ “เสื้อผ้า” หมายถึงจิตใจและการประพฤติของท่าน การ “ชำระเสื้อผ้าของตน” จึงเป็นสัญลักษณ์ของการกำจัดความชั่วร้ายออกไปและการทำตามพระคำของพระเจ้าเพื่อจะเป็นบุคคลฝ่ายวิญญาณและเป็นเหมือนพระเยซูคริสต์มากยิ่งขึ้น ผู้คนที่ได้รับการชำระให้บริสุทธิ์จะได้รับสิทธิของการเข้าสู่สวรรค์โดยทางประตูและชื่นชมกับชีวิตนิรันดร์

ผู้คนที่ชำระเสื้อผ้าของตนด้วยความเชื่อ

เราจะชำระเสื้อผ้าของเราให้สะอาดอย่างครบถ้วนได้อย่างไร ประการแรก ท่านต้องเข้าสุหนัตภายในจิตใจของท่านด้วยพระคำแห่งความจริงและการอธิษฐานอย่างร้อนรน กล่าวคือ ท่านต้องกำจัดความเท็จและความชั่วทุกอย่างออกจากจิตใจของท่านและเติมจิตใจด้วยความจริงเพียงอย่างเดียว ท่านต้องชำระล้างความบาปอันโสมม ความอธรรม และความชั่วร้ายภายในจิตใจของท่านด้วยพระคำของพระเจ้าซึ่งเป็นน้ำแห่งชีวิต (เหมือนที่ท่านชำระสิ่งสกปรกออกจากเสื้อผ้าของตนด้วยน้ำสะอาด) และสวมใส่อาภรณ์แห่งความจริงและมีจิตใจเหมือนพระทัยของพระเยซูคริสต์

วิวรณ์ 3:5 บอกเราว่า “*ผู้ใดมีชัยชนะ ผู้นั้นจะสวมเสื้อสีขาวและเราจะไม่ลบชื่อผู้นั้นออกจากหนังสือแห่งชีวิต เราจะรับรองชื่อผู้นั้นต่อพระพักตร์พระบิดาของเราและต่อหน้าเหล่าทูตสวรรค์ของพระองค์*” ผู้คนที่มีชัยชนะต่อโลกด้วยความเชื่อและดำเนินอยู่ในความจริงจะมีชีวิตนิรันดร์ในสวรรค์เพราะเขามีจิตใจแห่งความจริงและไม่มีความชั่วร้ายอยู่ในเขาเลย

ตรงกันข้าม ผู้คนที่อยู่ในความมืดจะไม่มีส่วนเกี่ยวข้องใด ๆ เลยกับพระเจ้าไม่ว่าเขาจะเป็นคริสเตียนมานานสักเพียงใดก็ตามเพราะคนเหล่านี้ได้ชื่อว่ามีชีวิตอยู่แต่ว่าเขาได้ตายไปแล้ว (วิวรณ์ 3:1) ด้วยเหตุนี้ จงมอบ

ความหวังของท่านไว้ในพระเจ้าแต่ผู้เดียวเพราะพระองค์มิได้ทรงพิพากษา
จากสิ่งที่ปรากฏภายนอก   แต่ทรงสำรวจภายจิตใจและการกระทำ   จง
อธิษฐานและเชื่อฟังพระคำของพระเจ้าอยู่เสมอเพื่อท่านจะบรรลุถึงความ
รอดอย่างสมบูรณ์

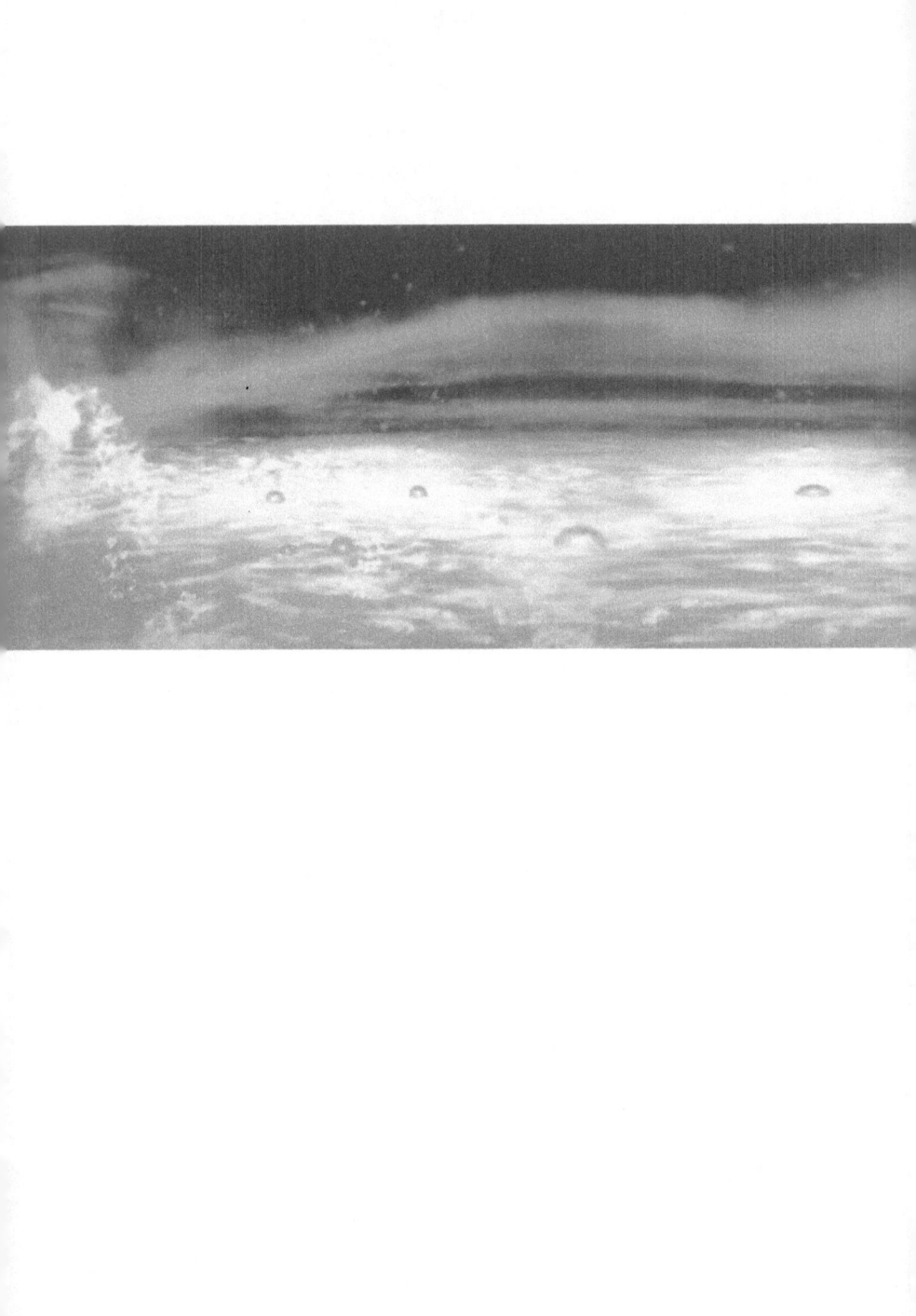

บทที่ 8

การลงโทษในนรกหลังจากการ
พิพากษาครั้งใหญ่

ดวงวิญญาณที่ไม่รอดตกนรกหลังจากการพิพากษา
บึงไฟและบึงไฟที่ไหม้ด้วยกำมะถัน
บางคนยังอยู่ในอุโมงค์ชั้นล่างหลังจากการพิพากษา
วิญญาณชั่วถูกจองจำไว้ในบาดาลหรือนรกขุมลึก
ผีหรือปีศาจจะจบลงที่ไหน

"ในที่นั้นตัวหนอนของพวกเขาก็ไม่ตาย และไฟก็ไม่
ดับเลย ด้วยว่าคนทั้งปวงจะต้องถูกชำระด้วยไฟและ
เครื่อง บูชาทุกอย่างจะต้องถูกชำระด้วยเกลือ"

(มาระโก 9:48-49)

"ส่วนพญามารที่ล่อลวงเขาเหล่านั้นก็ถูกโยนลงไปใน
บึงไฟและกำมะถัน ที่สัตว์ร้ายและผู้พยากรณ์เท็จอยู่นั้น
และมันต้องทนทุกข์ทรมานทั้งกลางวันและกลางคืน
ตลอดไปเป็นนิตย์"

(วิวรณ์ 20:10)

ยุคพันปีเริ่มต้นขึ้นพร้อมกับการเสด็จมาของพระคริสต์บนโลกนี้และหลังจากนั้น การพิพากษาแห่งพระที่นั่งใหญ่สีขาวจะเกิดขึ้นตามมาการพิพากษา (ซึ่งจะกำหนดว่าใครจะไปสวรรค์หรือนรกและใครจะได้รับรางวัลหรือการลงโทษ)จะตัดสินทุกคนตามสิ่งที่ตนได้กระทำในโลกนี้ดังนั้นบางคนจะพบกับความสุขนิรันดร์ในสวรรค์ และบางคนจะถูกลงโทษตลอดไปในนรกขอให้เราเจาะลึกลงไปในการพิพากษาแห่งพระที่นั่งใหญ่สีขาวซึ่งมีการตัดสินในเรื่องสวรรค์และนรกพร้อมกับทำความเข้าใจว่านรกเป็นสถานที่ชนิดใด

1. ดวงวิญญาณที่ไม่รอดตกนรกหลังจากการพิพากษา

ในเดือนกรกฎาคม 1982 (ในขณะที่ข้าพเจ้ากำลังอธิษฐานเพื่อเตรียมตัวสำหรับการเริ่มต้นพันธกิจของข้าพเจ้า) ข้าพเจ้าเริ่มเรียนรู้เกี่ยวกับการพิพากษาแห่งพระที่นั่งใหญ่สีขาวโดยละเอียด พระเจ้าทรงสำแดงให้ข้าพเจ้าเห็นภาพที่พระองค์ทรงประทับบนพระที่นั่งโดยมีพระเยซูคริสต์องค์พระผู้เป็นเจ้าและโมเสสยืนอยู่ด้านหน้าพระที่นั่งรวมทั้งผู้คนที่ทำหน้าที่เป็นคณะลูกขุน แม้ว่า พระเจ้าทรงพิพากษาด้วยความแม่นยำและความยุติธรรมซึ่งไม่มีผู้พิพากษาคนใดในโลกนี้เทียบได้ พระองค์ก็ทรงพิพากษาด้วยความรักโดยมีพระเยซูคริสต์เป็นทนายผู้แก้ต่าง โมเสสเป็นอัยการแห่งธรรมบัญญัติและคนอื่น ๆ เป็นคณะลูกขุน

การลงโทษแห่งนรกจะถูกตัดสินในการพิพากษา

วิวรณ์ 20:11-15 บอกเราถึงวิธีการที่พระเจ้าทรงพิพากษาด้วยความแม่นยำและความยุติธรรม การพิพากษาจะใช้หนังสือแห่งชีวิตซึ่งบันทึกรายชื่อของผู้คนที่รอดและหนังสือเล่มอื่น ๆ ที่บันทึกการกระทำทุกอย่างของ

นรก

ผู้คนเอาไว้

ข้าพเจ้าได้เห็นพระที่นั่งใหญ่สีขาวและเห็นท่านผู้ประทับบนพระที่นั่งนั้น เมื่อพระองค์ทรงปรากฏแผ่นดินโลกและท้องฟ้าก็หายไปและไม่มีที่อยู่สำหรับแผ่นดินโลกและท้องฟ้าเลย ข้าพเจ้าได้เห็นบรรดาผู้ที่ตายแล้วทั้งผู้ใหญ่และผู้น้อยยืนอยู่หน้าพระที่นั่งนั้นและหนังสือต่าง ๆ ก็เปิดออก หนังสืออีกเล่มหนึ่งก็เปิดออกด้วย คือหนังสือชีวิตและผู้ที่ตายไปแล้วทั้งหมดก็ถูกพิพากษาตามข้อความที่จารึกไว้ในหนังสือเหล่านั้นและตามที่เขาได้กระทำ ทะเลก็ส่งคืนคนทั้งหลายที่ตายในทะเล ความตายและแดนมรณาก็ส่งคืนคนทั้งหลายที่อยู่ในแดนนั้นและคนทั้งหลายก็ถูกพิพากษาตามการกระทำของตนหมดทุกคน แล้วความตายและแดนมรณาก็ถูกผลักทิ้งลงไปในบึงไฟ บึงไฟนี่แหละเป็นความตายครั้งที่สอง และถ้าผู้ใดที่ไม่มีชื่อจดไว้ในหนังสือชีวิต ผู้นั้นก็ถูกทิ้งลงไปในบึงไฟ

คำว่า "ผู้ที่ตายแล้ว" ในที่นี้หมายถึงทุกคนที่ไม่ได้ต้อนรับเอาพระคริสต์เป็นพระผู้ช่วยให้รอดของตนหรือผู้คนที่มีความเชื่อที่ตายแล้ว เมื่อวันเวลาที่พระเจ้าทรงเลือกมาถึง "ผู้ที่ตายแล้ว" จะเป็นขึ้นมาและจะยืนอยู่ต่อหน้าพระที่นั่งของพระเจ้าเพื่อรับการพิพากษา หนังสือแห่งชีวิตจะถูกเปิดออกต่อหน้าพระที่นั่งของพระเจ้า

นอกเหนือจากหนังสือแห่งชีวิตซึ่งบันทึกรายชื่อของผู้คนที่รอดเอาไว้ ยังมีหนังสือเล่มอื่นซึ่งบันทึกการกระทำทุกอย่างของผู้ที่ตายไปแล้วเอาไว้เช่นกัน ทูตสวรรค์จะบันทึกทุกสิ่งที่เราทำ พูด และคิด เช่น การแช่งด่าคนอื่น การโจมตีคนอื่น การบรรดาลโทสะ การทำดี และอื่น ๆ เป็นต้น ท่านสามารถเก็บบันทึกเหตุการณ์และคำสนทนาบางอย่างไว้เป็นเวลานานด้วยกล้องถ่ายวีดีโอหรือเทปบันทึกเสียงฉันใด พระเจ้าผู้ยิ่งใหญ่ก็ทรงเก็บรักษาภาพชีวิตของบุคคลบนโลกนี้ทุกภาพเอาไว้ด้วยเช่นกัน

ดังนั้น พระ่าจเจะทรงพิพากษาด้วยความยุติธรรมในวันพิพากษาตาม

สิ่งที่บันทึกไว้ในหนังสือเหล่านี้ คผนู ที่ไม่รอดจะถูกพิพากษาตามการกระทำชั่วของตนและจะถูกลงโทษด้วยวิธีการต่าง ๆ ในบึงไฟชั่วนิรันดร์ตามขนาดความรุนแรงแห่งบาปของตน

บึงไฟหรือบึงไฟที่ไหม้ด้วยกำมะถัน

ข้อความที่ว่า "ทะเลก็ส่งคืนคนทั้งหลายที่ตายในทะเล" ไม่ได้หมายความว่าทะเลจะคืนผู้คนที่จมน้ำตายในทะเล คำว่า "ทะเล" ในที่นี้ในฝ่ายวิญญาณหมายถึงโลก คำนี้หมายความว่าผู้คนที่เคยมีชีวิตอยู่ในโลกนี้และกลับไปสู่ผงคลีดินจะเป็นขึ้นมาเพื่อรับการพิพากษาต่อหน้าพระพักตร์พระเจ้า

ถ้าเช่นนั้นข้อความที่ว่า "ความตายและแดนมรณาก็ส่งคืนคนทั้งหลายที่อยู่ในแดนนั้น" หมายถึงอะไร ข้อความนี้หมายความว่าผู้คนที่ทนทุกข์ทรมานอยู่ในอุโมงค์ชั้นล่างจะเป็นขึ้นมาและยืนอยู่ต่อหน้าพระพักตร์พระเจ้าเพื่อรับการพิพากษาด้วยเช่นกัน หลังจากรับการพิพากษาจากพระเจ้าแล้ว ผู้คนส่วนใหญ่ที่เคยทนทุกข์ทรมานอยู่ในอุโมงค์ชั้นล่างจะถูกโยนลงไปในบึงไฟหรือบึงไฟที่ไหม้ด้วยกำมะถันตามขนาดความรุนแรงแห่งบาปของตนเพราะการลงโทษในอุโมงค์ชั้นล่างจะดำเนินต่อไปจนกระทั่งพิพากษาแห่งพระที่นั่งใหญ่สีขาวจะเกิดขึ้น เหมือนที่กล่าวไปแล้วเบื้องต้น

> *แต่คนขลาด คนไม่เชื่อ คนที่น่าเกลียดน่าชัง คนที่ฆ่ามนุษย์ คนล่วงประเวณี คนใช้เวทมนต์ คนไหว้รูปเคารพ และคนทั้งปวงที่พูดมุสานั้น มรดกของเขาอยู่ที่ในบึงไฟและกำมะถันที่กำลังไหม้อยู่นั้น นั่นคือความตายครั้งที่สอง* (วิวรณ์ 21:8)

การลงโทษในบึงไฟน่ากลัวและสยดสยองมากยิ่งกว่าการลงโทษใน

อุโมงค์ชั้นล่างจนไม่อาจเทียบกันได้ มาระโก 9:47-49 บรรยายถึงการลงโทษในบึงไฟไว้ว่า "ถ้าตาของท่านทำให้ท่านหลงผิด จงควักออกทิ้งเสีย ซึ่งจะเข้าในแผ่นดินของพระเจ้าด้วยตาข้างเดียวยังดีกว่ามีสองตาและต้องถูกทิ้งไปในนรก ในที่นั้นตัวหนอนก็ไม่ตายและไฟก็ไม่ดับเลย ด้วยว่าคนทั้งปวงจะต้องถูกเคล้าเกลือแล้วชำระด้วยไฟ" ยิ่งกว่านั้น บึงไฟที่ไหม้ด้วยกำมะถันร้อนมากกว่าบึงไฟถึงเจ็ดเท่า

ก่อนที่การพิพากษาจะมาถึง ผู้คนจะถูกกัดแทะจากแมลงและสัตว์ร้ายถูกทรมานโดยยมทูตแห่งนรก หรือทนทุกข์ทรมานจากการลงโทษรูปแบบต่าง ๆ ในอุโมงค์ชั้นล่างซึ่งเป็นสถานที่รอคอยก่อนที่จะไปสู่นรก หลังจากการพิพากษา ความเจ็บปวดเดียวที่หลงเหลืออยู่คือความเจ็บปวดในบึงไฟและบึงไฟที่ไหม้ด้วยกำมะถัน

ความทุกข์ทรมานในบึงไฟหรือบึงไฟที่ไหม้ด้วยกำมะถัน

แม้ข้าพเจ้าพยายามมากสักเพียงใด โปรดจำไว้ว่านรกเป็นสถานที่ซึ่งไม่อาจบรรยายได้ด้วยถ้อยคำของโลกนี้ แม้ข้าพเจ้าจะใช้ความสามารถมากเพียงใดในการอธิบาย แต่คำอธิบายของข้าพเจ้าจะบอกเล่าถึงความจริงอันน่าสยดสยองของนรกได้เพียงหนึ่งในล้านส่วนเท่านั้น ยิ่งกว่านั้น เมื่อผู้คนระลึกว่าช่วงเวลาของการทรมานไม่มีขอบเขตจำกัด แต่จะดำเนินต่อไปตลอดชั่วนิรันดร์ ดวงวิญญาณที่ถูกลงโทษเหล่านั้นจะถูกบังคับให้ทนทุกข์ทรมานมากยิ่งขึ้น

หลังจากการพิพากษาแห่งพระที่นั่งใหญ่สีขาว ผู้คนที่ได้รับโทษขั้นที่หนึ่งและขั้นที่สองในอุโมงค์ชั้นล่างจะถูกโยนลงไปในบึงไฟ ผู้คนที่ได้รับโทษขั้นที่สามและขั้นที่สี่จะถูกโยนลงไปในบึงไฟที่ไหม้ด้วยกำมะถัน ดวงวิญญาณที่อยู่ในอุโมงค์ชั้นล่างในเวลานี้รู้ว่าการพิพากษากำลังจะมาถึงและคนเหล่านี้รู้ว่าตนจะไปอยู่ที่ใดหลังจากการพิพากษานั้น แม้คนเหล่านี้จะถูกกัดแทะให้ฉีกขาดด้วยแมลงและเหล่ายมทูตแห่งนรก แต่วิญญาณเหล่านี้

สามารถมองเห็นบึงไฟและบึงไฟที่ไหม้ด้วยกำมะถันจากที่ไกลพร้อมกับรู้ดีว่าตนจะถูกลงโทษในสถานที่แห่งนั้น

ดังนั้น ดวงวิญญาณในอุโมงค์ชั้นล่างจึงไม่ได้ทนทุกข์กับความเจ็บปวดในปัจจุบันเพียงอย่างเดียว แต่ยังทนทุกข์กับการทรมานทางความคิดในความกลัวต่อสิ่งต่าง ๆ ที่จะมาถึงหลังจากการพิพากษาด้วยเช่นกัน

เสียงร้องไห้คร่ำครวญจากวิญญาณดวงหนึ่งในอุโมงค์ชั้นล่าง

ในขณะที่ข้าพเจ้ากำลังอธิษฐานของการสำแดงเกี่ยวกับนรก พระเจ้าทรงอนุญาตให้ข้าพเจ้าได้ยินเสียงร้องไห้คร่ำครวญจากวิญญาณดวงหนึ่งในอุโมงค์ชั้นล่างผ่านทางพระวิญญาณบริสุทธิ์ เมื่อข้าพเจ้าเขียนถ้อยคำคร่ำครวญเหล่านี้ลงไป ข้าพเจ้าอยากให้ท่านพยายามสัมผัสถึงความกลัวและความสิ้นหวังที่ท่วมท้นวิญญาณดวงนี้

นี่จะเป็นภาพของมนุษย์ได้หรือ
ผมไม่มีรูปร่างหน้าตาเช่นนี้เมื่อผมยังมีชีวิตอยู่ในโลกนี้
สภาพของผมในสถานที่แห่งนี้น่ากลัวและน่าขยะแขยงมาก

ในความสิ้นหวังและความเจ็บปวดอย่างไม่สิ้นสุดนี้
ผมจะเป็นอิสระได้อย่างไร
ผมจะทำอย่างไรเพื่อให้หนีพ้นจากสิ่งนี้
ผมตายได้หรือไม่ ผมจะทำอะไรได้
ผมหยุดพักแม้เพียงชั่วครู่ได้หรือไม่
ในท่ามกลางการลงโทษนิรันดร์นี้
มีทางที่จะทำให้ชีวิตที่ถูกแช่งสาปนี้สิ้นลง
จากความเจ็บปวดที่สุดจะทนนี้หรือไม่

ผมทำร้ายตนเองเพื่อให้ตาย แต่ผมไม่อาจตายได้
ไม่มีที่สิ้นสุด... ไม่มีที่สิ้นสุดเลย...
ไม่มีที่สิ้นสุดกับการทรมานวิญญาณจิตของผม
ไม่มีที่สิ้นสุดกับชีวิตที่กำลังสู้ทนของผม
ผมจะอธิบายเรื่องนี้ด้วยถ้อยคำอย่างไรได้
อีกไม่นานผมจะถูกโยนทิ้ง
ลงไปในบึงไฟที่ลึกล้ำและกว้างใหญ่
ผมจะทนต่อสิ่งนั้นได้อย่างไร

การทรมานในที่แห่งนี้ก็เกินกว่าจะทนได้
บึงไฟที่เผาผลาญนั้น
น่ากลัวมาก ลึกมาก และร้อนมาก
ผมจะทนต่อสิ่งนั้นได้อย่างไร
ผมจะหนีจากสิ่งนั้นได้อย่างไร
ผมจะหนีพ้นการทรมานนี้ได้อย่างไร

ถ้าเพียงแต่ผมสามารถมีชีวิต...
ถ้าเพียงแต่มีหนทางสำหรับผมที่จะมีชีวิต...
ถ้าเพียงแต่ผมได้รับการปลดปล่อย...
อย่างน้อยผมก็คงมองหาทางออก
แต่ผมมองไม่เห็นทางออกนั้นเลย

ที่นี่มีเพียงความมืด ความสิ้นหวัง และความเจ็บปวด
และมีเพียงการต่อสู้ดิ้นรนและความยากลำบากสำหรับผม
ผมจะทนต่อการทรมานนี้ได้อย่างไร
ถ้าเพียงแต่พระองค์เปิดประตูสำหรับชีวิต...
ถ้าเพียงแต่ผมมองเห็นทางออกของ...นี้

ช่วยผมด้วยเถิด ช่วยผมด้วยเถิด
มันน่ากลัวและยากเกินไปสำหรับผมที่จะสู้ทน
ช่วยผมด้วยเถิด ช่วยผมด้วยเถิด
วันเวลาของผมเต็มไปด้วยความเจ็บปวด
ผมจะลงไปในทะเลเพลิงนั้นได้อย่างไร
ช่วยผมด้วยเถิด
มองดูผมด้วยเถิด
ช่วยผมด้วยเถิด
เมตตาผมด้วยเถิด
ช่วยผมด้วยเถิด
ช่วยผมด้วยเถิด

หลังจากท่านถูกโยนลงไปในอุโมงค์ชั้นล่าง

หลังจากชีวิตบนโลกนี้จบสิ้นลง ไม่มีใครได้รับ "โอกาสที่สอง" อีก สิ่ง
ที่รอคอยท่านอยู่คือการแบกรับภาระแห่งการกระทำทุกอย่างของท่าน

เมื่อผู้คนได้ยินเรื่องราวเกี่ยวกับสวรรค์และนรก บางคนพูดว่า "ผมจะ
ค้นหาเรื่องนี้หลังจากผมตายไป" แต่ทุกอย่างก็สายเกินไปหลังจากท่านเสีย
ชีวิต เพราะหลังจากเสียชีวิตท่านไม่มีโอกาสหันกลับได้อีก ท่านต้องรู้เกี่ยว
กับเรื่องนี้ก่อนที่ท่านจะเสียชีวิต

หลังจากท่านถูกโยนลงไปในอุโมงค์ชั้นล่าง ไม่ว่าท่านจะเสียใจ กลับใจ
และวิงวอนพระเจ้ามากเพียงใดก็ตาม ท่านไม่สามารถหลีกเลี่ยงการลงโทษ
ที่น่ากลัวและสยดสยองนั้นได้ อนาคตของท่านไม่มีความหวังเหลืออยู่ สิ่งที่
รอคอยท่านอยู่มีเพียงการถูกทรมานและความสิ้นหวัง

วิญญาณที่ร้องไห้คร่ำครวญดวงนั้นรู้ดีว่าไม่มีหนทางหรือโอกาสแห่ง
ความรอดเหลืออยู่ ถึงกระนั้น วิญญาณดวงนั้นก็ยังร้องทูลต่อพระเจ้า "เผื่อ

ว่า...” วิญญาณดวงนั้นกำลังทูลขอความเมตตาและความรอด เสียงร้องทูลของวิญญาณดวงนั้นกลายเป็นเสียงร้องไห้สะอึกสะอื้นอันทิ่มแทงหัวใจ เสียงกรีดร้องนี้เพียงแค่ดังก้องอยู่ในนรกและจางหายไป ไม่มีเสียงตอบรับกับเสียงร้องทูลนี้แน่นอน

แต่การกลับใจของผู้คนในอุโมงค์ชั้นล่างไม่มีความจริงใจและไม่จริงจังแม้คนเหล่านี้ดูเหมือนจะกลับใจอย่างน่าเวทนาก็ตาม เพราะความชั่วร้ายยังคงอยู่ในจิตใจของเขาและเขารู้ว่าเสียงกรีดร้องของตนเป็นสิ่งที่ไร้ประโยชน์ ดวงวิญญาณเหล่านี้จึงกล่าวสิ่งชั่วร้ายและคำแช่งด่าพระเจ้ามากยิ่งขึ้น สิ่งนี้แสดงให้เราเห็นอย่างชัดเจนว่าเหตุใดคนเหล่านี้จึงไปอาจเข้าสู่สวรรค์ได้ตั้งแต่แรก

2. บึงไฟและบึงไฟที่ไหม้ด้วยกำมะถัน

สิ่งเดียวที่ดวงวิญญาณในอุโมงค์ชั้นล่างทำได้คือการวิงวอน การดุด่าและการคร่ำครวญพร้อมพูดกับตนเองว่า “ทำไมเราจึงอยู่ที่นี่” คนเหล่านี้กลัวบึงไฟและคิดหาหนทางที่จะหลบหนีจากการถูกทรมานโดยคิดว่า “ตอนนี้เราจะหลบหนีจากยมทูตแห่งนรกนั้นได้อย่างไร”

แต่หลังจากถูกโยนลงไปในบึงไฟ คนเหล่านี้ก็ไม่อาจคิดถึงสิ่งใดได้อีกเนื่องจากความเจ็บปวดและความทุกข์ทรมานที่ไม่สิ้นสุด การลงโทษในอุโมงค์ชั้นล่างถือเป็นการลงโทษขั้นเบาเมื่อเทียบกับการลงโทษในบึงไฟ การลงโทษในบึงไฟเจ็บปวดอย่างแสนสาหัสเกินกว่าที่จะจินตนาการได้ การลงโทษนี้เจ็บปวดมากจนเราไม่อาจเข้าใจหรือมองเห็นภาพดังกล่าวด้วยความสามารถของเราเอง

ถ้าท่านต้องการจินตนาภาพบางส่วนของการทรมานในบึงไฟ ท่านลองใส่เกลือลงในกระทะทอดน้ำมัน ท่านจะเห็นว่าเกลือแตกปะทุเสียงดังซึ่งคล้ายคลึงกับภาพของบึงไฟและดวงวิญญาณจะเป็นเหมือนเกลือที่แตกปะทุ

นอกจากนั้น ลองจินตนาการว่าท่านอยู่ในสระน้ำร้อนซึ่งมีความร้อน 100 องศาเซลเซียส บึงไฟร้อนกว่าน้ำเดือดหลายเท่าและบึงไฟที่ไหม้ด้วย กำมะถันจะร้อนกว่าบึงไฟถึงเจ็ดเท่า หลังจากท่านถูกโยนลงไปในสถานที่ แห่งนั้น ท่านไม่มีทางหลีกหนีได้และท่านจะทนทุกข์อยู่ในที่แห่งนั้นตลอด ไป การลงโทษขั้นที่หนึ่ง ขั้นที่สอง ขั้นที่สาม และขั้นที่สี่ในอุโมงค์ชั้นล่าง ก่อนการพิพากษายังทนได้ง่ายกว่าการถูกลงโทษในบึงไฟ

เพราะเหตุใดพระเจ้าจึงทรงอนุญาตให้คนเหล่านี้ทนทุกข์อยู่ในอุโมงค์ ชั้นล่างเป็นเวลาหนึ่งพันปีก่อนที่จะโยนเขาลงไปสู่บึงไฟหรือบึงไฟที่ไหม้ ด้วยกำมะถัน พระเจ้าทรงกระทำเช่นนั้นก็เพื่อให้ผู้คนที่ไม่รอดมีโอกาส ทบทวนตนเอง พระองค์ทรงต้องการให้คนเหล่านั้นคิดว่าอะไรคือเหตุผล ที่ทำให้เขามาอยู่ในนรกซึ่งเป็นสถานที่อันน่าเวทนาแห่งนี้พร้อมกับกลับใจ อย่างสิ้นเชิงจากความบาปในอดีตของตน แต่เป็นการยากที่จะมีผู้คนกลับใจ ตรงกันข้าม คนเหล่านี้จะสำแดงความชั่วร้ายมากยิ่งขึ้น ตอนนี้เรารู้แล้วว่า เพราะเหตุใดพระเจ้าจึงต้องสร้างนรกเอาไว้

ถูกเคล้าเกลือแล้วชำระด้วยไฟ

ในขณะที่ข้าพเจ้ากำลังอธิษฐานในปี 1982 พระเจ้าทรงสำแดงให้ข้าพเจ้า เห็นภาพของการพิพากษาแห่งพระที่นั่งใหญ่สีขาวรวมทั้งภาพย่อของบึงไฟ และบึงไฟที่ไหม้ด้วยกำมะถัน สถานที่ทั้งสองแห่งนี้กว้างใหญ่ไพศาลมาก

เมื่อมองดูจากที่ไกล บึงทั้งสองแห่งและดวงวิญญาณที่อยู่ในบึงเหล่านั้น มีลักษณะเหมือนผู้คนที่แช่อยู่ในอ่างน้ำพุร้อนตามธรรมชาติขนาดใหญ่ บาง คนแช่อยู่ในน้ำตั้งแต่หน้าอกลงไปในขณะที่คนอื่นแช่น้ำทั้งตัวมีเพียงศีรษะ โผล่พ้นน้ำขึ้นมา

ในมาระโก 9:48-49 พระเยซูตรัสถึงนรกว่าเป็นสถานที่ซึ่ง *"ในนั้นตัว หนอนก็ไม่ตายและไฟก็ไม่ดับเลย ด้วยว่าคนทั้งปวงต้องถูกเคล้าเกลือแล้ว*

ชำระด้วยไฟ" ท่านลองวาดภาพดูซิว่าจะมีความเจ็บปวดมากเพียงใดในสภาพแวดล้อมที่น่ากลัวเช่นนั้น ในขณะที่ดวงวิญญาณเหล่านี้พยายามหลบหนี สิ่งเดียวที่คนเหล่านั้นทำได้คือการกระโดดโลดเต้นไปมาเหมือนเกลือที่แตกประทุพร้อมกับเสียงขบเขี้ยวเคี้ยวฟัน

บางครั้งผู้คนในโลกนี้กระโดดโลดเต้นเมื่อเขาเล่นเกมหรือเต้นรำในยามดึกตามไนท์คลับ จากนั้นเมื่อเขารู้สึกเหน็ดเหนื่อยเขาจะหยุดพักถ้าเขาต้องการ แต่ในนรกดวงวิญญาณจะกระโดดโลดเต้นไม่ใช่เพราะความสนุกเพลิดเพลินแต่เพราะความเจ็บปวดอย่างรุนแรง แน่นอน ในนรกไม่มีการหยุดพักแม้ว่าเขาจะต้องการ คนเหล่านี้กรีดร้องเสียงดังด้วยความเจ็บปวดจนเขารู้สึกวิงเวียนศีรษะ ดวงตาที่ชำเลืองออกไปกลายเป็นสีน้ำเงินคล้ำและมีเส้นเลือดฝอยแดงก่ำอย่างน่ากลัว

ไม่ว่าดวงวิญญาณเหล่านี้จะพยายามมากเพียงใดก็ตาม แต่เขาก็ไม่สามารถหนีออกไปได้ คนเหล่านี้พยายามผลักและเหยียบย่ำซึ่งกันและกัน แต่ก็เปล่าประโยชน์ ทุกกระเบียดนิ้วของบึงไฟที่กว้างใหญ่ไพศาลมีอุณหภูมิความร้อนในระดับเดียวกันและอุณหภูมิของบึงไฟจะไม่ลดลงเมื่อวันเวลาผ่านไป อุโมงค์ชั้นล่างถูกควบคุมด้วยคำสั่งของลูซิเฟอร์และลูซิเฟอร์จะเป็นผู้ลงโทษตามอำนาจและสิทธิของตนจนกว่าการพิพากษาแห่งพระที่นั่งใหญ่สีขาวจะมาถึง

แต่หลังจากการพิพากษาพระเจ้าจะทรงเป็นผู้ลงโทษและการลงโทษดังกล่าวจะเป็นไปตามการจัดเตรียมและฤทธิ์อำนาของพระองค์ ดังนั้นอุณหภูมิความร้อนของบึงไฟทั้งหมดจึงอยู่ในระดับเดียวกันตลอดเวลา

ไฟจะทำให้ดวงวิญญาณทุกข์ทรมานแต่จะไม่ฆ่าคนเหล่านั้น ส่วนต่าง ๆ ในร่างกายของดวงวิญญาณในอุโมงค์ชั้นล่างจะถูกสร้างขึ้นมาใหม่หลังจากอวัยวะเหล่านั้นถูกตัดขาดหรือฉีกขาดออกเป็นชิ้นฉันใด ร่างกายของดวงวิญญาณในนรกก็จะถูกสร้างขึ้นมาใหม่อย่างรวดเร็วหลังจากร่างกายเหล่านั้นถูกเผาผลาญด้วยฉันนั้น

ร่างกายและอวัยวะในร่างกายถูกเผาผลาญ

ดวงวิญญาณในบึงไฟจะถูกลงโทษอย่างไร ท่านเคยดูภาพจากหนังสือการ์ตูน ภาพยนตร์การ์ตูน หรือการ์ตูนทางโทรทัศน์ที่มีการประหารชีวิตนักโทษด้วย "ไฟฟ้าแรงสูง" บ้างหรือไม่ วินาทีที่เขาถูกประหารชีวิตด้วยไฟฟ้าแรงสูง ร่างกายของเขาจะมีสภาพคล้ายโครงกระดูกและมีเส้นลายสีดำอยู่ทั่วร่างกายของเขา เมื่อหยุดปล่อยกระแสไฟฟ้า ร่างกายของคนที่ถูกประหารจะมีสภาพปกติ หรือลองวาดภาพแผ่นเอกซเรย์ที่แสดงถึงอวัยวะภายในร่างกายมนุษย์

ในทำนองเดียวกัน ร่างกายของดวงวิญญาณในบึงไฟจะปรากฏตัวอยู่ครู่หนึ่ง อีกครู่หนึ่งต่อมาร่างกายนั้นจะไม่ปรากฏให้เห็น มีเพียงวิญญาณของเขาเท่านั้นที่ปรากฏให้เห็น แบบแผนนี้เกิดขึ้นซ้ำแล้วซ้ำอีก ร่างกายของดวงวิญญาณจะถูกเผาผลาญด้วยไฟที่ลุกโชนในทันทีทันใดและจะอันตรธานไป จากนั้นไม่นานร่างกายของคนเหล่านี้จะถูกสร้างขึ้นใหม่

ในโลกนี้ เมื่อท่านได้รับบาดเจ็บจากการถูกไฟไหม้ระดับที่สาม ท่านจะไม่สามารถทนต่อความรู้สึกอึดอัดปวดแสบปวดร้อนทั่วร่างกายและท่านอาจเสียสติ ไม่มีใครจะสามารถเข้าใจระดับของความเจ็บปวดนี้ได้จนกว่าเขาจะมีประสบการณ์ด้วยตนเอง เพียงแค่ท่านถูกไฟไหม้ที่แขนท่านก็อาจทนต่อความเจ็บปวดไม่ได้

โดยทั่วไปความรู้สึกปวดแสบปวดร้อนนี้จะไม่หายไปทันทีหลังจากถูกไฟไหม้แต่จะคงอยู่ต่อไปอีกหลายวัน ความร้อนของไฟจะแทรกซึมเข้าไปในร่างกายและทำลายเซลล์ต่าง ๆ หรือส่งผลกระทบต่อหัวใจ ลองคิดดูซิว่าการที่ร่างกายและอวัยวะภายในถูกเผาผลาญด้วยไฟจะเจ็บปวดมากกว่านั้นสักเพียงใด แม้อวัยวะเหล่านั้นจะถูกสร้างขึ้นใหม่แต่ก็เป็นการสร้างขึ้นใหม่เพื่อจะถูกเผาผลาญซ้ำอีกเท่านั้น

ดวงวิญญาณในบึงไฟไม่สามารถทนต่อความเจ็บปวดได้ แต่วิญญาณเหล่านั้นก็ไม่อาจสลบ ตาย หรือหยุดพักชั่วคราวได้เช่นกัน

บึงไฟที่ไหม้ด้วยกำมะถัน

บึงไฟเป็นสถานที่แห่งการลงโทษผู้คนที่ทำบาปค่อนข้างเบาและทนทุกข์กับการถูกลงโทษขั้นที่หนึ่งหรือขั้นที่สองในอุโมงค์ชั้นล่าง ผู้คนที่ทำบาปหนักมากกว่าและทนทุกข์กับการถูกลงโทษขั้นที่สองและขั้นที่สามในอุโมงค์ชั้นล่างจะลงไปสู่บึงไฟที่ไหม้ด้วยกำมะถันซึ่งร้อนกว่าบึงไฟถึงเจ็ดเท่า เหมือนที่กล่าวไว้ข้างต้นว่าบึงไฟที่ไหม้ด้วยกำมะถันเป็นสถานที่สำหรับผู้คนที่พูดจาต่อต้าน ต่อสู้ และหมิ่นประมาทพระวิญญาณบริสุทธิ์ ผู้คนที่ตรึงพระเยซูคริสต์ซ้ำอีก ผู้คนที่ทรยศพระองค์ ผู้คนที่จงใจทำบาปอย่างต่อเนื่อง คนที่กราบไหว้รูปเคารพ คนที่ทำบาปหลังจากจิตสำนึกของเขาด้านชา ทุกคนที่ต่อสู้พระเจ้าด้วยการกระทำชั่วทุกอย่าง ผู้พยากรณ์เท็จและครูที่สอนเรื่องที่ไม่เป็นความจริง

บึงไฟจะเต็มไปด้วยเปลวไฟ “สีแดง” บึงไฟที่ไหม้ด้วยกำมะถันจะเต็มไปด้วยเปลวไฟ “สีเหลือง” มากกว่า “สีแดง” และกำลังเดือดเป็นฟองขนาดเท่ากับลูกน้ำเต้ากระจัดกระจายอยู่ทั่วไป ร่างกายของดวงวิญญาณที่อยู่ในบึงไฟที่ไหม้ด้วยกำมะถันถูกแช่อยู่ในกำมะถันเดือดทั่วทั้งตัว

จมปลักอยู่ในความเจ็บปวด

ท่านจะอธิบายความเจ็บปวดในบึงไฟที่ไหม้ด้วยกำมะถันที่ร้อนกว่าบึงไฟ (ที่เต็มไปด้วยความเจ็บปวดจนไม่อาจจินตนาการได้เช่นกัน) ถึงเจ็ดเท่าได้อย่างไร

ข้าพเจ้าจะอธิบายถึงความเจ็บปวดนี้ด้วยภาพเปรียบเทียบของสิ่งที่มีให้เห็นในโลกนี้ ถ้ามีคนดื่มของเหลวที่ทำมาจากเหล็กซึ่งหลอมละลายภายในเตาหลอมเหล็กขนาดใหญ่ ท่านลองคิดดูซิว่าเขาจะรู้สึกเจ็บปวดมากเพียงใด อวัยวะภายในทั้งหมดของเขาจะถูกเผาเมื่อความร้อน (ซึ่งร้อนมากพอที่จะ

ทำให้เหล็กเป็นของเหลวได้) ผ่านลำคอเข้าไปในท้องของเขา

ในบึงไฟ อย่างน้อยดวงวิญญาณยังสามารถกระโดดหรือร้องตะโกน ด้วยความเจ็บปวด แต่ในบึงไฟที่ไหม้ด้วยกำมะถันดวงวิญญาณไม่สามารถ ร้องครวญครางหรือคิดได้ แต่เขาจะถูกบีบคั้นด้วยความเจ็บปวดเพียงอย่าง เดียว ระดับของการทรมานและความเจ็บปวดที่ดวงวิญญาณต้องทนในบึง ไฟที่ไหม้ด้วยกำมะถันเป็นสิ่งที่ไม่อาจบรรยายได้ด้วยท่าทางหรือถ้อยคำใด ๆ ยิ่งกว่านั้น ดวงวิญญาณต้องทนทุกข์อยู่ที่นี่ชั่วนิรันดร์ การทรมานรูปแบบ นี้ไม่อาจบรรยายได้ด้วยถ้อยคำ

3. บางคนยังอยู่ในอุโมงค์ชั้นล่างหลังจากการ พิพากษา

ผู้คนที่รอดในสมัยพระคัมภีร์เดิมอาศัยอยู่ในอุโมงค์ชั้นบนมาโดยตลอด จนกระทั่งพระเยซูคริสต์ทรงเป็นขึ้นมาจากความตาย และหลังจากการเป็น ขึ้นมาของพระองค์ คนเหล่านั้นจึงเข้าไปสู่เมืองบรมสุขเกษมและอยู่ใน สถานที่รอคอยในเมืองบรมสุขเกษมไปจนกระทั่งการเสด็จมาครั้งที่สอง ของพระองค์ในฟ้าอากาศจะเกิดขึ้น ในด้านหนึ่ง ผู้คนที่รอดในสมัยพระ คัมภีร์ใหม่ปรับตัวเข้ากับอุโมงค์ชั้นบนเป็นเวลาสามวันและเข้าไปสู่สถาน ที่รอคอยในเมืองบรมสุขเกษมและรออยู่ที่นั่นจนกระทั่งการเสด็จครั้งที่สอง ของพระเยซูคริสต์ในฟ้าอากาศ

แต่เด็กทารกที่เสียชีวิตในครรภ์ของมารดาไม่ได้เข้าสู่เมืองบรมสุขเกษม ไม่ว่าหลังจากการเป็นขึ้นมาของพระเยซูคริสต์หรือแม้กระทั่งหลังจากการ พิพากษา เด็กเหล่านี้อาศัยอยู่ในอุโมงค์ชั้นบนตลอดไป

ในทำนองเดียวกัน มีข้อยกเว้นสำหรับดวงวิญญาณบางกลุ่มที่ทนทุกข์ อยู่ในอุโมงค์ชั้นล่างในเวลานี้เช่นกัน ดวงวิญญาณเหล่านี้จะไม่ถูกโยนลง ไปในบึงไฟหรือบึงไฟที่ไหม้ด้วยกำมะถันแม้หลังจากการพิพากษา ดวง

วิญญาณกลุ่มนี้คือใคร

เด็กที่เสียชีวิตก่อนวัยหนุ่มสาว

ในท่ามกลางผู้คนที่ไม่รอดเหล่านี้ประกอบด้วยทารกในครรภ์ที่ถูกทำแท้งซึ่งมีอายุหกเดือนขึ้นไปและเด็กที่มีอายุก่อนวัยหนุ่มสาวซึ่งมีอายุประมาณสิบสองขวบ ดวงวิญญาณเหล่านี้จะไม่ถูกทิ้งลงไปในบึงไฟหรือบึงไฟที่ไหม้ด้วยกำมะถัน ที่เป็นเช่นนี้ก็เพราะว่าแม้คนเหล่านี้ลงมาสู่อุโมงค์ชั้นล่างด้วยความชั่วร้ายของตน แต่ในช่วงเวลาที่เสียชีวิตดวงวิญญาณเหล่านี้ยังไม่เป็นผู้ใหญ่พอที่จะมีเสรีภาพในการตัดสินใจของตนเอง สิ่งนี้หมายความว่าการมีชีวิตในความเชื่ออาจไม่ใช่เส้นทางที่คนเหล่านี้จะเลือกเนื่องจากเขาอาจรับอิทธิพลได้ง่ายจากปัจจัยภายนอก เช่น พ่อแม่ บรรพบุรุษ และสภาพแวดล้อม

พระเจ้าแห่งความรักและความยุติธรรมทรงพิจารณาตัวแปรดังกล่าวและไม่ส่งคนเหล่านี้ลงไปในบึงไฟหรือบึงไฟที่ไหม้ด้วยกำมะถันแม้หลังจากการพิพากษา แต่ไม่ได้หมายความว่าโทษของคนเหล่านี้จะลดน้อยลงหรือหมดไป คนเหล่านี้จะถูกลงโทษชั่วนิรันดร์เหมือนที่เขาเคยถูกลงโทษในอุโมงค์ชั้นล่าง

เนื่องจากค่าจ้างของความบาปคือความตาย

ยกเว้นกรณีดังกล่าว ทุกคนที่อยู่ในอุโมงค์ชั้นล่างจะถูกโยนลงไปในบึงไฟหรือบึงไฟที่ไหม้ด้วยกำมะถันตามความบาปที่เขาได้กระทำในขณะที่ถูกฝึดร่อนอยู่ในโลก โรม 6:23 กล่าวว่า *"เพราะว่าค่าจ้างของความบาปคือความตาย แต่ของประทานจากพระเจ้าคือชีวิตนิรันดร์ในพระเยซูคริสต์องค์พระผู้เป็นเจ้าของเรา"* คำว่า "ความตาย" ในที่นี้ไม่ได้หมายถึงการสิ้นสุดของชีวิตบนโลกนี้ แต่หมายถึงการลงโทษนิรันดร์ในบึงไฟหรือบึงไฟที่

ไหม้ด้วยกำมะถัน การทรมานอันน่ากลัวและเจ็บปวดของการลงโทษชั่วนิ
รันดร์คือค่าจ้างของความบาป ดังนั้น ท่านจึงรู้ว่าความบาปเป็นสิ่งที่น่ากลัว
น่ารังเกียจ และชั่วร้าย

ถ้าผู้คนรู้เพียงเล็กน้อยเกี่ยวกับความทุกข์เวทนาชั่วนิรันดร์ของ
นรก คนเหล่านี้จะไม่กลัวการตกนรกได้อย่างไร เขาจะไม่ต้อนรับ
เอาพระเยซูคริสต์ เชื่อฟัง และดำเนินชีวิตด้วยพระคำของพระเจ้าได้
อย่างไร

พระเยซูตรัสถ้อยคำต่อไปนี้กับเราในมาระโก 9:45-47

ถ้าเท้าของท่านทำให้หลงผิด จงตัดทิ้งเสีย ซึ่งจะเข้าในชีวิตด้วยเท้า
ด้วนยังดีกว่ามีเท้าสองข้างและต้องถูกทิ้งในนรก ถ้าตาของท่าน
ทำให้ท่านหลงผิด จงควักออกทิ้งเสีย ซึ่งจะเข้าในแผ่นดินของ
พระเจ้าด้วยตาข้างเดียวยังดีกว่ามีสองตาและต้องถูกทิ้งไปในนรก
ในที่นั้นตัวหนอนก็ไม่ตายและไฟก็ไม่ดับเลย

ถ้าท่านทำบาปด้วยการเดินไปยังสถานที่ซึ่งท่านไม่ควรไป ท่านควรตัด
เท้าของตนทิ้งเสียเพราะการเป็นคนเท้าด้วนก็ดีกว่าตกนรก ถ้าท่านทำบาป
ด้วยการใช้มือของท่านทำในสิ่งที่ท่านไม่ควรทำ ท่านควรตัดมือของตน
ทิ้งเสียเพราะการเป็นคนมือด้วนก็ดีกว่าตกนรก ในทำนองเดียวกัน ถ้าท่าน
ทำบาปด้วยการดูสิ่งที่ท่านไม่ควรดู ท่านควรควักตาของตนทิ้งเสียเพราะ
การเป็นคนตาบอดก็ดีกว่าตกนรก

แต่ด้วยพระคุณที่พระเจ้าประทานแก่เราโดยไม่คิดมูลค่า เราไม่จำเป็น
ต้องตัดมือและตัดเท้าหรือควักตาของเราทิ้งเพื่อจะเข้าสู่สวรรค์ ทั้งนี้ก็เพราะ
ว่าพระเยซูคริสต์ผู้ทรงเป็นพระเมษโปดกที่ปราศจากบาปและไร้มลทินทรง
ถูกตรึงบนกางเขนแทนเรา พระหัตถ์และพระบาทของพระองค์ถูกตอกด้วย
ตะปูและพระองค์ทรงสวมมงกุฎหนาม

บุตรของพระเจ้าเสด็จมาทำลายกิจการของมาร

ด้วยเหตุนี้ ใครก็ตามที่เชื่อในพระโลหิตของพระเยซูคริสต์จะได้รับการยกโทษ ปลดปล่อยจากการลงโทษในบึงไฟหรือบึงไฟที่ไหม้ด้วยกำมะถัน และรับเอาชีวิตนิรันดร์เป็นรางวัล

1 ยอห์น 3:7-9 บอกเราว่า "ลูกทั้งหลายเอ๋ย อย่าให้ใครชักจูงท่านให้หลง ผู้ที่ประพฤติชอบก็ชอบธรรมเหมือนอย่างพระองค์ชอบธรรม ผู้ที่กระทำบาปก็มาจากมารเพราะว่ามารได้กระทำบาปตั้งแต่เริ่มแรก พระบุตรของพระเจ้าได้เสด็จมาปรากฏก็เพราะเหตุนี้ คือเพื่อทรงทำลายกิจการของมาร ผู้ใดบังเกิดจากพระเจ้า ผู้นั้นไม่กระทำบาปเพราะสภาพของพระเจ้าดำรงอยู่กับผู้นั้นและเขากระทำบาปไม่ได้ เพราะเกิดจากพระเจ้า"

ความบาปไม่ใช่เป็นเพียงการกระทำ (เช่น การลักขโมย การฆ่าคน หรือการฉ้อโกง) เท่านั้น แต่ความชั่วในจิตใจเป็นบาปที่รุนแรงมากกว่า พระเจ้าทรงเกลียดชังความชั่วร้ายภายในจิตใจของเรา พระองค์ทรงรังเกียจจิตใจชั่วร้ายที่มุ่งพิพากษาและประณามคนอื่น จิตใจชั่วร้ายที่เกลียดชังและทำให้คนอื่นสะดุด และจิตใจชั่วร้ายที่คดโกงและทรยศ สวรรค์จะมีลักษณะอย่างไรถ้าคนที่จิตใจเช่นนี้ได้รับอนุญาตให้เข้าไปอยู่ในสวรรค์ แม้แต่ในสวรรค์ก็มีการโต้เถียงเกี่ยวกับสิ่งที่ถูกและสิ่งที่ผิด ดังนั้นพระเจ้าจึงไม่ทรงอนุญาตให้คนชั่วร้ายเข้าสู่สวรรค์

ด้วยเหตุนี้ ถ้าท่านเป็นบุตรของพระเจ้าด้วยฤทธิ์แห่งพระโลหิตของพระเยซูคริสต์ ท่านต้องไม่ทำตามความเท็จอีกต่อไปหรือยอมเป็นทาสของมาร แต่ท่านควรดำเนินชีวิตในความจริงในฐานะบุตรของพระเจ้าผู้ทรงเป็นความสว่าง เมื่อกระทำเช่นนี้ท่านจะได้รับสง่าราศีแห่งสวรรค์ พระพรที่จะชื่นชมกับสิทธิอำนาจในการเป็นบุตรของพระเจ้า และมีความมั่งคั่งในโลกนี้

อย่าทำบาปในขณะที่อ้างถึงความเชื่อของตน

พระเจ้าทรงรักเรามากจนได้ประทานพระบุตรที่รักองค์เดียวของ
พระองค์ให้สิ้นพระชนม์บนไม้กางเขนเพื่อเราทั้งที่พระองค์ไม่มีความ
ผิด   ท่านลองจินตนาการดูซิว่าพระเจ้าจะทรงคร่ำครวญและเสียพระทัย
มากเพียงใดเมื่อพระองค์ทรงเห็นผู้คนที่อ้างตนว่าเป็น "บุตรของพระเจ้า"
ทำบาป ตกอยู่ภายใต้อิทธิพลของมาร และมุ่งหน้าไปสู่นรกอย่างรวดเร็ว

ข้าพเจ้าขอร้องท่านว่าอย่าทำบาปและจงเชื่อฟังพระบัญญัติของพระเจ้า
พร้อมกับพิสูจน์ตนเองในฐานะบุตรที่รักของพระเจ้า   เมื่อท่านทำเช่นนั้น
คำอธิษฐานทั้งหมดของท่านจะได้รับคำตอบอย่างรวดเร็วและท่านจะกลาย
เป็นบุตรที่แท้จริงของพระเจ้า สุดท้าย ท่านจะอาศัยอยู่ในนครเยรูซาเล็มอัน
รุ่งเรือง นอกจากนั้น ท่านจะมีสิทธิและพลังอำนาจในการขับไล่ความมืด
ออกจากผู้คนที่ยังไม่รู้จักความจริงซึ่งยังทำบาปและตกเป็นทาสของมาร
ท่านจะได้รับพลังอำนาจให้นำคนเหล่านั้นมาถึงพระเจ้า

ขอให้ท่านเป็นบุตรที่แท้จริงของพระเจ้า   ได้รับคำตอบต่อคำอธิษฐาน
ทุกข้อของท่าน ถวายเกียรติแด่พระเจ้า และปลดปล่อยผู้คนจำนวนมากให้
พ้นจากหนทางไปสู่นรกเพื่อท่านจะมีพระสิริของพระเจ้าซึ่งสว่างสุกใส
เหมือนดวงอาทิตย์ในสวรรค์

4. วิญญาณชั่วถูกจองจำไว้ในบาดาลหรือนรกขุมลึก

พจนานุกรมภาษาอังกฤษฉบับ Webster's New World College
Dictionary ให้คำนิยามของคำว่า "บาดาล" หรือ "นรกขุมลึก" ว่าหมายถึง
"อ่าวลึกจนไม่อาจหยั่งได้" หรือ "หุบเหว" หรือ "สิ่งใดก็ตามที่ลึกเกินกว่า
ที่จะวัดได้" ในความหมายของพระคัมภีร์ "บาดาล" หรือ "นรกขุมลึก" คือ
ส่วนที่ลึกและต่ำที่สุดในนรก   สถานที่แห่งนี้ถูกจัดเตรียมไว้สำหรับเหล่า

นรก

วิญญาณชั่วที่ไม่เกี่ยวข้องกับการฝึดร่อนมนุษย์บนโลกนี้

แล้วข้าพเจ้าเห็นทูตสวรรค์องค์หนึ่งลงมาจากสวรรค์ ท่านถือลูกกุญแจของบาดาลนั้นและถือโซ่ใหญ่ และท่านได้จับพญานาคซึ่งเป็นงูดึกดำบรรพ์ผู้ซึ่งเป็นพญามารและซาตานและมัดมันไว้พันปี แล้วทิ้งมันลงไปในบาดาลนั้น แล้วได้ลั่นกุญแจประทับตราเพื่อไม่ให้มันล่อลวงบรรดาประชาชนได้อีกต่อไป จนครบกำหนดพันปี แล้วจึงจะต้องปล่อยมันออกไปชั่วขณะหนึ่ง (วิวรณ์ 20:1-3)

นี่เป็นคำบรรยายถึงช่วงเวลาที่ใกล้จะถึงวาระสิ้นของความทุกข์เวทนาครั้งใหญ่ หลังจากการเสด็จกลับมาของพระคริสต์ วิญญาณชั่วจะควบคุมโลกไว้เป็นเวลาเจ็ดปีซึ่งในช่วงนี้จะเกิดสงครามโลกครั้งที่สามและหายนะต่าง ๆ ขึ้นทั่วโลก หลังจากความทุกข์เวทนาครั้งใหญ่จะเกิดอาณาจักรพันปีขึ้นซึ่งช่วงเวลานี้วิญญาณชั่วจะถูกจองจำไว้ในบาดาล เมื่อยุคพันปีใกล้จะสิ้นสุดลง วิญญาณชั่วจะได้รับการปลดปล่อยให้เป็นอิสระชั่วขณะหนึ่งและเมื่อการพิพากษาแห่งพระที่นั่งใหญ่สีขาวเสร็จสิ้นลง วิญญาณชั่วเหล่านี้จะถูกจองจำไว้ในบาดาลตลอดไป ลูซีเฟอร์และสมุนของมันควบคุมโลกแห่งความมืด แต่หลังจากการพิพากษา สวรรค์และนรกอยู่ภายใต้การกำกับดูแลด้วยฤทธิ์อำนาจของพระเจ้าแต่ผู้เดียว

วิญญาณชั่วเป็นเพียงเครื่องมือสำหรับการฝึดร่อนมนุษย์

วิญญาณชั่วในบาดาลซึ่งสูญเสียสิทธิและอำนาจทั้งสิ้นจะได้รับโทษแบบใด

ก่อนที่เราจะก้าวต่อไป โปรดจำไว้ว่าวิญญาณชั่วดำรงอยู่เพื่อเป็นเครื่องมือสำหรับการฝึดร่อนมนุษย์เท่านั้น ทำไมพระเจ้าจึงทรงฝึดร่อนมนุษย์บนแผ่นดินโลกแม้พระองค์จะมีบริวารแห่งสวรรค์และทูตสวรรค์จำนวนนับ

ไม่ถ้วนในสวรรค์   ที่เป็นเช่นนั้นก็เพราะว่าพระเจ้าทรงต้องการบุตรที่แท้
จริงที่พระองค์จะสามารถแบ่งปันความรักของพระองค์

ข้าพเจ้าขอยกตัวอย่าง ตลอดประวัติศาสตร์ของเกาหลี ชนชั้นสูงมักมี
คนใช้จำนวนมากอยู่ภายในบ้านของตน คนใช้จะเชื่อฟังทุกสิ่งใดที่นายของ
ตนสั่ง สมมุติว่าเจ้านายคนหนึ่งมีลูกชายและลูกสาวที่เสเพลซึ่งไม่เชื่อฟังตน
แต่ประพฤติตนตามอำเภอใจ สิ่งนี้หมายความว่าเจ้านายคนนั้นจะรักคนใช้
ที่เชื่อฟังมากกว่าลูกที่เสเพลของตนใช่หรือไม่ เจ้านายคนนั้นจะรักลูกของ
ตนมากกว่าอย่างแน่นอนแม้ว่าลูกอาจไม่ได้เป็นบุคคลที่เชื่อฟังที่สุดก็ตาม

พระเจ้าก็เช่นเดียวกัน พระองค์ทรงรักมนุษย์ที่ถูกสร้างขึ้นตามพระฉายา
ของพระองค์ไม่ว่าพระองค์จะมีบริวารแห่งสวรรค์และทูตสวรรค์ที่เชื่อฟัง
จำนวนมากเพียงใดก็ตาม บริวารแห่งสวรรค์และทูตสวรรค์มีลักษณะคล้าย
กับหุ่นยนต์ซึ่งทำทุกอย่างตามที่ได้รับคำสั่งเท่านั้น ดังนั้น ทูตเหล่านี้จึงไม่
สามารถมีส่วนร่วมแบ่งปันในความรักที่แท้จริงกับพระเจ้าได้

แน่นอน ไม่ได้หมายความว่าทูตสวรรค์และหุ่นยนต์จะเหมือนกันในทุก
ด้าน ในด้านหนึ่ง หุ่นยนต์ทำงานตามที่ตนได้รับคำสั่งเพียงอย่างเดียว หุ่น
ยนต์ไม่มีเสรีภาพในการตัดสินใจ และไม่มีความรู้สึกต่อสิ่งหนึ่งสิ่งใด แต่
ในอีกด้านหนึ่ง ทูตสวรรค์รู้จักถึงความรู้สึกแห่งความชื่นชมยินดีและความ
โศกเศร้าเหมือนมนุษย์

เมื่อท่านรู้สึกถึงความชื่นชมยินดีหรือความโศกเศร้า   ทูตสวรรค์ไม่มี
ความรู้สึกเดียวกันกับท่าน ทูตสวรรค์รู้เพียงว่าอะไรคือสิ่งที่ท่านกำลังรู้สึก
ด้วยเหตุนี้ เมื่อท่านสรรเสริญพระเจ้า ทูตสวรรค์จะสรรเสริญพระองค์ไป
พร้อมกับท่าน   เมื่อท่านเต้นรำเพื่อถวายเกียรติแด่พระเจ้า   ทูตสวรรค์จะ
เต้นรำและเล่นดนตรีร่วมกับท่านด้วยเช่นกัน   คุณสมบัติเฉพาะนี้ทำให้ทูต
สวรรค์แตกต่างจากหุ่นยนต์ ถึงกระนั้น ทูตสวรรค์และหุ่นยนต์ก็ "เหมือน
กัน" ในข้อที่ว่าทั้งสองไม่มีเสรีภาพในการตัดสินใจ ทำตามคำสั่งเพียงอย่าง
เดียว และถูกสร้าง (รวมทั้งถูกใช้) สำหรับเป็นเครื่องมือหรืออุปกรณ์เท่านั้น

เช่นเดียวกับทูตสวรรค์   วิญญาณชั่วเป็นเพียงเครื่องมือสำหรับการฝึด

ร่อนมนุษย์เพียงอย่างเดียว วิญญาณเหล่านี้เป็นเหมือนเครื่องจักรที่ไม่อาจแยกแยะสิ่งที่ดีและสิ่งที่ชั่ว ถูกสร้างขึ้นมาเพื่อจุดประสงค์หนึ่งใดโดยเฉพาะ และวิญญาณชั่วถูกใช้เพื่อจุดประสงค์ที่ชั่วร้าย

วิญญาณชั่วถูกจองจำไว้ในบาดาล

กฎของโลกฝ่ายวิญญาณกำหนดว่า "ค่าจ้างของความบาปคือความตาย" และ "บุคคลเก็บเกี่ยวสิ่งที่ตนหว่าน" หลังจากการพิพากษา ดวงวิญญาณที่อยู่ในอุโมงค์ชั้นล่างจะทนทุกข์ทรมานในบึงไฟหรือบึงไฟที่ไหม้ด้วยกำมะถันตามกฎข้อนี้ ทั้งนี้ก็เพราะว่าคนเหล่านั้นเลือกความชั่วร้ายด้วยความรู้สึกและเสรีภาพในการตัดสินใจของตนในขณะที่ถูกฝัดร่อนบนโลกนี้

เหล่าวิญญาณชั่ว (ยกเว้นพวกผีหรือปีศาจ) ที่ไม่เกี่ยวข้องกับการฝัดร่อนมนุษย์ หลังจากการพิพากษา วิญญาณชั่วเหล่านี้จะถูกจองจำไว้ในบาดาลที่มืดมิดและเยือกเย็นและถูกทิ้งไว้เหมือนกองสิ่งปรักหักพัง นี่เป็นสถานที่เหมาะสมที่สุดสำหรับการลงโทษวิญญาณเหล่านี้

พระที่นั่งของพระเจ้าตั้งอยู่ที่ศูนย์กลางและจุดสูงสุดของสวรรค์ ในทางกลับกัน วิญญาณชั่วถูกจองจำไว้ในบาดาลซึ่งเป็นจุดที่อันมืดมิดและต่ำที่สุดในนรก วิญญาณเหล่านี้ไม่สามารถเคลื่อนไหวอย่างสบายใจในบาดาลที่มืดมิดและเยือกเย็นได้ วิญญาณชั่วจะถูกจองจำชั่วนิรันดร์ในตำแหน่งที่ตายตัว ดูประหนึ่งว่าพวกมันถูกกดทับไว้ด้วยก้อนหินขนาดใหญ่

ครั้งหนึ่งวิญญาณชั่วเคยเป็นส่วนหนึ่งของสวรรค์และมีหน้าที่อันทรงเกียรติ แต่หลังจากการกบฏ ทูตที่ตกจากสวรรค์เหล่านี้ได้ใช้สิทธิอำนาจตามแนวทางของตนในโลกแห่งความมืดมิด แต่ทูตเหล่านี้พ่ายแพ้ในสงครามที่เขาต่อสู้กับพระเจ้าและทุกสิ่งจึงจบสิ้นลง วิญญาณชั่วสูญเสียสง่าราศีและคุณค่าทั้งสิ้นของการเป็นบริวารแห่งสวรรค์ ในบาดาล (ซึ่งเป็นสัญลักษณ์ของการแช่งสาปและความอัปยศอดสู) ปีกของทูตที่ตกจากสวรรค์เหล่านี้

จะถูกตัดออก

วิญญาณเป็นสิ่งมีชีวิตที่นิรันดร์และเป็นอมตะ ถึงกระนั้น วิญญาณชั่วในบาดาลไม่สามารถขยับนิ้วของตนได้ วิญญาณเหล่านี้ไร้ความรู้สึก ไร้แรงจูงใจ หรือไร้พลังอำนาจ วิญญาณชั่วเหล่านี้เป็นเหมือนเครื่องจักรที่ถูกปิดสวิตซ์เอาไว้ หรือเป็นเหมือนตุ๊กตาที่ถูกโยนทิ้งไป และมีลักษณะเหมือนถูกแช่แข็ง

ยมทูตแห่งนรกบางส่วนยังคงอยู่ในอุโมงค์ชั้นล่างต่อไป

กฎเกณฑ์นี้มีข้อยกเว้น เหมือนที่กล่าวไว้เบื้องต้นว่าเด็กที่มีอายุต่ำกว่าสิบสองขวบจะยังคงอยู่ในอุโมงค์ชั้นล่างต่อไปหลังจากการพิพากษา ดังนั้นเพื่อให้การลงโทษเด็กเหล่านี้ดำเนินต่อไป ยมทูตที่ทำการลงโทษในอุโมงค์ชั้นล่างจึงมีความจำเป็น

ยมทูตแห่งนรกเหล่านี้จะไม่ถูกจองจำไว้ในบาดาลแต่จะยังคงอยู่ในอุโมงค์ชั้นล่าง ยมทูตเหล่านี้มีลักษณะเหมือนหุ่นยนต์ ก่อนการพิพากษายมทูตแห่งนรกจะหัวเราะเยาะและมีความสุขกับการเห็นดวงวิญญาณถูกทรมาน ที่เป็นเช่นนั้นไม่ใช่เพราะยมทูตเหล่านี้มีอารมณ์ความรู้สึก แต่เป็นเพราะพวกมันตกอยู่ภายใต้การควบคุมของลูซีเฟอร์ (ซึ่งมีคุณสมบัติของมนุษย์) ที่ขับเคลื่อนยมทูตแห่งนรกให้แสดงอารมณ์ความรู้สึกออกมา แต่หลังจากการพิพากษา ยมทูตเหล่านี้จะไม่ถูกควบคุมโดยลูซีเฟอร์อีกต่อไป แต่ยมทูตแห่งนรกจะทำงานเหมือนเครื่องจักรที่ไร้ความรู้สึก

5. ผีหรือปีศาจจะจบลงที่ไหน

ผีหรือปีศาจไม่ใช่สิ่งมีชีวิตฝ่ายวิญญาณเหมือนทูตที่ตกจากสวรรค์และพญานาครวมทั้งสมุนของมันที่ถูกสร้างขึ้นก่อนการสร้างจักรวาล ครั้งหนึ่ง

ผีหรือปีศาจเคยเป็นมนุษย์ซึ่งถูกสร้างขึ้นจากผงคลีดิน และมีร่างกาย จิตใจและวิญญาณเหมือนเรา ในท่ามกลางผู้คนที่ถูกฝังร่อนในโลกนี้ที่เสียชีวิตไปโดยไม่ได้รับความรอดจะมีผู้คนที่ถูกปล่อยไปในโลกในฐานะผีหรือปีศาจภายใต้สภาพแวดล้อมพิเศษ

บุคคลกลายเป็นผีหรือปีศาจได้อย่างไร ปกติผู้คนจะกลายเป็นผีหรือปีศาจได้ใน 4 กรณีด้วยกัน

กรณีแรก ถ้าเขาขายจิตใจและวิญญาณของตนให้กับผีมารซาตาน ผู้คนสามารถกลายเป็นผีหรือปีศาจได้

คนที่ทำเวทมนต์และแสวงหาความช่วยเหลือและอำนาจจากวิญญาณชั่วเพื่อตอบสนองความโลภและความปรารถนาของตน (เช่น หมอผีหรือพ่อมด) จะกลายเป็นผีหรือปีศาจเมื่อเขาเสียชีวิต

กรณีที่สอง ถ้าเขาฆ่าตัวตายด้วยความชั่วร้ายของตนเอง

ถ้าผู้คนปลิดชีวิตของตนเองเนื่องจากความล้มเหลวของธุรกิจหรือเพราะเหตุผลอื่น ๆ คนเหล่านี้ได้ละเลยต่อความยิ่งใหญ่สูงสุดของพระเจ้าเหนือชีวิตและจะกลายเป็นผีหรือปีศาจ แต่สิ่งนี้แตกต่างจากการสละชีวิตของตนเพื่อประเทศชาติหรือเพื่อช่วยเหลือคนที่ช่วยตนเองไม่ได้ ถ้าบุคคลที่ว่ายน้ำไม่เป็นกระโดดลงไปในน้ำเพื่อช่วยชีวิตของอีกคนหนึ่งด้วยการสละชีวิตของตน เขากระทำเช่นนั้นเพื่อจุดประสงค์ที่ดีงามและสูงส่ง

กรณีที่สาม ถ้าเขาเคยเชื่อในพระเจ้าแต่สุดท้ายกลับปฏิเสธพระองค์และขายความเชื่อของตน

ผู้เชื่อบางคนตำหนิและต่อต้านพระเจ้าเมื่อเขาเผชิญกับความยากลำบากหรือเมื่อเขาสูญเสียบางคนหรือบางสิ่งที่ตนรักไป ชาร์ลส์ ดาร์วิน (ผู้ริเริ่มทฤษฎีการวิวัฒนาการ) คือตัวอย่างที่ดีของเรื่องนี้ ครั้งหนึ่งดาร์วินเคยเชื่อในพระเจ้าพระผู้สร้าง เมื่อลูกสาวที่รักของเขาเสียชีวิตก่อนวัยอันควร ดาร์วิน

จึงปฏิเสธและต่อต้านพระเจ้าพร้อมกับบริเริ่มทฤษฎีการวิวัฒนาการ คนเหล่านี้ทำบาปด้วยการตรึงพระเยซูคริสต์พระผู้ไถ่ของเราอีกครั้งหนึ่ง (ฮีบรู 6:6)

กรณีที่สี่ ถ้าเขาขัดขวาง ต่อต้าน และหมิ่นประมาทพระวิญญาณบริสุทธิ์ แม้คนเหล่านี้เชื่อในพระเจ้าและรู้จักความจริง (มัทธิว 12:31-32; ลูกา 12:10)

ปัจจุบัน ผู้คนจำนวนมากที่อ้างถึงความเชื่อของตนในพระเจ้าขัดขวาง ต่อต้าน และหมิ่นประมาทพระวิญญาณบริสุทธิ์ แม้คนเหล่านี้เห็นการทำงานของพระเจ้าหลายต่อหลายครั้ง แต่เขาก็ยังพิพากษาและกล่าวประณามคนอื่น ต่อต้านการทำงานของพระวิญญาณบริสุทธิ์ และพยายามทำลายคริสตจักรที่สำแดงถึงทำงานของพระองค์ นอกจากนั้น ถ้าคนเหล่านี้กระทำการดังกล่าวในฐานะผู้นำ ความบาปของเขาจะรุนแรงมากยิ่งขึ้น

เมื่อคนบาปเหล่านี้เสียชีวิต เขาจะถูกโยนลงไปในอุโมงค์ชั้นล่างและรับโทษขั้นที่สามหรือขั้นที่สี่ ข้อเท็จก็คือดวงวิญญาณของคนเหล่านี้บางคนกลายเป็นผีหรือปีศาจและถูกปล่อยไปในโลก ท่านสามารถศึกษาข้อมูลเรื่องผีหรือปีศาจเพิ่มเติมจากคำเทศนาชุด ***“โลกของวิญญาณชั่ว”***

ผีหรือปีศาจถูกควบคุมโดยมารซาตาน

ลูซีเฟอร์มีสิทธิอำนาจควบคุมเหนือโลกแห่งความมืดและอุโมงค์ชั้นล่างไปจนกระทั่งการพิพากษา ดังนั้น ลูซีเฟอร์จึงมีอำนาจที่จะเลือกดวงวิญญาณที่เหมาะสมสำหรับกิจการของมันจากอุโมงค์ชั้นล่างและใช้ดวงวิญญาณเหล่านี้ในโลกในฐานะผีหรือปีศาจ

หลังจากดวงวิญญาณเหล่านี้ถูกเลือกสรรและถูกปล่อยไปในโลก คนเหล่านี้จะไม่มีการตัดสินใจหรือความรู้สึกเป็นของตนเองอีกต่อไป (ซึ่งแตกต่างจากสิ่งที่เขาเคยทำในช่วงชีวิตของตน) ดวงวิญญาณเหล่านี้ถูกควบคุมโดยผีมารซาตานและทำหน้าที่เป็นเพียงเครื่องมือเพื่อทำให้เป้าหมายของโลกแห่งวิญญาณชั่วสำเร็จตามเจตนารมณ์ของลูซีเฟอร์

นรก

ผีหรือปีศาจจะทดลองผู้คนบนแผ่นดินโลกให้หลงรักโลก ความบาปและอาชญากรรมที่เลวร้ายที่สุดของโลกปัจจุบันไม่ใช่เหตุบังเอิญ แต่สิ่งเหล่านี้เกิดขึ้นโดยการทำงานของผีหรือปีศาจตามเจตนารมณ์ของลูซิเฟอร์ ผีหรือปีศาจจะเข้าสิงสู่ผู้คนตามกฎของโลกฝ่ายวิญญาณและนำคนเหล่านั้นไปสู่นรก บางครั้ง ผีหรือปีศาจจะทำให้ผู้คนพิการและทำให้เกิดโรคภัยไข้เจ็บขึ้น แต่ไม่ได้หมายความว่าความพิการหรือโรคภัยไข้เจ็บทุกชนิดหรือทุกกรณีเกิดจากผีหรือปีศาจ แต่ในบางกรณีผีหรือปีศาจเป็นผู้ทำให้เกิดขึ้น เราพบในพระคัมภีร์ว่ามีเด็กชายคนหนึ่งที่ถูกผีเข้าสิงตั้งแต่วัยเด็ก (มาระโก 9:17-24) และมีหญิงคนหนึ่งที่หลังโกงเพราะถูกผีเข้าสิงมาเป็นเวลา 18 ปี และยืดตัวไม่ได้ (ลูกา 13:10-13)

ผีหรือปีศาจได้รับมอบหมายภารกิจที่เบาที่สุดในโลกของความมืดตามเจตนารมณ์ของ ลูซิเฟอร์ แต่ผีจะไม่ถูกจองจำไว้ในบาดาลหลังการพิพากษา เนื่องจากครั้งหนึ่งผีหรือปีศาจเคยเป็นมนุษย์และเคยถูกฝัดร่อนพร้อมกับผู้คนที่ได้รับโทษขั้นที่สามหรือขั้นที่สี่ในอุโมงค์ชั้นล่าง ผีหรือปีศาจจะถูกโยนลงไปในบึงไฟหรือบึงไฟที่ไหม้ด้วยกำมะถันหลังจากการพิพากษาแห่งพระที่นั่งใหญ่สีขาว

วิญญาณชั่วหวาดกลัวบาดาล (นรกขุมลึก)

คนที่จดจำถ้อยคำต่าง ๆ ในพระคัมภีร์ได้อาจพบว่ามีบางสิ่งบางอย่างผิดปกติกับถ้อยคำเหล่านั้น ยกตัวอย่าง ในลูกา 8 มีภาพเหตุการณ์ที่พระเยซูทรงพบกับชายที่ถูกผีสิง เมื่อพระองค์ทรงสั่งให้ผีออกมาจากผู้ชายคนนั้น ผีจึงร้องเสียงดังว่า *"ข้าแต่พระเยซูบุตรของพระเจ้าสูงสุด พระองค์มายุ่งกับข้าพระองค์ทำไม ขอพระองค์อย่าทรมานข้าพระองค์"* (ลูกา 8:28) และวิงวอนกับพระเยซูเพื่อไม่ให้ส่งมันลงไปในบาดาล

ผีหรือปีศาจถูกกำหนดไว้สำหรับบึงไฟที่ไหม้ด้วยกำมะถัน ไม่ใช่สำหรับบาดาล ถ้าเช่นนั้น ทำไมผีตนนั้นจึงขอไม่ให้พระเยซูส่งมันลงไป

ยังบาดาล เหมือนที่กล่าวไว้ในข้างต้นว่าครั้งหนึ่งผีเคยเป็นมนุษย์ ดังนั้นผี
จึงเป็นเพียงเครื่องมือที่ถูกใช้เพื่อการฝัดร่อนมนุษย์ตามเจตนารมณ์ของลู
ซีเฟอร์ เพราะฉะนั้นเมื่อผีพูดกับพระเยซูผ่านริมฝีปากของชายคนนั้น ผีจึง
กำลังแสดงออกถึงจิตใจของวิญญาณชั่วที่ควบคุมตนอยู่   ไม่ใช่พูดจากใจ
ของมันเอง   วิญญาณชั่วซึ่งมีลูซีเฟอร์เป็นหัวหน้ารู้ว่าเมื่อการจัดเตรียมของ
พระเจ้าในเรื่องการฝัดร่อนมนุษย์เสร็จสิ้นลง   พวกมันจะสูญเสียสิทธิและ
อำนาจของตนพร้อมทั้งถูกจองจำไว้ในบาดาลชั่วนิรันดร์ ความกลัวสำหรับ
อนาคตของเหล่าวิญญาณชั่วปรากฏให้เห็นอย่างชัดเจนผ่านทางคำวิงวอน
ของผีตนนั้น

ยิ่งกว่านั้น ผีถูกใช้เป็นเครื่องมือเพื่อว่าความกลัว   จุดจบของวิญญาณ
เหล่านี้จะถูกบันทึกไว้ในพระคัมภีร์

ทำไมผีจึงรังเกียจ น้ำ และไฟ

ในช่วงแรกแห่งการทำพันธกิจของข้าพเจ้า   พระวิญญาณบริสุทธิ์ทรง
กระทำการอย่างยิ่งใหญ่ในคริสตจักรของข้าพเจ้าจนคนตาบอดมองเห็น คน
ใบ้พูดได้ คนป่วยเป็นโรคโปลิโอเดินได้ และวิญญาณชั่วถูกขับไล่ออกไป
ข่าวนี้แพร่สะพัดไปทั่วประเทศและมีผู้ป่วยมากมายเดินทางมาที่คริสตจักร
ในเวลานั้น ข้าพเจ้าอธิษฐานเผื่อคนที่ถูกผีเข้าสิงด้วยตนเองและผีรู้ล่วงหน้า
ว่าตนจะถูกขับไล่ออกไป บางครั้ง ผีบางตนอ้อนวอนข้าพเจ้าว่า "ขอโปรด
อย่าขับไล่ข้าลงไปในน้ำ ในไฟ"

ถ้าเช่นนั้น ทำไมผีจึงกลัวน้ำและไฟ พระคัมภีร์บันทึกถึงความขุ่นเคือง
ใจของผีที่มีต่อน้ำและไฟด้วยเช่นกัน   เมื่อข้าพเจ้าอธิษฐานอีกครั้งหนึ่ง
เผื่อการเปิดเผยในเรื่องนี้   พระเจ้าตรัสกับข้าพเจ้าว่าในฝ่ายวิญญาณน้ำเป็น
สัญลักษณ์ของชีวิตซึ่งได้แก่พระคำของพระเจ้าที่เป็นความสว่าง ยิ่งกว่านั้น
ไฟเป็นสัญลักษณ์ของไฟแห่งพระวิญญาณบริสุทธิ์   ผีซึ่งเป็นเครื่องหมาย
ของความมืดจะสูญเสียสิทธิและอำนาจของตนไปเมื่อพวกมันถูกขับไล่เข้า

ลงไปอยู่ในไฟหรือในน้ำ

ในมาระโก 5 เป็นภาพเหตุการณ์ที่พระเยซูทรงสั่งผีที่ชื่อ "กอง" ให้ออกมาจากชายคนหนึ่งและผีเหล่านั้นอ้อนวอนขอให้พระองค์ส่งพวกมันเข้าไปในสุกร (มาระโก 5:12) พระเยซูทรงอนุญาต แล้วผีโสโครกจึงออกมาจากชายคนนั้นและเข้าไปสิงอยู่ในสุกร สุกรทั้งฝูงประมาณสองพันตัวก็วิ่งกระโดดจากหน้าผาชันลงไปในทะเลสำลักน้ำตาย พระเยซูทรงกระทำเช่นนี้เพื่อกันไม่ให้ผีเหล่านั้นทำงานให้กับลูซีเฟอร์อีกต่อไปด้วยการทำให้เหล่าผีโสโครกจมน้ำทะเล แต่ไม่ได้หมายความว่าผีโสโครกจมน้ำตาย แต่หมายความว่าผีเหล่านั้นสูญเสียพลังอำนาจของมันไป นั่นคือสาเหตุที่พระเยซูตรัสกับเราว่า *"เมื่อผีโสโครกออกมาจากผู้ใดแล้ว มันก็ท่องเที่ยวไปในที่กันดารน้ำเพื่อแสวงหาที่หยุดพัก แต่เมื่อไม่พบ"* (มัทธิว 12:43)

บุตรของพระเจ้าควรรู้จักโลกฝ่ายวิญญาณอย่างชัดเจนเพื่อจะสำแดงถึงฤทธิ์อำนาจของพระเจ้า ผีจะกลัวจนตัวสั่นถ้าท่านขับมันออกไปด้วยความรู้อย่างครบถ้วนเกี่ยวกับโลกฝ่ายวิญญาณ แต่ถ้าท่านพูดเพียงว่า "เจ้าผีร้ายจงออกไปและจงลงไปในน้ำ จงเข้าไปในไฟ" โดยไม่มีความเข้าใจฝ่ายวิญญาณ ผีจะไม่กลัวและจะไม่ออกไป

ลูซีเฟอร์พยายามดิ้นรนเพื่อก่อตั้งอาณาจักรของตน

พระเจ้าทรงเป็นพระเจ้าแห่งความรักอย่างบริบูรณ์ แต่พระองค์ทรงเป็นพระเจ้าแห่งความยุติธรรมด้วยเช่นกัน ไม่ว่ากษัตริย์ทั้งหลายของโลกนี้จะมีเมตตาและยกโทษมากสักเพียงใดก็ตาม แต่คนเหล่านี้ก็ไม่อาจมีเมตตาและยกโทษให้โดยปราศจากเงื่อนไขตลอดเวลาได้ เมื่อมีโจรและฆาตรกรมากมายอยู่ในประเทศ กษัตริย์ควรจับและลงโทษโจรและฆาตรกรเหล่านั้นตามกฎหมายของบ้านเมืองเพื่อรักษาความสงบสุขและความมั่นคงปลอดภัยให้กับประชาชนของตน แม้ในยามที่ลูกหรือผู้คนที่ตนรักทำความผิดอย่างร้ายแรง เช่น การทรยศขายชาติ กษัตริย์ก็ไม่มีทางเลือกอื่นนอกจาก

ลงโทษคนเหล่านั้นตามกฎหมาย

ในทำนองเดียวกัน ความรักของพระเจ้าเป็นความรักที่สอดคล้องกับกฎเกณฑ์ของโลกฝ่ายวิญญาณ พระเจ้าทรงมีความรักอย่างมากต่อลูซีเฟอร์ก่อนการกบฏของเขา หลังจากการกบฏพระองค์ยังทรงมอบสิทธิอำนาจเหนือความมืดให้แก่เขาอย่างสมบูรณ์ แต่สิ่งตอบแทนเดียวที่ลูซีเฟอร์จะได้รับคือการถูกจองจำในบาดาล เนื่องจากลูซีเฟอร์รู้ความจริงข้อนี้ เขาจึงพยายามดิ้นรนเพื่อก่อตั้งอาณาจักรของตนและรักษาอาณาจักรเอาไว้อย่างมั่นคง ด้วยเหตุผลข้อนี้ ลูซีเฟอร์จึงสังหารผู้เผยพระวจนะของพระเจ้าจำนวนมากเมื่อสองพันปีที่แล้วและก่อนหน้านั้น สองพันปีที่แล้วเมื่อลูซีเฟอร์ทราบถึงการบังเกิดของพระเยซู (เพื่อป้องกันไม่ให้มีการก่อตั้งอาณาจักรของพระเจ้าขึ้นและเพื่อรักษาอาณาจักรแห่งความมืดของตนให้ดำเนินไปอย่างต่อเนื่อง) เขาจึงพยายามฆ่า พระเยซูโดยผ่านกษัตริย์เฮโรดหลังจากถูกยุยงโดยซาตาน เฮโรดจึงมีบัญชาให้สังหารเด็กชาย ทุกคนในแผ่นดินที่มีอายุตั้งแต่สองขวบลงมา (มัทธิว 2:13-18)

นอกจากนี้ ในช่วงสองพันปีที่ผ่านมา ลูซีเฟอร์พยายามทำลายและฆ่าทุกคนที่สำแดงฤทธิ์อำนาจอันอัศจรรย์ของพระเจ้าอยู่เสมอ แต่ลูซีเฟอร์ไม่มีวันเอาชนะพระเจ้าหรือก้าวล้ำพระปัญญาของพระองค์ได้ จุดจบของลูซีเฟอร์อยู่ในบาดาลเท่านั้น

พระเจ้าแห่งความรักทรงรอคอยและเปิดโอกาสให้กลับใจ

มนุษย์ทุกคนบนโลกนี้ต้องถูกพิพากษาตามการกระทำของตน การแช่งสาปและการลงโทษรอคอยคนอธรรม ส่วนพระพรและสง่าราศีรอคอยคนชอบธรรม แต่พระเจ้าผู้ทรงเป็นความรักไม่ได้โยนผู้คนที่เพิ่งทำบาปลงไปในนรกทันที พระองค์ทรงรอคอยอย่างอดกลั้นเพื่อให้คนเหล่านั้นกลับใจเหมือนที่บันทึกไว้ใน 2 เปโตร 3:8-9 ว่า *"แต่ดูก่อนพวกที่รัก อย่าลืมความจริงข้อนี้เสีย คือวันเดียวของพระเจ้าเป็นเหมือนกับ*

พันปีและพันปีก็เป็นเหมือนกับวันเดียว องค์พระผู้เป็นเจ้าไม่ได้ทรงเฉื่อยช้าในเรื่องพระสัญญาของพระองค์ ตามที่บางคนคิดนั้น แต่พระองค์ได้ทรงอดกลั้นพระทัยไว้เพราะเห็นแก่ท่านทั้งหลายมาช้านาน พระองค์ไม่ทรงประสงค์ที่จะให้ผู้หนึ่งผู้ใดพินาศเลย แต่ทรงปรารถนาที่จะให้คนทั้งปวงกลับใจเสียใหม่" นี่คือความรักของพระเจ้าผู้ทรงปรารถนาให้ทุกคนได้รับความรอด

จากคำสอนเรื่องนรกเล่มนี้ท่านควรจดจำไว้ว่าพระเจ้าทรงอดกลั้นพระทัยและทรงรอคอยผู้คนที่กำลังถูกลงโทษในอุโมงค์ชั้นล่างด้วยเช่นกัน พระเจ้าแห่งความรักองค์นี้ทรงคร่ำครวญเพื่อดวงวิญญาณ (ซึ่งถูกสร้างขึ้นตามพระฉายาของพระองค์) ที่กำลังทนทุกข์และจะทนทุกข์ต่อไปอีกหลายยุคหลายสมัย

แม้ในความรักและความอดทนของพระเจ้า ถ้าท้ายที่สุดผู้คนไม่ยอมรับเอาพระกิตติคุณหรือผู้คนอ้างว่ามีความเชื่อแต่ยังทำบาปอย่างต่อเนื่อง คนเหล่านี้จะสูญเสียโอกาสสำหรับความรอดของตนไปและจะตกนรก

นี่คือสาเหตุที่เราซึ่งเป็นผู้เชื่อต้องเผยแพร่พระกิตติคุณอยู่เสมอไม่ว่าเราจะมีโอกาสหรือไม่ก็ตาม สมมุติว่าบ้านของท่านถูกไฟไหม้ในขณะที่ท่านไม่อยู่บ้าน เมื่อท่านกลับมา บ้านของท่านจมอยู่ในเปลวเพลิงและลูกของท่านกำลังนอนหลับอยู่ภายในบ้าน ท่านจะไม่ทำทุกสิ่งที่ท่านทำได้เพื่อช่วยลูกของท่านออกมาหรือ พระทัยของพระเจ้าแตกสลายอย่างมากเมื่อพระองค์ทรงเห็นผู้คนซึ่งถูกสร้างขึ้นตามพระฉายาของพระองค์ทำบาปและลงไปสู่เปลวเพลิงนิรันดร์ของนรก เช่นเดียวกัน ท่านลองคิดดูซิว่าพระเจ้าจะทรงชื่นชมยินดีมากสักเพียงใดที่เห็นผู้คนนำคนอื่น ๆ มาถึงความรอด

ท่านควรเข้าใจพระทัยของพระเจ้าที่ทรงรักมนุษย์ทุกคนและทรงร้องไห้คร่ำครวญเพื่อคนเหล่านั้นซึ่งกำลังอยู่บนเส้นทางไปสู่นรก ท่านควรเข้าใจพระทัยของพระเยซูคริสต์ผู้ไม่ทรงต้องการจะสูญเสียแม้แต่บุคคลคนเดียวไป ตอนนี้ท่านได้อ่านเกี่ยวกับความโหดเหี้ยมทารุณและ

ความทุกข์เวทนาของนรกไปแล้ว ท่านคงเข้าใจว่าทำไมพระเจ้าจึงทรงพอ
พระทัยกับความรอดของผู้คน ข้าพเจ้าหวังว่าท่านจะเข้าใจและสัมผัสถึง
พระทัยของพระเจ้าเพื่อท่านจะเผยแพร่ข่าวประเสริฐออกไปและนำผู้คน
ไปสู่สวรรค์

บทที่ 9

เพราะเหตุใดพระเจ้าแห่งความรักจึงต้องจัดเตรียมนรกเอาไว้

ความอดกลั้นและความรักของพระเจ้า

เพราะเหตุใดพระเจ้าแห่งความรักจึงต้องจัดเตรียมนรกเอาไว้

พระเจ้าทรงต้องการให้มนุษย์ทุกคนได้รับความรอด

จงเผยแพร่พระกิตติคุณอย่างกล้าหาญ

"[พระเจ้า] ผู้ทรงมีพระประสงค์ให้คนทั้งปวงรอด และ
ให้มาถึงความรู้ในความจริงนั้น"
(1 ทิโมธี 2:4)

"พระหัตถ์ของพระองค์ถือพลั่วพร้อมแล้วและจะทรง
ชำระลานข้าวของพระองค์ให้ทั่ว พระองค์จะทรงเก็บ
ข้าว ของพระองค์ไว้ในยุ้งฉาง แต่พระองค์จะทรงเผา
แกลบด้วยไฟที่ไม่รู้ดับ"
(มัทธิว 3:12)

เมื่อประมาณสองพันปีที่แล้ว พระเยซูทรงเสด็จไปตามเมืองและหมู่บ้านโดยรอบในอิสราเอล ทรงประกาศข่าวประเสริฐ ทรงรักษาโรคและความป่วยไข้ทุกอย่างของประชาชนให้หาย เมื่อพระองค์ทอดพระเนตรเห็นประชาชนพระองค์ก็ทรงมีเมตตาต่อคนเหล่านั้นเพราะเขาถูก รังควานและไร้ที่พึ่งเหมือนแกะที่ไม่มีผู้เลี้ยง (มัทธิว 9:36) มีผู้คนที่จะรอดจำนวนนับไม่ถ้วน แต่ไม่มีผู้ใดดูแลคนเหล่านั้น แม้พระเยซูเสด็จไปโดยตามหมู่บ้านต่าง ๆ และทรงเยี่ยมเยียนประชาชนอย่างขยันหมั่นเพียร แต่พระองค์ไม่สามารถดูแลประชาชนแต่ละคนได้

ในมัทธิว 9:37-38 พระเยซูตรัสกับเหล่าสาวกว่า *"ข้าวที่ต้องเกี่ยวนั้นมีมากนักหนา แต่คนงงานยังน้อย เหตุนั้นพวกท่านจงอ้อนวอนพระองค์ผู้ทรงเป็นเจ้าของนาให้ส่งคนงานมาเก็บเกี่ยวพืชผลของพระองค์"* คนงานที่จะสั่งสอนความจริงเรื่องความรักกับผู้คนจำนวนมากและขับไล่ความมืดออกจากคนเหล่านั้นแทนพระเยซูยังมีน้อยอยู่

ในปัจจุบัน มีผู้คนจำนวนมากตกเป็นทาสของความบาป ทนทุกข์กับโรคภัยไข้เจ็บ ความยากจน ความโศกเศร้า และกำลังมุ่งหน้าไปสู่นรก—เนื่องจากคนเหล่านี้ไม่รู้จักความจริง เราต้องเข้าใจพระทัยของพระเยซูผู้ทรงแสวงหาคนงานเพื่อส่งคนเหล่านี้เข้าสู่การเก็บเกี่ยว เพื่อท่านจะไม่ได้รับความรอดเพียงอย่างเดียวแต่เพื่อท่านจะทูลกับพระองค์เช่นกันว่า "พระองค์เจ้าข้า ข้าพระองค์อยู่ที่นี่ โปรดส่งข้าพระองค์ไปเถิด"

1. ความอดกลั้นและความรักของพระเจ้า

มีลูกชายคนหนึ่งซึ่งเป็นที่รักอย่างมากของพ่อแม่ วันหนึ่ง ลูกชายคนนี้เรียกร้องให้พ่อแม่มอบส่วนแบ่งของทรัพย์สินที่เป็นของตน พ่อแม่ยอมทำตามคำเรียกร้องของลูก ถึงแม้เขาไม่เข้าใจลูกชายของตนซึ่งเป็นคนที่พ่อแม่จะยกมรดกทุกอย่างให้อยู่แล้ว จากนั้นลูกชายคนนั้นจึงเดินทางไปยัง

ต่างประเทศพร้อมกับส่วนแบ่งแห่งทรัพย์สินของตน แม้เขาจะมีความมุ่งหวังและความทะเยอทะยานในช่วงแรก แต่เขากลับปล่อยตัวไปกับความสนุกสนานและความใคร่ของโลกมากขึ้นพร้อมกับผลาญทรัพย์สมบัติที่ตนมีอยู่จนหมดสิ้นในที่สุด ต่อมาประเทศนั้นเกิดภาวะเศรษฐกิจตกต่ำอย่างรุนแรงจนทำให้เขายากจนลงกว่าเดิม วันหนึ่ง มีคนมาส่งข่าวเรื่องลูกชายคนนี้ให้กับพ่อแม่ของเขาทราบโดยบอกว่าลูกชายของเขากลายเป็นคนขอทานเนื่องจากการใช้จ่ายอย่างฟุ่มเฟือยและเป็นที่รังเกียจของผู้คน

พ่อแม่ของเขาจะรู้สึกอย่างไร ตอนแรกพ่อแม่อาจรู้สึกโกรธ แต่ไม่นานเขาคงเริ่มเป็นกังวลเกี่ยวกับลูกของตนพร้อมกับคิดว่า "ลูกเอ๋ย พ่อแม่ยกโทษให้กับเจ้า ขอให้ลูกกลับบ้านเถิด"

พระเจ้าทรงยอมรับบุตรที่กลับใจมาหาพระองค์

สภาพจิตใจของพ่อแม่ถูกบันทึกไว้ในลูกา 15 บิดา (ซึ่งลูกชายของเขาเดินทางไปยังเมืองไกล) รอคอยลูกชายของตนที่หน้าประตูบ้านทุกวัน บิดากำลังรอคอยการกลับมาของลูกชายด้วยใจจดจ่อจนเมื่อลูกชายของตนกลับมา เขาสามารถจดจำลูกชายของตนได้ทันทีแม้จะมองจากที่ไกลพร้อมกับวิ่งไปหาลูกชายของและสวมกอดเขาเอาไว้ด้วยความชื่นชมยินดี บิดานำเสื้อผ้าและรองเท้าที่ดีที่สุดมาสวมใส่ให้กับลูกชายที่กลับใจคนนี้พร้อมทั้งสั่งให้ฆ่าลูกวัวอ้วนพีเพื่อจัดงานเลี้ยงให้เกียรติกับลูกชายของตน

นี่คือพระทัยของพระเจ้า พระองค์ไม่เพียงแต่ยกโทษให้กับผู้คนที่กลับใจอย่างแท้จริงเท่านั้น แต่พระองค์ยังทรงเล้าโลมและทรงเสริมพลังเขาเพื่อให้เขาทำสิ่งที่ดีมากยิ่งขึ้นอีกด้วยโดยไม่คำนึงถึงขนาดหรือความรุนแรงแห่งความบาปของเขา เมื่อคนหนึ่งรอดโดยความเชื่อ พระเจ้าทรงชื่นชมยินดีและทรงเฉลิมฉลองพร้อมกับเหล่าบริวารแห่งสวรรค์และทูตสวรรค์ของพระองค์ พระเจ้าผู้ทรงพระเมตตาองค์นี้ทรงเป็นความรัก พระเจ้าทรงปรารถนาให้มนุษย์ทุกคนหันกลับจากบาปของตนและได้รับความรอดด้วย

พระทัยของบิดาที่รอคอยลูกชายของตน

พระเจ้าแห่งความรักและการยกโทษ

ท่านสามารถมองเห็นภาพเงาของความรักและความเมตตาอย่างบริบูรณ์ของพระเจ้า (ผู้ทรงพร้อมที่จะยกโทษและรักแม้กระทั่งคนบาปเสมอ) ผ่านทางพระธรรมโฮเชยา บทที่ 3

วันหนึ่ง พระเจ้าทรงสั่งให้โฮเชยาไปรับเอาหญิงล่วงประเวณีคนหนึ่งมาเป็นภรรยาของตน โฮเชยาเชื่อฟังและแต่งงานกับนางโกเมอร์ แต่สองสามปีต่อมา นางโกเมอร์ไม่สามารถรักษาจิตใจของตนเอาไว้ได้และเธอปันใจไปรักชายอีกคนหนึ่ง ยิ่งกว่านั้น เธอยังถูกซื้อตัวเหมือนหญิงโสเภณีและเป็นชู้กับชายอีกคนหนึ่ง พระเจ้าจึงตรัสกับโฮเชยาว่า *"จงไปอีกครั้งหนึ่ง ไปสมานรักกับหญิงคนหนึ่งซึ่งเป็นคนรักของชู้และเป็นหญิงล่วงประเวณีเหมือนพระเจ้าทรงรักพงศ์พันธุ์อิสราเอลอย่างนั้นแหละ แม้ว่าเขาจะหลงใหลไปตามพระอื่นและนิยมชมชอบกับขนมลูกองุ่นแห้ง"* (โฮเชยา 3:1) พระเจ้าทรงสั่งโฮเชยาให้รักภรรยาของท่านซึ่งทรยศท่านและหนีออกจากบ้านเพื่อไปรักชายอีกคนหนึ่ง โฮเชยารับตัวนางโกเมอร์กลับมาหลังจากท่านจ่ายเงินสิบห้าเชเขลกับข้าวบารลีหนึ่งโฮเมอร์ครึ่ง (โฮเชยา 3:2) มีคนกี่คนที่สามารถทำเช่นนี้ได้ หลังจากนางโกเมอร์กลับมา ท่านบอกกับเธอว่า *"เธอต้องรอฉันให้หลายวันหน่อย อย่าเล่นชู้อีก อย่าไปเป็นของชายอื่นอีก ส่วนฉันก็จะไม่เข้าหาเธอด้วย"* (โฮเชยา 3:3) โฮเชยาไม่ได้กล่าวประณามหรือเกลียดชังเธอ แต่ยกโทษให้กับเธอด้วยความรักพร้อมกับขอร้องเธอไม่ให้หนีไปจากท่านอีก

สิ่งที่โฮเชยาทำดูเป็นสิ่งที่โง่เขลาในสายตาของผู้คนในโลกนี้ แต่จิตใจของท่านแสดงถึงพระทัยของพระเจ้า พระเจ้าทรงรักเราก่อนและทรงช่วยกู้เราแม้เราละทิ้งพระองค์เหมือนที่โฮเชยารักและแต่งงานกับหญิงล่วงประเวณี

หลังจากการไม่เชื่อฟังของอาดัม มนุษย์ทุกคนจึงเปรอะเปื้อนไปด้วยความบาป มนุษย์ไม่คู่ควรกับความรักของพระเจ้าเหมือนที่นางโกเมอร์ไม่คู่ควรกับ

ความรักของโฮเชยา แต่ถึงกระนั้น พระเจ้ายังทรงรักมนุษย์และประทานพระ
เยซูคริสต์พระบุตรองค์เดียวของพระองค์เพื่อถูกตรึงบนกางเขน พระเยซูองค์
นี้ทรงถูกเฆี่ยนตี สวมมงกุฎหนาม และถูกตอกตะปูที่พระหัตถ์และพระบาท
เพื่อพระองค์จะสามารถช่วยเราให้รอด แม้ในยามที่พระเยซูทรงถูกตรึงบน
กางเขน พระองค์ก็ยังทรงอธิษฐานว่า "โอ พระบิดาเจ้าข้า ขอโปรดอภัยโทษ
เขา" แม้ในขณะที่เรากำลังพูดนี้พระเยซูทรงกำลังทูลวิงวอนเพื่อคนบาปทุกคน
ต่อหน้าพระที่นั่งของพระเจ้าพระบิดาในสวรรค์

แต่กระนั้นผู้คนจำนวนมากก็ยังไม่รู้จักความรักและพระคุณของพระเจ้า
ตรงกันข้าม คนเหล่านี้กลับหลงรักโลกและทำบาปอย่างต่อเนื่องในการ
ปล่อยตัวตามความต้องการของเนื้อหนัง บางคนอยู่ในความมืดเพราะเขา
ไม่รู้จักความจริง หลายคนรู้จักความจริงแต่เมื่อเวลาผ่านไปจิตใจของเขา
แปรเปลี่ยนและเขาหันกลับไปทำบาปอีก หลังจากผู้คนได้รับความรอด เขา
ต้องชำระจิตใจของตนให้บริสุทธิ์เป็นประจำทุกวัน แต่จิตใจของคนเหล่า
นั้นเสื่อมลงและเปรอะเปื้อนด้วยความบาปซึ่งไม่เหมือนกับช่วงเวลาที่เขา
ได้รับพระวิญญาณบริสุทธิ์เป็นครั้งแรก นั่นคือสาเหตุที่คนเหล่านี้กลับไป
ทำความชั่วร้ายที่ครั้งหนึ่งเขาเคยละทิ้ง

พระเจ้ายังทรงต้องการที่จะยกโทษและรักแม้กระทั่งผู้คนที่ทำบาปและ
หลงรักโลก พระเจ้ากำลังรอคอยให้บุตรของพระองค์ที่ทำบาปกลับใจและ
หันกลับมาหาพระองค์ เหมือนโฮเชยาไปรับเอาภรรยาที่ล่วงประเวณีกับ
ชายอีกคนหนึ่งของท่านกลับมา

ด้วยเหตุนี้ เราต้องเข้าใจพระทัยของพระเจ้าผู้ทรงเปิดเผยข่าวสารเรื่องนรกแก่
เรา พระเจ้าไม่ทรงต้องการทำให้เรากลัว พระองค์เพียงต้องการให้เราเรียนรู้เกี่ยว
กับความทุกข์เวทนาของนรก กลับใจอย่างแท้จริง และรับความรอด ข่าวสารเรื่อง
นรกเป็นหนทางหนึ่งของการแสดงออกถึงความรักอันยิ่งใหญ่ของพระองค์ที่มี
ต่อเรา เราต้องเข้าใจเช่นกันว่าทำไมพระเจ้าจึงทรงจัดเตรียมนรกเอาไว้เพื่อเราจะ
สามารถเข้าใจพระทัยของพระองค์ลึกซึ้งยิ่งขึ้นและเผยแพร่ข่าวประเสริฐกับคน
จำนวนมากยิ่งขึ้นเพื่อช่วยเขาให้รอดจากการลงโทษนิรันดร์

2. เพราะเหตุใดพระเจ้าแห่งความรักจึงต้องจัดเตรียมนรกเอาไว้

ปฐมกาล 2:7 กล่าวว่า *"พระเจ้าทรงปั้นมนุษย์ด้วยผงคลีดิน ระบาย ลมปราณเข้าทางจมูก มนุษย์จึงเป็นผู้มีชีวิต"*

ในปี 1983 หนึ่งปีหลังจากประตูคริสตจักรของข้าพเจ้าถูกเปิดออก พระเจ้าทรงสำแดงให้ข้าพเจ้าเห็นนิมิตที่บรรยายถึงการทรงสร้างอาดั ม พระเจ้าทรงปั้นอาดัมขึ้นจากดินด้วยความสุขและความยินดีอย่าง ทะนุถนอมและด้วยความรัก เสมือนเด็กที่กำลังเล่นกับตุ๊กตาหรือของเล่นที่ ตนโปรดปรานที่สุด หลังจากปั้นอาดัมขึ้นอย่างประณีต พระเจ้าทรงระบาย ลมหายใจแห่งชีวิตเข้าไปทางจมูกของอาดัม เนื่องจากเราได้รับลมหายใจ แห่งชีวิตจากพระเจ้า (ซึ่งได้แก่พระวิญญาณ) จิตใจและวิญญาณของเราจึง เป็นอมตะ เนื้อหนังที่สร้างขึ้นจากผงคลีดินจะเสื่อมสูญและกลับไปเป็นดิน อีก แต่จิตใจและวิญญาณของเราจะคงอยู่ตลอดไป

ด้วยเหตุผลข้อนี้ พระเจ้าจึงทรงจัดเตรียมสถานที่อยู่ให้กับวิญญาณที่ เป็นอมตะเหล่านี้และสถานที่เหล่านี้ได้แก่สวรรค์และนรก เหมือนที่บันทึก ไว้ใน 2 เปโตร 2:9-10 ว่าผู้คนที่ดำเนินชีวิตด้วยความยำเกรงพระเจ้าจะรอด และเข้าสู่สวรรค์ แต่คนอธรรมจะถูกลงโทษในนรก

ดังนั้นองค์พระผู้เป็นเจ้าจึงทรงทราบว่าจะช่วยคนชอบธรรมให้ รอดพ้นจากการทดลองได้อย่างไรและทรงทราบวิธีกักขังคนชั่วไว้ ให้รับโทษเมื่อถึงวันพิพากษา โดยเฉพาะคนเหล่านั้นที่ปล่อยตัว หลงระเริงไปตามกิเลสตัณหาและหมิ่นประมาทอำนาจของผู้ใหญ่ คนเหล่านี้กล้าและประพฤติตามอำเภอใจ เขาไม่สะทกสะท้านที่จะ กล่าวประณามศักดิ์สิริเทพ

ในด้านหนึ่ง บุตรของพระเจ้าจะมีชีวิตอยู่ภายใต้การครอบครองชั่วนิรัน

215

ดร์ของพระองค์ในสวรรค์ ดังนั้น สวรรค์จึงเต็มไปด้วยความสุขและความชื่นชมยินดีอยู่เสมอ แต่ในอีกด้านหนึ่ง นรกเป็นสถานที่อยู่สำหรับผู้คนที่ไม่ยอมรับเอาความรักของพระเจ้า แต่กลับทรยศพระองค์และตกเป็นทาสของความบาป ในนรก คนเหล่านี้จะรับโทษอย่างโหดเหี้ยมทารุณ ถ้าเช่นนั้นทำไมพระเจ้าแห่งความรักจึงต้องจัดเตรียมนรกเอาไว้

พระเจ้าทรงแยกข้าวออกจากแกลบ

ชาวนาหว่านเมล็ดพืชและฝัดร่อนพืชผลของตนฉันใด พระเจ้าก็ทรงปลูกและฝัดร่อนมนุษย์ในโลกนี้เพื่อพระองค์จะมีบุตรที่แท้จริงด้วยฉันนั้น เมื่อเวลาแห่งการเก็บเกี่ยวมาถึง พระเจ้าจะทรงแยกข้าวออกจากแกลบโดยส่งข้าวไปเก็บไว้ในสวรรค์และแกลบไปเก็บไว้ในนรก

พระหัตถ์ของพระองค์ถือพลั่วพร้อมแล้วและจะทรงชำระลานข้าวของพระองค์ให้ทั่ว พระองค์จะทรงเก็บข้าวของพระองค์ไว้ในยุ้งฉาง แต่พระองค์จะทรงเผาแกลบด้วยไฟที่ไม่รู้ดับ (มัทธิว 3:12)

คำว่า “ข้าว” ในที่นี้เป็นสัญลักษณ์ของทุกคนที่ต้อนรับเอาพระเยซูคริสต์พยายามรื้อฟื้นพระฉายาของพระเจ้าขึ้นใหม่ และดำเนินชีวิตตามพระคำของพระองค์ คำว่า “แกลบ” หมายถึงผู้คนที่ไม่ได้ต้อนรับเอาพระเยซูคริสต์เป็นพระผู้ช่วยให้รอดของตน แต่กลับหลงรักโลกและประพฤติตามความชั่วร้าย

ในการเก็บเกี่ยวชาวนารวบรวมข้าวของตนไว้ในยุ้งฉางและเผาแกลบหรือนำแกลบไปทำปุ๋ยฉันใด พระเจ้าก็ทรงเก็บรวบรวมข้าวไว้ในสวรรค์และโยนแกลบลงไปในนรกด้วยฉันนั้น

พระเจ้าต้อ งการให้แน่ใจว่าเรารู้ถึงการมีอยู่จริงของอุโมงคชั้นล่างและนรกเปลวลาวาที่ใ ต้พื้นี ผิวโลกและไฟเป็นสิ่งเตือนใจถึงการลงโทษนิรันดร์ในนรกถ้าสมมุติว่าโลกนี้ไม่มีไฟหรือกำมะถัน เราจะวาดภาพอันน่ากลัว

ของอุโมงค์ชั้นล่างและนรกได้อย่างไร พระเจ้าทรงสร้างอุโมงค์ชั้นล่างและนรกไว้ก็เพราะสถานที่เหล่านี้จำเป็นต่อการฝึดร่อนมนุษย์

เหตุผลที่ "แกลบ" ถูกโยนลงไปในบึงไฟนรก

บางคนอาจถามว่า "ทำไมพระเจ้าแห่งความรักจึงจัดเตรียมนรกเอาไว้ ทำไมพระองค์จึงไม่อนุญาตให้แกลบเข้าไปอยู่ในสวรรค์"

ความงดงามของสวรรค์อยู่เหนือจินตนาการหรือคำบรรยาย พระเจ้าผู้ทรงเป็นจอมเจ้านายแห่งสวรรค์ทรงบริสุทธิ์และปราศจากตำหนิ ดังนั้นผู้คนที่ทำตามน้ำพระทัยของพระองค์เท่านั้นจะได้รับอนุญาตให้เข้าสู่สวรรค์ (มัทธิว 7:21) ถ้าสมมุติว่าคนชั่วได้รับอนุญาตให้เข้าสู่สวรรค์พร้อมกับผู้คนที่เต็มด้วยความรักและความดีงาม ชีวิตในสวรรค์คงจะลำบากและน่าอึดอัดใจ และสวรรค์อันงดงามก็คงเปรอะเปื้อนไปด้วยความสกปรก นี่คือเหตุผลที่พระเจ้าทรงเตรียมนรกไว้เพื่อแยกข้าวไว้ในสวรรค์และแกลบไว้ในนรก

ถ้าไม่มีนรก คนชอบธรรมและคนอธรรมจะถูกบังคับให้อาศัยอยู่ร่วมกัน ถ้าหากสวรรค์เป็นเช่นนั้น สวรรค์คงกลายเป็นสวรรค์แห่งความมืดซึ่งเต็มไปด้วยเสียงคร่ำครวญและเสียงกรีดร้องด้วยความทุกข์ทรมาน แต่จุดประสงค์ของพระเจ้าในการฝัดร่อนมนุษย์ไม่ใช่เพื่อสร้างสวรรค์ให้เป็นสถานที่เช่นนั้น สวรรค์เป็นสถานที่ซึ่งปราศจากคราบน้ำตา ความโศกเศร้า การทรมาน และโรคภัยไข้เจ็บ สวรรค์เป็นสถานที่ซึ่งพระเจ้าจะทรงแบ่งปันความรักอันบริบูรณ์ของพระองค์กับบุตรทั้งหลายของพระองค์ชั่วนิรันดร์ ดังนั้น นรกจึงจำเป็นต่อการจองจำคนชั่วและคนไร้ค่า (หรือแกลบ) ไว้ตลอดไป

โรม 6:16 กล่าวว่า *"ท่านทั้งหลายไม่รู้หรือว่าถ้าท่านยอมตัวรับใช้ฟังคำของผู้ใด ท่านก็เป็นทาสของผู้ที่ท่านเชื่อฟังนั้น คือเป็นทาสของบาปซึ่งนำไปสู่ความตายหรือเป็นทาสของการเชื่อฟังซึ่งนำไปสู่ความชอบธรรมก็ตาม"* แม้คนเหล่านั้นอาจไม่รู้ แต่ทุกคนที่ไม่ดำเนินชีวิตตามพระคำของพระเจ้าจะตกเป็นทาสของความบาปและของผีมารซาตาน ในโลกนี้ เขาจะ

ถูกผีมารซาตานควบคุม หลังจากเสียชีวิต คนเหล่านี้จะถูกส่งมอบไว้ในมือของเหล่าวิญญาณชั่วในนรกและรับการลงโทษทุกรูปแบบ

พระเจ้าทรงตอบแทนรางวัลแก่ทุกคนตามสิ่งที่เขาได้กระทำ

พระเจ้าของเราไม่ได้เป็นเพียงพระเจ้าแห่งความรัก ความเมตตา และความกรุณาเท่านั้น แต่พระองค์ทรงเป็นพระเจ้าแห่งความยุติธรรมผู้ทรงตอบแทนเราแต่ละคนตามการกระทำของเราด้วยเช่นกัน กาลาเทีย 6:7-8 กล่าวว่า

อย่าหลงเลย ท่านจะหลอกลวงพระเจ้าไม่ได้ เพราะว่าผู้ใดหว่านอะไรลง ก็จะเก็บเกี่ยวสิ่งนั้น ผู้ที่หว่านในย่านเนื้อหนังของตน ก็จะเกี่ยวเก็บความเปื่อยเน่าจากเนื้อหนังนั้น แต่ผู้ที่หว่านในย่านพระวิญญาณก็จะเกี่ยวเก็บชีวิตนิรันดร์จากพระวิญญาณนั้น

ในด้านหนึ่ง เมื่อท่านหว่านการอธิษฐานและการสรรเสริญ ท่านก็จะได้รับการเสริมกำลังให้ดำเนินชีวิตตามพระคำของพระเจ้าด้วยฤทธิ์อำนาจจากสวรรค์ จิตใจและวิญญาณจิตของท่านจะจำเริญขึ้น เมื่อท่านหว่านด้วยการประนนิบัติอย่างสัตย์ซื่อ ทุกส่วนในชีวิตท่าน (ร่างกาย จิตใจ และวิญญาณ) จะมีพลังมากขึ้น เมื่อท่านหว่านทรัพย์สินเงินทองโดยการถวายสิบลดหรือการถวายขอบพระคุณ ท่านก็จะได้รับพระพรทางด้านการเงินอย่างบริบูรณ์มากขึ้นเพื่อท่านจะสามารถหว่านเพื่อแผ่นดินและความชอบธรรมของพระเจ้ามากยิ่งขึ้น แต่ในอีกด้านหนึ่ง ถ้าท่านหว่านความชั่วร้าย ท่านก็จะได้รับความชั่วร้ายกลับคืนมาด้วยขนาดและจำนวนเท่าเทียมกัน ถึงแม้ท่านจะเป็นผู้เชื่อ เมื่อท่านหว่านความผิดบาปและความชั่วร้าย ท่านก็จะพบกับการทดลอง ด้วยเหตุนี้ ข้าพเจ้าหวังว่าท่านจะเข้าใจและเรียนรู้ความจริงข้อนี้ด้วยความช่วยเหลือของพระวิญญาณบริสุทธิ์เพื่อท่านจะได้รับชีวิตนิรันดร์

พระเยซูตรัสกับเราในยอห์น 5:28-29 ว่า *"อย่าประหลาดใจในข้อนี้เลย*

เพราะใกล้จะถึงเวลาที่บรรดาผู้ที่อยู่ในอุโมงค์ฝังศพจะได้ยินพระสุรเสียง ของพระองค์ และจะได้ออกมา บรรดาผู้ที่ได้ประพฤติดีก็ฟื้นขึ้นสู่ชีวิต บรรดาผู้ที่ได้ประพฤติชั่ว ก็จะฟื้นขึ้นสู่การพิพากษา" พระองค์ทรงสัญญา กับเราไว้ในมัทธิว 16:27 ว่า *"เหตุว่าเมื่อบุตรมนุษย์จะเสด็จมาด้วยพระสิริ แห่งพระบิดาและพร้อมด้วยทูตสวรรค์ของพระองค์ เมื่อนั้น จะประทาน บำเหน็จให้ทุกคนตามการกระทำของตน"*

ในการพิพากษาพระเจ้าจะทรงตอบแทนรางวัลและการลงโทษที่เหมาะ สมกับทุกคนตามสิ่งที่เขาได้กระทำด้วยความถูกต้องแม่นยำ การที่บุคคลคน หนึ่งจะขึ้นสวรรค์หรือตกนรกไม่ได้ขึ้นอยู่กับพระเจ้า แต่จะขึ้นอยู่กับบุคคล แต่ละคนซึ่งมีเสรีภาพในการตัดสินใจและทุกคนจะเกี่ยวเก็บในสิ่งที่ตนหว่าน

3. พระเจ้าทรงต้องการให้มนุษย์ทุกคนได้รับความรอด

พระเจ้าทรงเห็นว่าบุคคลคนหนึ่งซึ่งถูกสร้างขึ้นตามพระฉายาของ พระองค์มีความสำคัญยิ่งกว่าจักรวาลทั้งมวล ดังนั้น พระเจ้าจึงทรงต้องการ ให้มนุษย์ทุกคนเชื่อในพระเยซูคริสต์และได้รับความรอด

พระเจ้าทรงชื่นชมยินดีมากขึ้นเมื่อคนบาปคนหนึ่งกลับใจ

ด้วยพระทัยของผู้เลี้ยงที่เสาะหาแกะหลงหายตัวหนึ่งบนถนนอันขรุขระ ถึงแม้ผู้เลี้ยงคนนี้ยังมีแกะเหลืออยู่อีกถึง 99 ตัว (ลูกา 15:4-7) พระเจ้าทรง ชื่นชมยินดียิ่งขึ้นเมื่อคนบาปคนหนึ่งกลับใจมากกว่าการมีคนชอบธรรม 99 คนที่ไม่จำเป็นต้องกลับใจ

ผู้เขียนพระธรรมสดุดีเขียนไว้ในสดุดี 103:12-13 ว่า *"ตะวันออกไกล จากตะวันตกเท่าใด พระองค์ทรงปลดการละเมิดของเราจากเราไปไกล เท่านั้น บิดาสงสารบุตรของตนฉันใด พระเจ้าทรงสงสารบรรดาคนที่*

ยำเกรงพระองค์ฉันนั้น" พระเจ้าทรงสัญญากับเราในอิสยาห์ 1:18 เช่นกันว่า *"มาเถิด ให้เราสู้ความกัน ถึงบาปของเจ้าเหมือนสีแดงเข้มก็จะขาวอย่างหิมะ ถึงมันจะแดงอย่างผ้าแดง ก็จะกลายเป็นอย่างขนแกะ"*

พระเจ้าทรงเป็นความสว่างและในพระองค์ไม่มีความมืดอยู่เลย พระองค์ทรงเป็นความดีงามผู้ทรงเกลียดชังความบาป แต่เมื่อคนบาปมาอยู่ต่อหน้าพระพักตร์พระองค์และกลับใจ พระเจ้าจะไม่ทรงจดจำความบาปของเขาอีกเลย ตรงกันข้าม พระเจ้าจะทรงโอบอุ้มและอวยพรคนบาปด้วยการอภัยโทษอย่างไม่จำกัดและความรักอันอบอุ่นของพระองค์

ถ้าท่านเข้าใจความรักประหลาดของพระเจ้าแม้เพียงเล็กน้อย ท่านต้องปฏิบัติกับบุคคลแต่ละคนด้วยความรักอย่างจริงใจ ท่านควรมีเมตตาต่อผู้คนที่มุ่งหน้าไปสู่บึงไฟนรก อธิษฐานอย่างร้อนรนเพื่อคนเหล่านั้น แบ่งปันข่าวประเสริฐกับเขา และเยี่ยมเยียนผู้คนที่มีความเชื่ออ่อนแอและเสริมสร้างความเชื่อของเขาให้เข้มแข็งเพื่อเขาจะยืนหยัดอย่างมั่นคง

ถ้าท่านไม่กลับใจ

1 ทิโมธี 2:4 บอกเราว่า *"[พระเจ้า] ผู้ทรงมีพระประสงค์ให้คนทั้งปวงรอดและให้รู้ความจริง"* พระเจ้าทรงปรารถนาให้มนุษย์ทุกคนรู้จักกับพระองค์ ได้รับความรอด และอยู่ในที่ซึ่งพระองค์ประทับอยู่ พระเจ้าทรงห่วงใยแม้ความรอดของบุคคลเพียงคนเดียวและทรงรอคอยให้ผู้คนที่อยู่ในความมืดและความบาปหันกลับมาหาพระองค์

แต่ถึงแม้พระเจ้าทรงให้โอกาสนับไม่ถ้วนแก่ผู้คนที่จะกลับใจจนถึงขนาดที่พระองค์ได้ทรงสละพระบุตรองค์เดียวของพระองค์บนไม้กางเขน ถ้าผู้คนไม่ยอมกลับใจและเสียชีวิต มีเพียงความจริงข้อเดียวเท่านั้นที่เหลืออยู่สำหรับคนเหล่านี้ ตามกฎของโลกฝ่ายวิญญาณ คนเหล่านี้จะเกี่ยวเก็บตามสิ่งที่ตนหว่านและจะได้รับการตอบแทนกับสิ่งที่เขาได้กระทำและสุดท้ายจะถูกโยนลงไปในนรก

ข้าพเจ้าหวังว่าท่านจะรู้ถึงความรักประหลาดและความยุติธรรมของ
พระเจ้าเพื่อท่านจะรับเอาพระเยซูคริสต์และได้รับการยกโทษ ยิ่งกว่านั้น จง
ประพฤติตนและดำเนินชีวิตตามน้ำพระทัยของพระเจ้าเพื่อท่านจะทอแสง
อย่างเจิดจ้าเหมือนดวงอาทิตย์ในสวรรค์

4. จงเผยแพร่พระกิตติคุณอย่างกล้าหาญ

ผู้คนที่รู้และเชื่ออย่างแท้จริงในการดำรงอยู่ของสวรรค์และนรกจะ
ประกาศข่าวประเสริฐอย่างไม่อาจหลีกเลี่ยงได้เพราะคนเหล่านี้รู้จักพระทัย
ของพระเจ้าผู้ปรารถนาให้มนุษย์ทุกคนได้รับความรอดเป็นอย่างดี

ถ้าไม่มีคนเผยแพร่ข่าวประเสริฐ

โรม 10:14-15 บอกเราว่าพระเจ้าทรงยกย่องผู้คนที่เผยแพร่ข่าวประเสริฐ

*แต่ผู้ที่ยังไม่เชื่อในพระองค์จะทูลขอต่อพระองค์อย่างไรได้ และผู้ที่
ยังไม่ได้ยินถึงพระองค์จะเชื่อในพระองค์อย่างไรได้และเมื่อไม่มีผู้
ใดประกาศให้เขาฟัง เขาจะได้ยินถึงพระองค์อย่างไรได้ และถ้าไม่มี
ใครใช้เขาไป เขาจะไปประกาศอย่างไรได้ ตามที่มีคำเขียนไว้ใน
พระคัมภีร์ว่า เท้าของคนเหล่านั้นที่นำข่าวดีมาช่างงามจริง ๆ หนอ*

ใน 2 พงศ์กษัตริย์ 5 มีเรื่องราวของนาอามานผู้บัญชาการกองทัพของพระ
ราชาแห่งซีเรีย พระราชาทรงถือว่านาอามานเป็นบุคคลที่สูงส่งและมีเกียรติ
เนื่องจากท่านได้ช่วยให้ประเทศรอดพ้นหลายครั้ง ท่านมีชื่อเสียงและทรัพย์
สมบัติมากมายและไม่ขาดแคลนสิ่งใด แต่นาอามานป่วยเป็นโรคเรื้อน ใน
สมัยนั้น โรคเรื้อนเป็นโรคที่ไม่สามารถรักษาให้หายได้และถือว่าเป็นการแช่ง

สาปจากสวรรค์ บัดนี้ ความองอาจกล้าหาญและความมั่งคั่งของท่านเป็นสิ่งที่ไร้ประโยชน์สำหรับท่าน แม้แต่กษัตริย์ของท่านก็ไม่อาจช่วยท่านได้

ท่านลองคิดดูซิว่านาอามานจะมีสภาพจิตใจอย่างไรเมื่อท่านมองดูร่างกายที่เคยแข็งแรงของท่านเปื่อยเน่าผุพังลงทุกวัน ยิ่งกว่านั้น แม้แต่สมาชิกในครอบครัวของนาอามานเองก็ทำตัวห่างเหินไปจากท่านเพราะคนเหล่านั้นกลัวว่าตนอาจติดเชื้อจากโรคดังกล่าว นาอามานคงรู้สึกสิ้นหวังและช่วยตนเองไม่ได้

แต่พระเจ้าทรงมีแผนการที่ดีสำหรับนาอามานผู้บัญชาการกองทัพชาวต่างชาติ มีสาวใช้คนหนึ่งที่ถูกจับในอิสราเอลซึ่งเวลานี้กำลังทำงานรับใช้ภรรยาของนาอามาน

นาอามานได้รับการรักษาหลังจากรับฟังสาวใช้ของท่าน

สาวใช้คนนี้ (แม้จะเป็นผู้หญิงตัวเล็ก ๆ คนหนึ่ง) รู้จักวิธีการแก้ปัญหาของนาอามาน เด็กผู้หญิงคนนี้เชื่อว่าเอลีชาผู้เผยพระวจนะในสะมาเรียสามารถรักษาโรคของเจ้านายของเธอได้ เธอประกาศถึงเรื่องราวแห่งฤทธิ์อำนาจของพระเจ้าที่สำแดงผ่านทางเอลีชาต่อเจ้านายของเธออย่างกล้าหาญ เธอไม่ได้ปิดปากเงียบโดยเฉพาะอย่างยิ่งเกี่ยวกับบางสิ่งบางอย่างที่เธอมีความเชื่ออย่างมาก หลังจากได้ยินข่าวนี้ นาอามานจึงจัดเตรียมเงินถวายด้วยความจริงใจของท่านและเดินทางไปพบกับผู้เผยพระวจนะ

ท่านคดิ ว่าเกิดอะไรขน้ึ กับนาอามาน ท่านได้รับการรักษาให้หายอย่างสมบูรณ์ด้วยฤทธเ์ิ ดชอำนาจของพระเจ้าผู้ทรงสถติ อย่กู ับเอลชี า นาอามานถงึกับกล่าวว่า "ดแู ถิด ข้าพเจ้าทราบแล้วว่าไม่มพี ระเจ้าทั่วไปในโลกนอกจากที่ในอิสราเอล" (2 พงศ์ กษัตริย์ 5:15) นาอามานไม่เพียงแต่ได้รับการรักษาให้หายจากโรคภัยไข้เจ็บของท่านเท่านั้นแต่ปัญหาแห่งวิญญาณจิตของท่านก็ได้รับการรักษาด้วยเช่นกัน

ในเรื่องนี้ พระเยซูทรงแสดงความเห็นไว้ในลูกา 4:27 ว่า *"และมีคนโรคเรื้อนหลายคนในพวกอิสราเอลในคราวเอลีชาผู้เผยพระวจนะ แต่ไม่มีผู้ใด*

ได้รับการรักษาให้หายโรคนั้นเลย เว้นแต่นาอามานชาวซีเรีย" ทำไมนาอา มานคนต่างชาติจึงเป็นเพียงคนเดียวที่ได้รับการรักษาให้หายแม้จะมีคนโรค เรื้อนจำนวนมากในอิสราเอล ที่เป็นเช่นนี้ก็เพราะว่าจิตใจของนาอามาน ดีงามและถ่อมลงจนท่านยอมรับฟังคำแนะนำของคนอื่น ถึงแม้นาอามาน จะเป็นคนต่างชาติ พระเจ้าก็ทรงจัดเตรียมหนทางแห่งความรอดไว้สำหรับ ท่านเพราะท่านเป็นคนดี เป็นนายพลที่สัตย์ซื่อของกษัตริย์ และเป็นผู้รับใช้ ที่รักประชาชนของตนจนท่านพร้อมที่จะสละชีวิตของท่านเพื่อคนเหล่านั้น

แต่ถ้าสาวใช้คนนั้น ไม่ได้พูดถึงฤทธิ์อำนาจของเอลีชาต่อนาอามาน ป่านนี้ท่านคงเสียชีวิตไปโดยไม่ได้รับการรักษาและคงไม่ได้รับความรอด นักรบผู้สูงส่งและน่ายกย่องต้องฝากของฝากชีวิตของตนไว้กับริมฝีปาก ของเด็กหญิงตัวเล็ก ๆ คนหนึ่ง

จงประกาศพระกิตติคุณอย่างกล้าหาญ

เหมือนในกรณีของนาอามาน ผู้คนจำนวนมากรอบข้างท่านกำลังรอ คอยท่านให้เปิดปากของตน แม้แต่ในชีวิตนี้ คนเหล่านั้นกำลังได้รับความ ทุกข์จากความยากลำบากมากมายของชีวิตและมุ่งหน้าไปสู่นรกทุกวัน ถ้า คนเหล่านี้ต้องถูกทรมานหลังจากที่มีชีวิตอย่างลำบากบนโลกนี้จะเป็นสิ่งที่ น่าสังเวชสักเพียงใด ด้วยเหตุนี้ บุตรของพระเจ้าต้องประกาศพระกิตติคุณ กับคนเหล่านี้อย่างกล้าหาญ

พระเจ้าจะทรงชื่นชมยินดีอย่างมากเมื่อคนที่ต้องตายได้รับชีวิตและ คนที่เป็นทุกข์ได้รับการปลดปล่อยให้เป็นอิสระโดยฤทธิ์อำนาจขององค์ พระผู้เป็นเจ้า พระองค์จะทำให้คนเหล่านี้มั่งคั่งและมีพลานามัยสมบูรณ์ ด้วยเช่นกันโดยตรัสกับเขาว่า *"เจ้าเป็นบุตรของเราผู้ทำให้วิญญาณจิตของ เราสดชื่น"* ยิ่งกว่านั้น พระเจ้าจะช่วยคนเหล่านี้ให้มีความเชื่อมากพอที่จะ เข้าไปสู่นครเยรูซาเล็มใหม่ซึ่งเป็นที่ตั้งของพระที่นั่งของพระเจ้า นอกจาก นั้น ผู้คนที่ได้ยินข่าวประเสริฐและต้อนรับเอาพระเยซูคริสต์ผ่านท่านจะ

ไม่รู้สึกขอบคุณในสิ่งที่ท่านได้ทำเพื่อเขากระนั้นหรือ

ถ้าผู้คนในช่วงชีวิตนี้ไม่มีความเชื่อมากพอที่จะทำให้เขารอด คนเหล่านี้จะไม่มี “โอกาสที่สอง” อีกหลังจากที่เขาตกนรก คนเหล่านี้คงได้แต่เสียใจและคร่ำครวญตลอดไปในท่ามกลางความทุกข์และความเจ็บปวดนิรันดร์

การที่ท่านมีโอกาสได้ยินได้ฟังถึงพระกิตติคุณและต้อนรับเอาองค์พระผู้เป็นเจ้าก็เพราะการเสียสละและการอุทิศตนอย่างยิ่งใหญ่ของบรรพบุรุษแห่งความเชื่อจำนวนมากที่ถูกฆ่าด้วยดาบ ถูกโยนให้เป็นเหยื่อของสัตว์ร้ายหรือยอมสละชีพเพื่อการประกาศข่าวประเสริฐ

ตอนนี้เมื่อท่านรู้ว่าท่านรอดจากนรกแล้ว ท่านจะทำสิ่งใดต่อไป ท่านต้องพยายามให้ดีที่สุดที่จะช่วยดวงวิญญาณจำนวนมากให้พ้นจากนรกและนำคนเหล่านี้ไปสู่อ้อมแขนขององค์พระผู้เป็นเจ้า ใน 1 โครินธ์ 9:16 อัครทูตเปาโลกล่าวถึงพันธกิจของท่านด้วยจิตใจที่ร้อนรนว่า *“เพราะการที่ข้าพเจ้าประกาศข่าวประเสริฐนั้น ข้าพเจ้าไม่มีเหตุที่จะอวดได้ เพราะจำเป็นที่ข้าพเจ้าจะต้องประกาศข่าวประเสริฐ ถ้าข้าพเจ้าไม่ประกาศ วิบัติจะเกิดแก่ข้าพเจ้า”*

ข้าพเจ้าหวังว่าท่านจะก้าวเข้าไปในโลกด้วยหัวใจอันร้อนรนขององค์พระผู้เป็นเจ้าและช่วยดวงวิญญาณจำนวนมากให้รอดพ้นจากการลงโทษนิรันดร์ในนรก

ท่านได้เรี ยนรู้เกี่ ยวกบั สถานที่น ริ นั ดร์อันน่ากลวั และน่าเวทนาซึ่ง เรียกว่านรกผ่านทางหนังสือเล่มนี้ ข้าพเจ้าอธิษฐานเพื่อท่านจะสัมผัสถึงความรักของพระเจ้าผู้ไม่ทรงปรารถนาให้บคุ คลหนึ่ง บคุ คลใดต้องพนิ าศไป จงตื่นตวั อยู่เสมอในชีวิตคริสเตียนของท่าน และประกาศพระกิตติคุณกับทุกคนที่อยากได้ยิน

ในสายพระเนตรของพระเจ้า ท่านมีคุณค่ายิ่งกว่าโลกทั้งโลกและมีค่ามากกว่าทุกสิ่งในจักรวาลรวมกันเพราะท่านถูกสร้างขึ้นตามพระฉายาของพระองค์ ด้วยเหตุนี้ ท่านต้องไม่เป็นทาสของความบาปซึ่งเป็นการต่อสู้กับพระเจ้าและจบลงในนรก แต่จงเป็นบุตรที่แท้จริงของพระเจ้าที่เดินอยู่ใน

ความสว่าง ประพฤติตนและดำเนินชีวิตตามความจริง

แม้แต่ในเวลานี้พระเจ้าทรงกำลังเฝ้าดูท่านด้วยความชื่นชมยินดีแบบเดียวกันกับที่พระองค์เคยมีช่วงเวลาที่ทรงสร้างอาดัม   พระองค์ทรงปรารถนาให้ท่านมีจิตใจที่แท้จริง เติบโตขึ้นในความเชื่ออย่างรวดเร็ว และมีความไพบูลย์ของพระคริสต์อย่างเต็มขนาด

ข้าพเจ้าอธิษฐานในพระนามของพระองค์พระผู้เป็นเจ้าเพื่อท่านจะต้อนรับพระเยซูคริสต์ในทันทีและรับพระพรและสิทธิอำนาจในการเป็นบุตรของพระเจ้าเพื่อท่านจะทำหน้าที่ของการเป็นเกลือและความสว่างของแผ่นดินโลกและนำผู้คนจำนวนมากมาถึงความรอด

เกี่ยวกับผู้เขียน – **ดร. แจร็อก ลี**

ดร. แจร็อก ลีเกิดที่เมืองมวน จังหวัดโจนนัม สาธารณะรัฐเกาหลี ในปี 1943 เมื่อท่านมีอายุ 20 ปี ดร. ลี ทนทุกข์ทรมานกับโรคภัยไข้เจ็บที่รักษาไม่ได้หลายชนิดเป็นเวลาถึงเจ็ดปีและนอนรอความตายโดยไม่มีความหวังของการหายจากโรค แต่อยู่มาวันหนึ่งในช่วงฤดูใบไม้ผลิของปี 1974 พี่สาวของท่านพาท่านมาที่คริสตจักรและเมื่อท่านคุกเข่าลงอธิษฐานพระเจ้าผู้ทรงพระชนม์อยู่ทรงรักษาท่านให้หายจากโรคภัยไข้เจ็บทั้งสิ้นของท่านในทันที

นับตั้งแต่ดร.ลีพบกับพระเจ้าผู้ทรงพระชนม์อยู่ผ่านทางประสบการณ์ที่อัศจรรย์นั้นเป็นต้นมาท่านรักพระเจ้าอย่างจริงใจและด้วยสุดหัวใจของท่าน ในปี 1978 ท่านได้รับการทรงเรียกให้เป็นผู้รับใช้พระเจ้า ท่านอธิษฐานอย่างร้อนรนเพื่อจะเข้าใจน้ำพระทัยของพระเจ้าอย่างชัดเจนและทำให้น้ำพระทัยนั้นสำเร็จอย่างสมบูรณ์พร้อมทั้งเชื่อฟังพระวจนะทั้งสิ้นของพระเจ้า ในปี 1982 ท่านได้ก่อตั้งคริสตจักรมันมินขึ้นในกรุงโซล ประเทศเกาหลีใต้ พระราชกิจอันมากมายของพระเจ้าซึ่งรวมถึงการรักษาโรคอย่างอัศจรรย์และหมายสำคัญต่าง ๆ เกิดขึ้นในคริสตจักรของท่านอย่างต่อเนื่อง

ในปี 1986 ดร.ลีได้รับการสถาปนาให้เป็นศิษยาภิบาล ณ ที่ประชุมสมัชชาประจำปีของคริสตจักรของพระเยซู "ซุงกุล" แห่งประเทศเกาหลีใต้และในปี 1990 (4 ปีต่อมา) คำเทศนาของท่านถูกนำไปเผยแพร่ในประเทศออสเตรเลีย สหรัฐอเมริกา รัสเซีย ฟิลิปปินส์ และอีกหลายประเทศผ่านพันธกิจของผู้ประกาศข่าวประเสริฐ (เอฟ.อี.บี.ซี.) สถานีวิทยุกระจายเสียงแห่งเอเชีย (เอ.บี.เอส.) และสถานีวิทยุคริสเตียนแห่งกรุงวอชิงตัน (ดับเบิ้ลยู.ซี.อาร์.เอส.)

สามปีต่อมา (ในปี 1993) คริสตจักรมันมินเซ็นทรัลเชิร์ชได้รับเลือกให้เป็นหนึ่งใน "50 คริสตจักรชั้นนำระดับโลก" โดยนิตยสาร "โลกคริสตชน" ของสหรัฐอเมริกาและท่านได้รับมอบปริญญาดุษฎีบัณฑิตกิตติมศักดิ์สาขาพันธกิจศาสตร์จากสถาบันพระคริสตธรรมที่มีชื่อเสียงสองแห่งในสหรัฐอเมริกานั่นคือ วิทยาลัยคริสเตียนเฟธแห่งรัฐฟลอริด้าและสถาบันพระคริสตธรรมคิงส์เวย์แห่งรัฐไอโอวา

นับตั้งแต่ปี 1993 เป็นต้นมา ดร.ลีเป็นผู้นำในการทำพันธกิจทั่วโลกโดยผ่านการรณรงค์เพื่อการประกาศที่จัดขึ้นในประเทศต่าง ๆ เช่น ประเทศแทนซาเนีย อาร์เจนติน่า อูกานดา ญี่ปุ่น ปากีสถาน เคนย่า ฟิลิปปินส์ ฮอนดูรัส อินเดีย รัสเซีย เยอรมันนี เปรู สาธารณะรัฐประชาธิปไตยคองโก และนครนิวยอร์ก สหรัฐอเมริกา ในปี 2002 หนังสือพิมพ์คริสเตียนฉบับหนึ่งในประเทศเกาหลีใต้ขนานนามท่านว่าเป็น "ศิษยาภิบาลของคนทั่วโลก" จากการทำพันธกิจด้านการประกาศพระกิตติคุณในต่างประเทศของท่าน

ในกันยายน 2013 คริสตจักรมันมินจูน-อังมีสมาชิกมากกว่า 120,000 คนและมีคริสตจักรสาขาทั้งในและต่างประเทศอีก 10,000 แห่งทั่วโลก ปัจจุบันคริสตจักรนี้ส่งมิชชั่นนารีมากกว่า 129 คนไปยัง 23 ประเทศทั่วโลกซึ่งรวมถึงสหรัฐอเมริกา รัสเซีย เยอรมันนี แคนนาดา ญี่ปุ่น จีน ฝรั่งเศส อินเดีย เคนย่า และอีกหลายประเทศ

ในปัจจุบัน ดร.ลีได้เขียนหนังสือ 88 เล่มซึ่งรวมถึงหนังสือที่มียอดขายสูงสุดเรื่อง *"ลิ้มรสชีวิตนิรันดร์ก่อนความตาย" "ชีวิตและศรัทธาของข้าพเจ้า" "สาส์นจากกางเขน" "ขนาดแห่งความเชื่อ" "สวรรค์ภาค 1 และ 2" "นรก" และ "ฤทธานุภาพของพระเจ้า" และอีกหลายเล่ม* หนังสือและงานเขียนของท่านถูกแปลเป็นภาษาต่าง ๆ มากกว่า 76 ภาษา

บทความของท่านยังถูกนำไปตีพิมพ์ในหนังสือพิมพ์และนิตยสารหลายฉบับ เช่น *"เดอะ ฮานกุก อิลโบ" "เดอะ จูง-อัง อิลโบ" "เดอะ มุนวา อิลโบ" "เดอะ โซล ชินมุล" "เดอะ ฮานเกียไร ชินมุน" "เดอะ ฮานกุก เกียงเจ ชินมุน" "เดอะ โกเรีย เฮราลด์" "เดอะ ชิซา นิวส์" "หนังสือพิมพ์คริสเตียน"* และ *"หนังสือเพื่อการประกาศประชาชาติ"*

ปัจจุบัน ดร.ลีเป็นผู้ก่อตั้ง ผู้นำ ผู้อำนวยการ และประธานของสมาคมและองค์กรมิชชั่นนารีจำนวนมากซึ่งรวมถึงการดำรงตำแหน่งประธานของสหคริสตจักรแห่งความบริสุทธิ์เกาหลี (UHCK); ผู้อำนวยการองค์การพันธกิจมิชชั่นมันมิน (MWM); ผู้ก่อตั้งและประธานเครือข่ายสื่อมวลชนคริสเตียนทั่วโลก (GCN); ผู้ก่อตั้งและประธานเครือข่ายหมอคริสเตียนทั่วโลก (WCDN); และผู้ก่อตั้งและประธานสถาบันศาสนศาสตร์นานาชาติมันมิน (MIS)

หนังสือเล่มอื่น ๆ ที่เขียนขึ้นโดยผู้เขียนคนเดียวกันได้แก่...

สวรรค์ (ภาค 1)
สวรรค์ (ภาค 2)

คำบรรยายโดยละเอียดเกี่ยวกับสภาพแวดล้อมที่มีชีวิตชีวาซึ่งพลเมืองแห่งสวรรค์จะได้ชื่นชมและการบรรยายลักษณะอันงดงามของสวรรค์ชั้นต่าง ๆ
คำเชิญชวนให้เข้าสู่นครเยรูซาเล็มใหม่อันบริสุทธิ์ซึ่งประตูทั้งสิบสองบานของนครนี้ทำด้วยไข่มุกอันแวววาวระยิบระยับ นครนี้ตั้งอยู่ท่ามกลางสวรรค์อันรุ่งเรืองสุกใสเหมือนดังเพชรนิลจินดาที่มีค่า

ตื่นเถิดอิสราเอล

เพราะเหตุใดพระเจ้าจึงทรงเฝ้าดูอิสราเอลตั้งแต่จุดเริ่มต้นของโลกมาจนถึงปัจจุบัน อะไรคือการจัดเตรียมของพระเจ้าสำหรับอิสราเอล (ผู้ที่รอคอยพระเมสสิยาห์) ในช่วงวาระสุดท้าย

สาส์นจากกางเขน

ทำไมพระเยซูจึงเป็นพระผู้ช่วยให้รอดเพียงผู้เดียว เป็นข่าวสารแห่งการฟื้นฟูที่มีอานุภาพสำหรับทุกคนที่หลับใหลฝ่ายวิญญาณ ในหนังสือเล่มนี้ท่านพบถึงเหตุผลของการที่พระเยซูทรงเป็นพระผู้ช่วยให้รอดแต่พระองค์เดียวและความรักที่แท้จริงของพระเจ้า

ลิ้มรสชีวิตนิรันดร์ก่อนเสียชีวิต

เป็นบันทึกเรื่องจริงเกี่ยวกับคำพยานของศจ.ดร.แจร็อก ลีผู้ที่บังเกิดใหม่และได้รับการช่วยให้รอดจากหุบเหวแห่งความตายและดำเนินชีวิตคริสเตียนที่เป็นแบบอย่าง

ขนาดแห่งความเชื่อ

สถานที่แบบใด มงกุฎ และรางวัลชนิดใดที่ถูกจัดเตรียมไว้ในสวรรค์ หนังสือเล่มนี้จะให้ความรู้และคำแนะนำแก่ท่านในการวัดขนาดความเชื่อและการเพาะบ่มความเชื่อของท่านให้เจริญเติบโตมากที่สุด